आपल्या स्नेहीजनांना पुस्तके भेट द्या

इनसाइड द गॅस चेंबर्स

ऑश्विट्झ येथील झाँडरकमांडोमधील आठ महिने

श्लोमो व्हेनेत्सिया

संपादन : जीन माउटापा

अनुवाद

सुनीति काणे

मेहता पब्लिशिंग हाऊस

INSIDE THE GAS CHAMBERS by Shlomo Venezia
"SONDERKOMMANDO, Dans l'enfer des chambres à gaz"
by Béatrice Prasquier and Shlomo Venezia

Translated into Marathi Language by Suneeti Kane

इनसाइड द गॅस चेंबर्स / आत्मकथन

अनुवाद : सुनीति काणे

Email : author@mehtapublishinghouse.com

संस्थापक : सुनील अनिल मेहता

प्रकाशक : मेहता पब्लिशिंग हाऊस प्रा. लि.,
१९४१, सदाशिव पेठ, माडीवाले कॉलनी, पुणे – ४११०३०.

मुद्रक : ट्रिनिटी अ‍ॅकॅडमी फॉर कॉर्पोरेट ट्रेनिंग लिमिटेड

मुखपृष्ठ : चंद्रमोहन कुलकर्णी

प्रकाशनकाल : जानेवारी, २०११ / डिसेंबर, २०१२ / पुनर्मुद्रण : मार्च, २०२६

किंमत : ₹ ३५०

P Book ISBN 9788184981940

हे पुस्तक मी माझ्या दोन कुटुंबांना अर्पण करत आहे– युद्धापूर्वीचं माझं कुटुंब आणि युद्धानंतरचं माझं कुटुंब. सर्वप्रथम मला स्मरण होतंय माझ्या परमप्रिय आईचं– या घटनांच्या वेळेस ती फक्त चव्वेचाळीस वर्षांची होती आणि माझ्या दोन लहान बहिणींचं– मारिका आणि मार्टा– त्या वेळेस त्या अनुक्रमे चौदा आणि अकरा वर्षांच्या होत्या. अगदी तरुण वयात, पदरी पाच मुलं असताना वैधव्य येऊन खडतर आयुष्य जगावं लागलेल्या माझ्या आईची आठवण मला व्याकूळ करते. अनेक स्वार्थत्याग करत आणि जवळजवळ दुस्तर अशा अडचणींशी झगडत, प्रामाणिकपणा आणि लोकांना मान देणं अशा निर्भेळ नीतिमूल्यांच्या निकषांनुरूप तिनं आम्हाला वाढवलं. हे त्याग आणि भोगलेल्या या यातना मातीमोल ठरल्या; कारण ११ एप्रिल १९४४ रोजी गुरांच्या ट्रकमधून उतरून, ऑश्विट्झ बिर्केनॉ येथील युडेन रॅम्पेवर (ज्यूंसाठी असणाऱ्या फलाटावर) पाऊल ठेवताक्षणी प्राण गमावणाऱ्या माझ्या लहान बहिणींबरोबरच त्याही नष्ट झाल्या.

या प्रचंड शोकांतिकेनंतर माझं दुसरं कुटुंब अस्तित्वात आलं. माझी पत्नी मारिका आणि माझे तीन मुलगे मारिओ, अॅलेझान्ड्रो आणि आल्बर्टो – हे अनेक गोष्टी माझ्यापेक्षा अधिक चांगल्या प्रकारे जाणतात आणि प्रामाणिकपणा आणि इतरांबद्दल आदर अशा महत्त्वाच्या मूल्यांनुरूप ते त्यांचं आयुष्य व्यतीत करतात. माझ्या पत्नीच्या चिकाटीमुळे मला अभिमान वाटेल असे तरुण ते बनले आहेत. मारिकानं माझीदेखील सर्वतोपरी देखभाल केली आहे आणि कॅंपमध्ये कैदेत राहिल्यामुळे उद्भवलेल्या कमकुवतपणाच्या यातना तिनं हलक्या केल्या आहेत. तिचं ऋण माझ्या अबोल मायेनं न फिटणारं आहे. मारिका, तू आजवर जे जे केलंस आणि आपल्या अॅलेझान्ड्रा, डॅनियल, मिचेला, गॅब्रिएल, निकोल आणि रेचल या पाच नातवंडांसाठी आणि मिरियम, अँजेला आणि सब्रिना या सुनांसाठी तू अजूनही जे सारं करत आहेस; त्याबद्दल मी तुझा ऋणी आहे.

श्लोमो व्हेनेत्सिया

झा मेन लेवेन्तलचं अवतरण

''संपूर्ण सत्य आणखीच दु:खद आणि भयंकर आहे.''

– झा मेन लेवेन्तल

झा मेन लेवेन्तलचं यीडिश भाषेतील ऑश्विट्झ विद्युतदाहिनीच्या पटांगणात पुरलेलं हस्तलिखित ऑक्टोबर १९६२ मध्ये सापडलं. डोळ्यांनी पाहिलेल्या घटना आणि गॅस चेंबरमध्ये केली गेलेली ज्यू लोकांची कत्तल याची काही माहिती देता यावी, या हेतूने ते (हस्तलिखित) झाँडरकमांडो उठावापूर्वी काही काळापूर्वी लिहिलं गेलं होतं. सुटका होण्यापूर्वी काही आठवडे, नोव्हेंबर १९४४ मध्ये लेवेन्तल मृत्यू पावला असावा.

'Des Voix Sous la cendre : Manuscrits des Sonder Kommandos d' Auschwitz- birkenau,' edition by Georges Bensoussan, Revue d' histoire de la Shoah, no. १७१ (January to April २००१)

झाँडरकमांडो (SONDER KOMMANDO) : नाझी डेथ कॅम्पसमध्ये प्रेतांची विल्हेवाट लावण्यासाठी जुंपलेले कैदी– सरतेशेवटी त्यांनाही मारून टाकलं जात असे. अशा अनेक हजारांपैकी फक्त वीस कैदी वाचले. (कमांडो म्हणजे खास तुकड्या.)

टिप्पणी – बिआट्रिस प्रासक्वॉयर

एप्रिल १३ ते मे २१, २००६ च्या दरम्यान इतिहासकार मार्चेलो पेत्सेटी यांच्या मदतीनं मी श्लोमो व्हेनेत्सिया यांच्या अनेक मुलाखती घेतल्या. त्यातून हा अहवाल एकत्र केला गेला आहे. संभाषणं इटालियन भाषेत घेतली गेली आणि मग शक्य तेवढ्या काळजीनं ती मूळ भाषेतून अनुवादित केली गेली आणि लिखित रूपात आणली गेली आणि त्यांच्या कथनाचा सच्चेपणा कमी होऊ नये, या हेतूनं ती श्लोमो व्हेनेत्सिया यांनी तपासून सुधारित स्वरूपात आणली.

मानवी आयुष्य चुरडून टाकण्यासाठी निर्माण केलेल्या त्या यंत्रणेच्या मोक्याच्या स्थानी ते असल्यामुळे, श्लोमो व्हेनेत्सिया हे वाचलेल्या थोड्यांपैकी एक साक्षीदार आहेत; ज्यांनी योगायोगानं आणि असाधारण नियतीनं न वाचलेल्या आणि विस्मृतीत गेलेल्या असंख्य चेहऱ्यांना, बळी गेलेल्यांना बघितलं आहे.

त्यांची साक्ष ही केवळ एक स्मरणयात्रा नव्हे; आपल्या इतिहासाच्या काळ्याकुट्ट क्षणांवर प्रकाश पाडणारा तो एक ऐतिहासिक दस्तऐवज आहे.

अनुवादिकेचं मनोगत

दुसऱ्या महायुद्धात जर्मनीतल्या आणि युरोपातल्या जिंकून घेतलेल्या इतर देशांतल्या ज्यूंची कॉन्सन्ट्रेशन कॅम्प्समध्ये नाझींनी प्रचंड प्रमाणावर केलेली भीषण कत्तल हा मानवजातीला अत्यंत लांच्छनास्पद असा काळाकुट्ट कालखंड आहे. वंशभेदावर आधारित असलेली ही क्रौर्य आणि बीभत्सतेची परिसीमा आठवली, की अजूनही अंगावर काटा उभा राहतो. या पद्धतशीर कत्तली 'शोआ', 'हॉलोकास्ट' या नावांनी ओळखल्या जातात. त्यावर 'शिंडलर्स लिस्ट', 'लाइफ इज ब्युटिफुल' असे हृदयस्पर्शी चित्रपटही निघालेले आहेत.

या पुस्तकाची अनेक वैशिष्ट्यं आहेत. पहिलं म्हणजे श्लोमो व्हेनेत्सिया हा स्वत: ऑश्विट्झ बिर्केनॉ इथल्या गॅस चेंबरमधल्या 'झाँडरकमांडो' या प्रेतांची विल्हेवाट लावणाऱ्या तुकडीत काम करत होता. हा त्यानं डोळ्यांनी पाहिलेला, जगलेला इतिहास आहे. दुसरं म्हणजे तो इतिहास त्यानं अत्यंत संयतपणे, सत्याला धरून, फक्त स्वत: पाहिलेलंच सांगून, एक प्रकारच्या त्रयस्थ अलिप्ततेनं त्यानं वाचकांपुढे ठेवला आहे. त्यानं आपलं सारं आयुष्यच वाचकांपुढे उलगडलं आहे. हा सारा इतिहास आपल्यापुढे मांडताना, त्यानं भोगलेल्या पराकोटीच्या यातना त्याला नव्यानं अनुभवाव्या लागल्या असणार. तरीही या काळ्याकुट्ट इतिहासाला जगापुढे मांडणं हे त्यानं आपलं कर्तव्य मानून, या भीषण आठवणींना पुन्हा एकवार तोंड दिलं आहे. पुनश्च एकवार दु:ख पचवून असं संयत कथन करणं, हे एक अतिमानवी कार्यच आहे आणि त्याबद्दल पुढल्या पिढ्यांनी त्याचं ऋण कायम स्मरायला हवं.

श्लोमो व्हेनेत्सियाच्या मुलाखती घेऊन त्या पुस्तकरूपानं जगापुढे ठेवताना विस्तृत संदर्भग्रंथ अभ्यासून या कथनातलं सत्य संकलकांनी पडताळून पाहिलं आहे.

असं असाधारण कथन मराठी वाचकांपर्यंत पोहोचवणाऱ्या मेहता प्रकाशन संस्थेच्या कार्यात अनुवादाचा खारीचा वाटा मला उचलता आला, याचा मला आनंद वाटतो आहे.

या पुस्तकात आलेल्या जर्मन भाषेतल्या शब्दांचे आणि नावांचे उच्चार न कंटाळता मला सांगणाऱ्या जर्मन भाषेच्या जाणकार सौ. शोभना देशपांडे यांची मी अत्यंत ऋणी आहे.

– सुनीति काणे

अनुक्रमणिका

please contact us at **Mehta Publishing House Pvt. Ltd.,** Pune 411030.
✆ +91 020-24476924 / 24460313 / Mob. No. 9545000513
Email : production@mehtapublishinghouse.com
Website : www.mehtapublishinghouse.com

उपोद्‌घात

११ एप्रिल १९४४ रोजी श्लोमो व्हेनेत्सिया ऑश्विट्झ बिर्केनॉ येथे पोचला. मी स्वत: तिथे ड्रान्सीहून आणखी चार दिवसांनी आले. ९ सप्टेंबर १९४३ पर्यंत आम्ही– तो ग्रीसमध्ये आणि मी नीसमध्ये– इटालियनांच्या ताबेदारीत राहत होतो आणि निदान तूर्त तरी हद्दपारीपासून आपण वाचलो आहोत, असं आम्ही समजत होतो; पण इटलीने शरणागती पत्करल्यावर आल्पेस-मारिटाइम (भूमध्य समुद्राचा प्रसिद्ध फ्रेंच रिव्हिएराचा किनारा) मधे राहणाऱ्यांवर, तसंच ग्रीक द्वीपसमूहामध्ये राहणाऱ्यांवर नाझींची पकड ताबडतोब दृढ झाली.

*जेव्हा मी शोआ*बद्दल बोलते, तेव्हा मी बरेचदा ग्रीसमधील ज्यू लोकांच्या हद्दपारीचा आणि कत्तलींचा उल्लेख करते. कारण त्या देशात जे घडलं, त्यामुळे ज्या ज्वलंत निग्रहानं नाझींनी 'अंतिम उद्दिष्टांचा' (Final Solution) पाठपुरावा करत या द्वीपसमूहातील सर्वांत दूरच्या आणि लहानात लहान बेटांवरील ज्यूंची शिकार केली, त्यावर त्यामुळे प्रकाश पडतो. म्हणून मी विशेष रस घेऊन श्लोमो व्हेनेत्सियाची कहाणी वाचली. हा ज्यू-धर्मीय, इटलीचा नागरिक फक्त ग्रीक भाषाच बोलत नाही; तर जेथे तो राहिला त्या सालोनिकामधील ज्यूंची लाडिनो ही बोलीदेखील बोलतो. १४९२ मध्ये स्पेनमधून ज्यू लोकांची हकालपट्टी झाल्यावर त्याचे पूर्वज अनेक वर्षं भटकत असताना इटलीत पोचले होते, त्या काळाचा उल्लेख त्याच्या व्हेनेत्सिया या आडनावामुळे होतो; त्यानंतर ते बाल्कनचं जेरुसलेम असलेल्या 'सालोनिका' येथे गेले. तेथील नव्वद टक्के ज्यू समाजाची दुसऱ्या महायुद्धात कत्तल झाली.*

पूर्वी हद्दपार झालेल्यांचे खूप वृत्तान्त मी वाचले आहेत आणि दर वेळेस ते मला कॅम्पमधील आयुष्याची आठवण देतात; पण श्लोमो व्हेनेत्सियानं सांगितलेली

---

* Shoah शोआ : याचा अर्थ विपत्ती. हा शब्द हिब्रू भाषेत 'हॉलोकॉस्ट' (नाझींनी केलेला ज्यूंचा संहार) याअर्थी वापरला जाऊ लागला.

कहाणी अतिशय हेलावून टाकते. कारण झाँडरकमांडोमधून बचावून निघालेल्यांचा तो एकमेव 'आँखो देखा हाल' आहे. आता आपल्याला पूर्णपणे कळतं, की त्यांच्यावर ते भीषण काम करण्याची सक्ती कशी केली गेली होती. सर्वांत वाईट असं काम– मृत्यूसाठी मुक्रर केल्या गेलेल्या हद्दपारांना कपडे काढण्यासाठी आणि गॅस चेंबरमध्ये शिरण्यासाठी मदत करणं आणि त्यानंतर ही सारी प्रेतं तेथून हलवणं आणि विद्युतदाहिनीत टाकणं– मृत्यूपूर्वीच्या धडपडीत एकमेकांत गुंतलेल्या शरीरांची प्रेतं! देहान्त घडवणाऱ्यांचे ते नाखूश साथीदार असल्यामुळे झाँडरकमांडोचे जवळजवळ सर्व रहिवासी, त्यांनी ज्यांना गॅस चेंबरमध्ये नेलं, त्यांच्याप्रमाणेच ठार केलं गेलं.

हा डोळ्यांनी पाहिलेला वृत्तान्त लिहिणाऱ्या लेखकाच्या निर्दोष सच्चाईमुळे तो प्रभावशाली बनला आहे. त्यानं फक्त जे स्वत: पाहिलं तेवढंच, तो काहीही न वगळता सांगतो. विद्युतदाहिनीवरील अधिकाऱ्याच्या रानटीपणासारखी सर्वांत वाईट गोष्टही तो सांगायची वगळत नाही किंवा त्वरित केली जाणारी कत्तल किंवा न थांबता चालणारे गॅस चेंबर्स आणि विद्युतदाहिन्या यांबद्दलही तो सांगितल्यावाचून राहत नाही.

परिस्थितीचा भेसूरपणा ज्यामुळे कमी तीव्र होईल अशा गोष्टीही तो सांगतो, उदाहरणार्थ, डच सीक्रेट सर्व्हिस (गुप्तहेर) अधिकाऱ्यानं दाखवलेली थोडी दया किंवा झाँडरकमांडो हे हत्याकांडासाठीचे अनिवार्य चाकर असल्यामुळे इतर हद्दपारांहून त्यांना मिळणारी थोडी उजवी वागणूक.

आणखी एका गोष्टीमुळे हा अहवाल असाधारण बनला आहे. जेव्हा श्लोमो व्हेनेत्सियाने याबद्दल बिआट्रिस प्रासक्वॉयरबरोबर संवाद सुरू केला, तेव्हाच त्याला त्यांच्या झाँडरकमांडोमधील कामाबद्दलच्या सर्वांत भीषण बाबींबद्दल उल्लेख करण्याचा धीर झाला. या असह्य, भीतिदायक अशा समग्र तपशिलामुळे या तिरस्करणीय नाझी गुन्ह्याबद्दलचं पूर्ण सत्य उजेडात आलं आहे.

सुकलेल्या चेहऱ्याचे आणि थकलेल्या, उमेद हारलेल्या आणि घाबरलेल्या डोळ्यांचे जे पुरुष, स्त्रिया आणि मुलं श्लोमो व्हेनेत्सियानं अखेरच्या वेळेस पाहिली, त्यांना तो त्याच्या शब्दांनी पुन्हा जिवंत करतो. काही लोकांना त्यांच्या पुढल्या प्राक्तनाची अजिबात कल्पना नव्हती. शहरांतील ज्यू वसाहतींमधून आलेल्यांना बचावण्याची फारशी आशा नव्हती आणि असेही लोक होते, की कॅम्पमध्ये निवडले गेल्यामुळे मृत्यू त्यांची वाट पाहतो आहे, हे ते जाणून होते; परंतु अशांपैकी अनेकांना मृत्यूच मुक्तिदाता असणार होता.

असं सारं असतानाही जी भीती वागवत श्लोमो व्हेनेत्सिया बचावून निघण्याची धडपड करतो आहे; त्या परिस्थितीची भीषणता, मानवतेच्या अल्पशा स्पर्शाने

कधीकधी किंचितशी सुसह्य होते. गॅस चेंबरच्या उंबरठ्यावर श्लोमो त्याचे काका, लेऑन व्हेनेत्सिया, यांना भेटतो. ते आता इतके अशक्त झाले आहेत, की काम करणं त्यांना शक्य नाही. तो त्यांना शेवटला अन्नाचा घास देऊ बघतो. तो तरुण माणूस त्या ज्येष्ठावर कोमलतेचा हा स्वल्पसा शिडकावा करतो आणि मग त्याच्या स्मृतीसाठी कडिश् ही ज्यूंची शोकप्रार्थना म्हणतो. श्लोमो कधीकधी तोंडानं बाजा वाजवतो आणि सरतेशेवटी एकजूट दर्शवणारे आविर्भाव माणूस म्हणून जिवंत राहायला त्याला मदत करतात.

कुणी टीका करू धजला, तर ज्या घटनांबद्दल टीका होऊ शकेल, अशा घटना श्लोमो व्हेनेत्सिया लपवू बघत नाही. नाझींच्या दुष्कर्मात आपण सहभागी असल्याची त्याची भावना, बचावून निघण्यासाठी त्याला कधीमधी करावा लागलेला स्वार्थीपणा याबद्दल बोलायचं तर तो धाडस दाखवतोच; पण कॅम्पमधून सुटका झाल्यानंतर त्याला झालेली सुडाची इच्छाही तो बोलून दाखवतो आणि त्यामुळे त्याच्याबद्दलचा आदर आणखी वाढतो. तो 'कमांडो'मध्ये असल्यामुळे त्याला अधिक चांगलं अन्न आणि कपडे मिळत होते आणि त्यामुळे त्याला कदाचित इतर विस्थापितांइतका त्रास झाला नसेल, असं काही जण म्हणू शकतील. अशा लोकांना श्लोमो व्हेनेत्सिया विचारतो– 'जर दररोज तुमचे हात मृत्यूत बुडलेले असले, तर थोडी जास्त ब्रेड किंवा जास्त विश्रांती किंवा थोडे जास्त कपडे यांची काय मातब्बरी?' त्यानं कँपमधील सर्वसाधारण स्थितीदेखील अनुभवली होती आणि तो तिचं वर्णन असाधारण समग्रतेनं आणि खरेपणानं करतो; त्यामुळे तो ठामपणे सांगतो, की विद्युतदाहिनीत काम करण्यापेक्षा त्यानं हळूहळू येणारं मरण पसंत केलं असतं.

आपण केव्हा मारले जाणार या क्षणाच्या प्रतीक्षेखेरीज जिथे आणखी काही नाही अशा नरकातून कसं बचावून निघायचं या प्रश्नाला प्रत्येक हद्दपाराचं स्वतःचं असं उत्तर असतं. श्लोमो व्हेनेत्सियासारख्या अनेकांचा उपाय होता, की विचार करणं थांबवायचं. तो म्हणतो, 'पहिले दोन किंवा तीन आठवडे या गुन्ह्याच्या प्रचंड व्याप्तीमुळे मी सतत हादरून गेलेला असायचो.' प्रत्येक दिवशी त्यानं मरण पसंत केलं असतं आणि तरीही तो प्रत्येक दिवशी बचावण्याची धडपड करत राहिला.

श्लोमो व्हेनेत्सिया आजही इथे आहे, हा ज्यूंच्या हत्याकांडाच्या प्रक्रियेवरील दुहेरी विजय आहे; कारण हा गुन्हा करून त्याचा सारा पुरावा नष्ट करण्यासाठी झाँडरकमांडोतील प्रत्येक व्यक्तीला, ती व्यक्ती प्रत्यक्ष डोळ्यांनी गुन्हा पाहणारी आहे आणि ज्यू आहे, या दुहेरी कारणांनी नाझी मारून टाकायचे. परंतु इतर अनेक पूर्वीच्या हद्दपारांप्रमाणेच, दीर्घकाळच्या मौनानंतर श्लोमो व्हेनेत्सियानं बचावून निघून आपली कहाणी सांगितली आहे. माझ्याप्रमाणे आणि अशाच अनेकांप्रमाणे

तो खूप काळानंतर बोलला आहे. कारण कुणालाही आमचं म्हणणं ऐकायची इच्छा नव्हती. ज्या जगात ते आम्हाला मानवजातीतून हद्दपार करू पाहात होते, अशा जगातून आम्ही परत आलो होतो. आम्हाला ते सारं सांगायचं होतं; पण आम्ही इतरांकडून विस्मय, उदासीनता आणि शत्रुत्वदेखील अनुभवलं. हद्दपारीनंतरच्या काळातच आम्ही बोलण्याचं धैर्य गोळा करू शकलो. कारण सरतेशेवटी लोक आमचं म्हणणं ऐकून घेऊ लागले.

म्हणून इतर हद्दपारांच्या अहवालाप्रमाणेच हा अहवालसुद्धा प्रत्येकानं विचार आणि सतर्कतेला घातलेली साद या दृष्टीनं समजून घ्यायला हवा. झाँडरकमांडोबद्दलची माहिती देण्याव्यतिरिक्त श्लोमो व्हेनेत्सिया आपल्याला त्या मूर्तिमंत भीषणतेची, त्या 'मानवजातीवरच्या अत्याचारा'ची– शोआची– आठवण करून देतो. इतर साऱ्या हद्दपारांप्रमाणेच श्लोमो व्हेनेत्सियाचा आवाजही एक दिवस मूक होईल, पण त्याच्या आणि बिआट्रिस प्रासक्वॉयर यांच्यामधला हा संवाद टिकून राहील. सारं काही पाहिलेला, शेवटच्यांपैकी एक साक्षीदार आणि नव्या पिढीची प्रतिनिधी असलेली एक तरुण स्त्री, जी ऐकू शकली, कारण अनेक वर्षं ही गोष्ट विसरली जाऊ नये, यासाठीच्या धडपडीसाठी आपल्या आयुष्याचा मोठा भाग तिनं खर्च केला. आपल्या धन्यवादाची ती मानकरी आहे. कारण श्लोमो व्हेनोत्सियानं त्याच्या भीतिदायक भूतकाळात पुन:प्रवेश केला, तेव्हा त्याला सोबत करण्याचं धाडस तिनं दाखवलं.

श्लोमो व्हेनेत्सियाचा आवाज चिरंतन ऐकला जाईल, ही काळजी घेणं आणि न विसरणं ही या तरुण पिढीवरची जबाबदारी आहे.

सिमोन वाइल

हॉलोकॉस्ट स्मृतिसंस्थेच्या अध्यक्षा

(President of the Foundation Pour la Me'moire de la Shoah)

हद्दपारीचं ग्रीसमधलं आयुष्य

मी श्लोमो व्हेनेत्सिया. माझा जन्म २९ डिसेंबर, १९२३ रोजी ग्रीसमधील सालोनिका येथे झाला. ज्यूंना १४९२ साली हद्दपार केलं गेलं, तेव्हा माझ्या पूर्वजांना स्पेन सोडणं भाग पडलं; पण ग्रीसमध्ये स्थायिक होण्यापूर्वी ते काही काळ इटलीत राहिले. म्हणून माझं आडनाव व्हेनेत्सिया आहे. जे ज्यू स्पेनमधून आले, त्यांना त्या काळी आडनावं नव्हती. उदाहरण द्यायचं तर 'ऐझॅक, सॉलोमनचा मुलगा' असे संबोधले जाई. इटलीत आल्यानंतर ज्या शहरात ते राहू लागले, त्या शहराचं नाव त्यांनी आपल्यासाठी आडनाव म्हणून निवडलं. आमच्या बाबतीत ते शहर व्हेनिस होतं. यामुळेच आमच्या बाबतीत आम्हाला इटालियन नागरिकत्व ठेवता आलं.

आमच्या कुटुंबात आम्ही पाच मुलं होतो– दोन मुलगे आणि तीन मुली. माझा थोरला भाऊ मॉरिस माझ्याहून अडीच वर्षांनी मोठा होता, मग होती रेचल. ती माझ्याहून एक वर्ष दोन महिन्यांनी मोठी होती. सर्वांत धाकट्या दोन मुलींपैकी मारिका १९३० साली जन्मली आणि तिच्यानंतर मार्टा १९३३ साली जन्मली. प्रारंभी आमचं कुटुंब एका बंगल्यात राहत होतं. तो फार मोठा नव्हता; पण ज्या लाकडी खोपटांमध्ये सालोनिकातले बरेचसे ज्यू लोक राहत असत, त्याहून तो चांगला होता. जसं कुटुंब वाढू लागलं, तसं हे घर लहान पडू लागलं. ते विकून त्याच्या शेजारच्याच माझ्या आजोबांच्या जमिनीच्या तुकड्यावर आम्ही मोठं दुमजली घर बांधलं, तेव्हा मी पाच वर्षांचा असेन.

माझे वडील थोडेसे अहंमन्य स्वभावाचे होते आणि त्यांनी दारापाशी येणाऱ्या पाऊलवाटेवर त्यांचं नाव लाल विटांनी लिहिलं होतं. वरचा मजला ग्रीक कुटुंबांना भाड्यानं दिला होता. त्यांच्याकडून मिळणाऱ्या भाड्यातून वडिलांना टॅक्स भरता

येत असे. दुर्दैवानं त्यांच्या अकाली मृत्यूनंतर परिस्थिती बदलली. ते १९३४ किंवा १९३५ साल असावं आणि ते पाच पितृविहीन मुलं मागे ठेवून गेले.

तर मग तू फारच लहान होतास. त्यांच्या मृत्यूवर तुझी काय प्रतिक्रिया होती?

मी अकरा वर्षांचा होतो. मी शाळेत होतो, तेव्हा त्यांना भेटण्यासाठी त्यांची एक चुलत बहीण शाळेत येऊन मला हॉस्पिटलमध्ये घेऊन गेली. मूत्रपिंड विकारासाठी त्यांच्यावर शस्त्रक्रिया करण्यात आली होती, पण आणखी काही करता येणं शक्य नव्हतं. आणि मी त्यांना भेटूही शकलो नाही. मी पोहोचण्यापूर्वीच त्यांचा मृत्यू झाला होता.

एकाएकी काहीही आर्थिक मदतीवाचून आम्ही अगदी एकटे पडलो. त्यांच्या वडिलांनी त्यांच्यासाठी बांधलेलं न्हाव्याचं छोटंसं दुकान माझे वडील चालवत असत. मी त्या वेळी अगदी अल्पवयीन असल्यामुळे, त्यांच्या मृत्यूनंतर मी त्यांची जागा घेणं शक्य नव्हतं. म्हणून त्यांचा मदतनीस ते दुकान चालवू लागला आणि त्या बदल्यात आमच्या कुटुंबाला छोटा हिस्सा दर आठवड्याला देऊ लागला. पण ते पैसे पाच मुलांची पोटं भरायला पुरेसे नव्हते.

केवळ माझ्या आईच्या चार भावांच्या मदतीमुळेच आम्हाला दररोज पुरेसं अन्न मिळू शकलं. मी दर गुरुवारी त्यांच्या घरी जाऊन भाज्यांची पिशवी घेऊन येत असे. ते पिकवत असलेली वांगी, कांदे आणि इतर गोष्टी ते त्यांच्या बहिणीसाठी बाजूला काढून ठेवायचे. ही मदत महत्त्वाची होती, पण पुरेशी नव्हती. त्यामुळे माझ्या वडिलांच्या मृत्यूनंतर वर्षभरानं मला शाळा सोडून नोकरी शोधावी लागली आणि माझ्या कुटुंबाला आर्थिक हातभार लावावा लागला. मी त्या वेळी फक्त बारा वर्षांचा होतो.

आणि तुझा थोरला भाऊ काय करत होता?

त्याला इटालियन वकिलातीनं शिक्षणासाठी मिलानला पाठवलं होतं. माझे वडील पहिल्या महायुद्धात लढले होते आणि ते इटलीचे नागरिक होते. त्यामुळे त्यांना काही विशेष हक्क होते. आणि त्यामुळे आमच्याकडे खाणारं एक तोंड कमी झालं होतं. जेव्हा १९३८ साली इटलीत वांशिक कायदे मंजूर झाले, तेव्हा माझ्या भावाला मिलानमधील मार्शिओनी टेक्निकल इन्स्टिट्यूटमधून काढून टाकून ग्रीसला परत पाठवण्यात आलं. त्यामुळे त्याचंही शिक्षण कधीच पुरं झालं नाही.

जेव्हा फॅसिस्ट राजवटीनं आपलं खरं स्वरूप प्रकट केलं, तो'काळ बघायला माझे वडील जिवंत राहिले नाहीत. ग्रीसमधील इटलीचा नागरिक असल्याबद्दल त्यांना इतका अभिमान वाटायचा, की संधी मिळताच नव्या राजवटीचा काळा शर्ट चढवून मिरवणुकांमध्ये अभिमानानं लष्करी पदन्यास करत सामील व्हायला

ते अजिबात कचरायचे नाहीत. त्यांच्या मते, मुसोलिनी हा एक समाजवादी होता आणि त्यांना फॅसिझमचं सत्यस्वरूप कधीच समजलं नाही. ही राजवट कुठल्या दिशेनं भरकटत होती, हे कळण्याच्या दृष्टीनं आम्ही फार दूर होतो.

वडील पूर्वी लष्करात शिपाई होते, त्यामुळे इटालियन लोकांनी आयोजित केलेल्या सर्व सैन्य-निदर्शनांमध्ये आणि कवायतींमध्ये ते भाग घ्यायचे. रोजच्या आयुष्यातून त्यांना मिळणारा तेवढाच एक विरंगुळा होता. सालोनिकातल्या इतर ज्यूंच्या तुलनेत त्यांना तो इभ्रतीचा मुद्दा वाटायचा. इटलीतून आलेल्या अनेक ज्यूंनी त्यांचं इटलीचं नागरिकत्व राखून ठेवलेलं नव्हतं. त्यातील बहुतेक सर्वांची माझ्या वडिलांसारखीच भूमिका होती. ते वस्तुस्थितीकडे दुरून पाहत होते आणि इटलीतील शहरांमध्ये काय चाललं होतं, हे त्यांना खरोखरच समजत नव्हतं.

सालोनिकामध्ये इटालियन ज्यू आणि ग्रीक ज्यू यांच्यात काही फरक असल्याचं तुला जाणवलं होतं?

शहरातील साठ हजार ज्यूंपैकी इटलीतून आलेले ज्यू तीनशेहून फारसे जास्त नव्हते; पण फक्त आम्हालाच इटलीतील शाळेत आमच्या मुलांना पाठवायची परवानगी होती. जे इतर सारे सर्वसाधारणपणे ज्यूंच्या शाळेत जायचे, त्यांच्या तुलनेत आम्हाला काही फायदे मिळायचे; आम्हाला सारं काही फुकट मिळायचं, आम्हाला आमच्या पुस्तकांसाठी पैसे द्यावे लागत नव्हते, आम्ही कँटीनमध्ये जेवू शकत होतो, आम्हाला कॉड-लिव्हर-ऑईल दिलं जायचं... आमचे गणवेश मोठे रुबाबदार असायचे. मुलांच्या गणवेशांवर विमानं आणि मुलींच्या गणवेशांवर पाकोळ्या असायच्या.

या काळामध्ये इतर साऱ्यांपेक्षा इटलीच्या संपन्नतेची जाहिरात करण्याच्या प्रयत्नात फॅसिस्ट होते. ही इतर देशांसाठीची जाहिरातबाजी होती, पण त्याचा फायदा आम्हाला होत होता, म्हणून शनिवारी शाळेत 'फॅसिस्ट शनिवार' साजरा व्हायचा आणि त्यात सर्व विद्यार्थ्यांनी सहभागी होणं अपेक्षित असायचं. या मिरवणुकांमध्ये सामील होताना मला अभिमान वाटायचा. मी इतरांहून वेगळा आहे, असं मला वाटायचं आणि ती भावना मला सुखाची वाटायची. मी दोनदा बालिला (फॅसिस्ट यूथ मूव्हमेंट) बरोबर इटलीत हॉलिडे कॅम्पलासुद्धा गेलो.

वस्तुत: तेव्हा कुणीच फारसा प्रवास करायचं नाही आणि इटलीची वकिलात आम्हाला बरीच मदत करत असल्यामुळे आम्हाला इतरही अनेक फायदे होते. उदाहरणार्थ, काही सणांच्या वेळेस बेताच्या परिस्थितीतील इटालियन लोकांना वकिलात बूट आणि पुस्तकं द्यायची. आमच्या दृष्टीनं या गोष्टींमुळे खूपच फरक पडत होता.

खरं तर सालोनिकातील ज्यू समाज तीन वर्गांत मोडत होता. अगदी थोडे खूप श्रीमंत होते. तळागाळाचे काही कसाबसा निर्वाह करत होते आणि बहुतांश लोक रोज सकाळी

कामासाठी बाहेर पडायचे, पण संध्याकाळी कुटुंबीयांच्या तोंडी घास घालण्याएवढे पैसे ते संध्याकाळी आणू शकतील किंवा नाही याची त्यांना खात्री नसायची.

कबूल करायला अवघड जातंय पण घरी 'मला भूक लागलीय, मी काहीतरी खाणार आहे' असं मी म्हणू शकायचो नाही. कारण आमच्यापाशी काहीच नसायचं. सध्या मुलांना पानावरलं अन्न संपवण्याची सक्ती करावी लागते. त्यापेक्षा हे सर्वतोपरी वेगळं होतं.

त्या काळी प्रत्येक गोष्टीचा तुटवडा असायचा. प्रत्येकाला अन्नासाठी शक्य तेवढी धडपड करावी लागायची. मला आठवतंय, आमचे काही शेजारी आमच्याहूनही गरीब होते. आमची चणचण असतानाही माझी आई नेहमी त्यांना मदत करायचा प्रयत्न करायची. यावरून आम्ही ज्या पराकाष्ठेच्या दारिद्र्यात राहत होतो, त्याची तुम्हाला कल्पना येईल. या साऱ्या मुशीतून माझा स्वभाव आकाराला आला. माझी खात्री पटली आहे, की जेव्हा तुम्हाला सततच चणचणीला तोंड द्यावं लागतं, तेव्हाच तुम्ही एक खंबीर व्यक्ती बनता.

सालोनिकातलं ज्यूंचं आयुष्य कसं असायचं?

शहरात ज्यू लोकांचे पाच किंवा सहा विभाग होते. सारेच अतिशय गरीब होते. तिथे जाणाऱ्या ट्रॅमलाईनच्या नंबरप्रमाणे त्यांना नावं दिली गेली होती; पण मुख्य विभागाचं नाव होतं बॅरन हर्श. सालोनिकातील ज्यू समाजाला मदत करणाऱ्या श्रीमंत दात्यावरून ते नाव पडलं होतं. या विभागात राहणारी नव्वद टक्के वस्ती ज्यूंची होती.

खरं तर शहराच्या या भागाच्या बाहेर, जवळच आम्ही राहत होतो; पण मी माझा जवळजवळ सारा वेळ ज्यू लोकांबरोबरच घालवायचो. घरी सारं काही 'कोशर' फूड[१] असायचं. माझे कुटुंबीय फार धार्मिक किंवा फार कडवे होते त्यामुळे नव्हे, पण या भागातली सर्व दुकानंच कोशर होती. विशेषकरून मांस कोशर असायचं. आम्ही परवडेल तेव्हा कधीमधी ते विकत आणत होतो. ते आम्ही शुक्रवारी कडधान्याबरोबर खायचो. गरिबांची मेजवानीची तेवढीच मजल होती. जर तुम्हाला 'कोशर' नसलेलं मांस हवं असेल, तर तुम्हाला खूप चिकाटीनं ते तुमच्या विभागाबाहेरून, दूरवरून शोधून आणावं लागायचं; पण शाळेतलं जेवण 'कोशर' नसायचं. मला त्याचं काही वाटत नसे. खायला मिळणं आणि उपाशी मरावं न

---

१. कोशर (Kosher) फूड : ज्यूंच्या आहारशास्त्राच्या नियमांप्रमाणे बनवण्यात आलेले अन्न. या नियमांना काशुट (Kashut) म्हणतात. त्यात ठराविक रीतीने मारलेल्या जनावरांचं मांस वापरणं, शिजवण्याच्या ठराविक पद्धती आणि भांडी, वर्ज्य असलेले पदार्थ वगैरे नियम असतात.

लागणं हीच आमच्यासाठी महत्त्वाची गोष्ट होती.

आम्ही ज्यांच्यासमवेत राहत होतो, त्यातले बरेचसे ज्यू धार्मिक होते; पण पोलंडमधील छोट्या छोट्या खेड्यातील लोकांप्रमाणे ते कडवे नव्हते. माझ्यासाठी बार मिट्झ्वाचा[२] समारंभ झाला तेव्हा मला हिब्रू वाचता येत नव्हतं. म्हणून मी तो भाग तोंडपाठ करून टाकला. माझे वडील आधीच निवर्तले होते. म्हणून माझ्या आजोबांनी मला सिनेगॉगमध्ये (ज्यूंच्या प्रार्थनामंदिरामध्ये) नेलं. तेव्हापासून जेव्हा जेव्हा मी त्यांच्या घरी रात्री राहायला जायचो, तेव्हा तेव्हा ते मला भल्या पहाटेच उठवून त्यांच्याबरोबर सकाळची प्रार्थना करायला लावायचे. साऱ्या तेरा वर्षांच्या मुलांप्रमाणेच, बिछान्यात लोळणं प्रिय असल्यामुळे, कूस बदलून कुरकुरत प्रार्थना टाळण्याचा प्रयत्न मी करायचो.

ज्यू नसलेल्यांशी ज्यूंचे संबंध कसे होते?

यात काही खास तणाव नव्हते. माझे बरेचसे मित्र ज्यू होते, तरी मी ख्रिस्ती धर्मीयांशीसुद्धा गप्पागोष्टी करायचो. मात्र जेव्हा इतर विभागातील काही ठराविक मुलं ज्यूंच्या विभागात येऊन, आम्हाला भडकवून ज्यूंबरोबर हाणामारी सुरू करायची, तेव्हा कधीमधी वादंग पेटायचा. पण ही मुख्यत: पोराटोरांमधील भांडणं असायची. याला 'ज्यूद्वेष्टेपणा' हा शब्द योग्य ठरेल, असं मला वाटत नाही.

मला एक घटना आठवतेय, जिची फलश्रुती माझ्या दृष्टीनं फार वाईट झाली. मी तेव्हा बारा किंवा तेरा वर्षांचा असेन. त्या काळात आम्ही बरेचदा शनिवारी संध्याकाळी दुसऱ्या विभागातील मुली पाहाव्यात आणि त्यांना भेटावं या इच्छेनं जायचो. पण तिथल्या मुलांना लवकरच मत्सर वाटला आणि त्यांनी आमची गठडी वळण्याचा प्रयत्न केला – तो त्यांचा विभाग होता!

एकदा मी माझ्या चार-पाच मित्रांसमवेत असताना, दुसऱ्या विभागातील टोळीशी आमची आमनेसामने गाठ पडली. माझ्या मित्रांनी वळून पळ काढला; पण मला संकटाची चाहूल लागली नाही आणि मी चालत राहिलो. ते किती भडकलेले होते, हे मला जाणवलं; तेव्हा मी लंगडा असल्याचं ढोंग केलं. त्यांनी माझ्या जवळून जाताना मला दरडावलं, ''तू लंगडा आहेस म्हणून आम्ही तुला जाऊ देतोय... नाहीतर...'' मी आणखी दहा-बारा पावलं लंगडत चाललो आणि त्यानंतर मी धूम ठोकली. अशा गोष्टी सारीच मुलं करतात.

---

२. बारमिट्झ्वा (Barmitzwa) : मुलगा किंवा मुलगी वयात आल्याची घटना साजरी करण्याचा समारंभ. यानंतर मुले स्वत:हून ज्यूंचे धार्मिक व सामाजिक नियम पाळण्यासाठी जबाबदार ठरतात.

पण तुला असं नाही जाणवलं का, की ज्यूंबद्दल काही विशेष द्वेष आहे म्हणून?

फक्त ऑर्थोडॉक्स ईस्टर[३]च्या वेळेस आम्हाला थोडा अप्रियसा तणाव जाणवायचा. चित्रपटांमध्ये ज्यूद्वेष भडकावणारे छोटे भाग असायचे. त्यात म्हणायचे की, ख्रिस्तीधर्मीय मुलांना ठार मारून त्यांचं रक्त न आंबवलेला पाव बनवण्यासाठी ज्यू वापरतात. अशा वेळेस अवघड वाटायचे, पण अशा घटनांनी हिंसक रूप धारण केल्याचं मला आठवत नाही.

पण तरीही सरकार बदलून फॅसिस्ट सरकार सत्तेवर आल्यानंतर आम्हाला जाणवायचं की ज्यू असणं सोपं नाही. ज्यूंना आणखी खूप प्रश्नांना तोंड द्यावं लागायचं. इतर मुलं जरी मारामारीच्या खुमखुमीनं आली, तरी त्यासाठी नेहमी ज्यू मुलांना जबाबदार धरलं जायचं; पण इतर बाबतीत आम्ही या साऱ्याबद्दल इतके अनभिज्ञ होतो, की अनेक वर्षं जर्मनीत काय चाललं आहे, हे आमच्यापैकी फारच थोड्यांना ठाऊक होतं. आणि तसंही अगदी शेवटपर्यंत कुणीही त्याची कल्पनाही करू शकलं नसतं.

तुम्हाला ठाऊक आहे का, आमच्यापाशी तेव्हा टेलिफोन नव्हता आणि गावातील दोन टॅक्सींमध्ये बसविलेल्या रेडिओखेरीज कुठे रेडिओसुद्धा नव्हता. त्या दोन ड्रायव्हर्सपैकी एक जण ज्यू होता आणि त्याच्या टॅक्सीजवळून जाताना कुणीतरी विचित्र आवाजात बोललेलं आमच्या कानावर पडायचं. तोच होता रेडिओ! आम्हाला त्याचं मोठं गूढ वाटायचं आणि तो कसा चालतो, ते समजून घ्यावंसं वाटायचं; परंतु रेडिओवरल्या बातम्यांकडे लक्ष देण्याच्या दृष्टीनं मी फारच लहान होतो.

तर मग बारा वर्षांच्या वयातच तुला स्वत:च्या पायावर उभं राहावं लागलं आणि शाळा सोडून नोकरी करावी लागली...?

हो, मला उत्तेजन देऊन माझ्या अभ्यासात मदत करेल, असं कुणीही नव्हतं. माझ्या आईचा ग्रीसमध्ये जन्म झाला असला, तरी ती ग्रीक बोलतही नसे. कारण अनेक ज्यूंप्रमाणेच आपल्या तीन मुलींनी ज्यू नसलेल्यांशी मिळून-मिसळून वागावं, अशी तिच्या आईवडिलांचीही अजिबात इच्छा नव्हती. मी घरात नेहमी लॅडिनो भाषा बोलायचो. ही ज्यू-स्पॅनिश अशी बोलीभाषा आहे; पण रस्त्यांवर माझ्या मित्रांशी मी नेहमी ग्रीक बोलायचो. सालोनिकातील ज्यूंप्रमाणे स्वराघात देत किंवा हेल काढत न बोलता मी अगदी उत्कृष्ट ग्रीक बोलायचो. मला जे येत होतं, ते मी सारं रस्त्यांवर शिकलो होतो.

मी ज्यूंच्या शाळेत गेलो नव्हतो आणि इटालियन शाळेत फारच थोडा काळ

---

३. ऑर्थोडॉक्स ईस्टर (Orthodox Easter) : ग्रीसमधील ईस्टरचा सण.

गेलो होतो. मला आयुष्याबाबत समज द्यायला माझे वडील हयात नव्हते आणि माझी आई मला व्यवहारज्ञानाबद्दल फक्त थोडा उपदेश करायची. गरीब कुटुंबांमध्ये शिक्षण हा मोठा काळजीचा विषय नव्हता, फक्त पुरेसं अन्न मिळवणं याचीच चिंता असायची. मोकळ्याढाकळ्या हवेत आम्ही तसेच वाढलो.

म्हणून बाराव्या वर्षी मी बारीकसारीक कामं करू लागलो. मला मिळेल ते काम करून, माझ्या आईला मदत व्हावी म्हणून, थोडाफार पैसा मी घरी नेऊ बघायचो. उदाहरणार्थ, काही महिने मी आरसे बनवणाऱ्या छोट्याशा कारखान्यात काम केलं. मी अजून लहानसा मुलगाच होतो, पण त्यांनी मला यंत्रावर कामाला लावलं. मुठीला आरसे बसवायचं काम मला करावं लागायचं. त्यानंतर मी माझ्या वडिलांच्या एका मित्राच्या कारखान्यात काम केलं. तो इटालियन होता, ज्यू नव्हता. तो थर्मोसायफन बनवायचा. आम्ही राहात होतो, त्याच्या अगदी जवळच मी एका पलंग बनवणाऱ्या कारखान्यातही काम केलं. हे ने, ते आण अशी बारीकसारीक कामं मी करायचो. ते फार मोठं काम नव्हतं; पण त्यामुळे माझ्या आईला खूप मदत होत होती.

माझा भाऊ अजूनही इटलीतच होता आणि माझी आई किंवा बहिणी यांपैकी कुणीच काम करत नव्हतं. माझ्या आईचा अगदी लहान वयातच विवाह झाला होता आणि तिच्या मुलांखेरीज आयुष्यानं तिला काहीच दिलं नव्हतं. तिनं तिचं पूर्ण जीवन तिच्या कुटुंबासाठी वेचलं आणि आमच्यासाठी ती शक्य तेवढं झटली. मला आठवतंय, आम्ही लहान असतानाचा तिचा एकमेव विरंगुळा रविवारी संध्याकाळी बाहेर जाणं हा होता.

आमचे आईवडील आम्हाला अनेक प्रकारच्या बिअर आणि चीज विकणाऱ्या छोट्याशा हॉटेलात घेऊन जायचे. ते टेबलापाशी बसून एक-दोन बिअर मागवायचे आणि वेटर थोडंसं चीज घेऊन यायचा. आम्ही त्यांना कधीही एकटं सोडत नव्हतो. हॉटेलात आम्ही नेहमीच सोड्याची मागणी करायचो. शेवटी माझ्या आईला (स्वत:करता) काहीही शिल्लक राहायचं नाही.

त्यामुळे मला उदास वाटलं, तरीही या आठवणी मी जपून ठेवल्या आहेत. माझ्या आईला मदत व्हावी म्हणून मी काय करू शकलो असतो, याबद्दल मी खूपदा विचार करतो. माझं तिच्यावर फार फार प्रेम होतं आणि मला ठाऊक आहे की मीसुद्धा तिचा विशेष लाडका होतो. तिचं नाव होतं डूडॉन एंजल व्हेनेत्सिया. आमच्यासाठी तिनं केलेले सारे त्याग मला माहीत आहेत. तिला शक्य तेवढी मदत करायचा मी प्रयत्न केला, पण मला आणखी मदत करण्याची इच्छा होती.

पण मीदेखील अजून लहानच होतो आणि मलासुद्धा आयुष्याची मौज लुटायची होती. उदाहरण द्यायचं तर, थोडा वेळ सायकल भाड्यानं घेता यावी, यासाठी मी थोडीशी नाणी बाजूला काढून ठेवायचो. मला तसं करणं फार प्रिय

होतं. सरतेशेवटी मी आपल्या पायावर उभा होतो. मला सायकल विकत घेणं शक्य नव्हतं, म्हणून मी स्वत:साठी लहान मुलांची स्कूटर तयार केली होती. त्यासाठी मी लाकडाचं एक लांब फळकूट वापरलं आणि दुसरं एक हँडल-बार म्हणून वापरलं. दोन चाकं मला सापडली होती. हँडलबार्स पुढून खाली वळवता यावेत, म्हणून मी खूप डोकं लढवलं आणि शेवटी ते जमवलं; पण स्कूटरवरून रपेट करण्यापूर्वी मला दोन-तीनशे यार्ड चालत जाऊन वापरण्याजोगा रस्ता शोधायचा होता.

या स्कूटरनं बालपणी पहिली मोठी निराशा माझ्या अनुभवाला आणून दिली. पहिल्या दिवशी त्यावरून सैर करायला मी बाहेर पडलो, तेव्हा मी अभिमानानं आणि आनंदानं फुलून गेलो होतो. मी ती स्कूटर माझ्या खांद्यावर लटकावली आणि अडकलेल्या एका घोडागाडीच्या बाजूनं चाललो होतो. रस्ता अगदी चिखलाचा होता आणि घोड्याला ती गाडी खेचता येत नव्हती. मला बाजूनं येताना पाहून त्या गाडीवानानं माझी साधी परवानगीसुद्धा न घेता माझी स्कूटर घेतली आणि त्या घोड्याला हाणायला वापरली. घोडा घाबरला आणि तो ज्या चिखलात रुतला होता, त्यातून उसळी मारून तो बाहेर पडला. माझी स्कूटर पूर्णपणे तुटून जमिनीवर पडली. फक्त रडणंच माझ्या हाती उरलं होतं. त्या गाडीवानानं माझी स्कूटर घेतली, ती तोडली. घोडा चिखलातून बाहेर काढला आणि मी मात्र चिखलात अडकलो. हे खेळणं बनवण्यासाठी आपली सारी शक्ती पणाला लावलेलं लहान मूल किती निराश झालं असेल, याची तुम्हाला नक्कीच कल्पना येईल. आयुष्यानं शिकवलेला तो एक मोठा धडा होता.

तुझा भाऊ इटलीतून परत आल्यावर परिस्थिती बदलली का?

इटलीतील शाळांमधून ज्यूंना काढून टाकायचे कायदे अंमलात आल्यावर तो १९३८ साली परत आला. घरातली परिस्थिती फारशी बदलली नाही. मला त्याचा थोडा राग यायचा. कुटुंबाबद्दल विचार करण्याऐवजी तो फक्त स्वत:चाच विचार करायचा, मजा मारायचा... मला वाटतं, त्याला इतकं दूर पाठवल्याबद्दल त्याला माझ्या आईचा राग यायचा. त्याच्या-माझ्यात तितकीशी जवळीक नव्हती. तो त्याच्या कंपूमध्ये असायचा, मी माझ्या. माझी बहीण माझ्याहून मोठी होती, तरी तिचा रक्षणकर्ता भाऊ म्हणून भूमिका बजावणारा मीच होतो. तिनं स्वत:साठी शिवलेला ब्लाऊज फार खोल गळ्याचा होता, म्हणून मी तो फाडून टाकल्याचं मला आठवतंय.

युद्धसदृश परिस्थिती खदखदत होती. तुमच्या आजूबाजूच्या लोकांची त्याबाबत काय प्रतिक्रिया होती आणि युद्ध सुरू झाल्यावर तुम्हाला त्याची काय झळ पोहोचली?

काय चाललं होतं ते आम्हाला नीटसं उमगलं नव्हतं. समाजातले नेते

त्यावर चर्चा करण्यासाठी एकत्र आले होते. त्यांना चिंता वाटत होती. ते तोरा[४]मध्ये शोधून घटनांचा अर्थ लावण्याचा प्रयत्न करत होते; पण हे सारं आमच्यापासून इतकं दूर कुठेतरी चाललं होतं! जर्मनीबद्दल काही गोष्टी आमच्या कानी आल्या होत्या. आम्हाला एवढंच समजलं होतं, की जर्मन राजवटीत ज्यूंची शंभरी भरली होती. आम्ही इतकी उपासमार सोसत होतो आणि आमच्या स्वत:च्या आयुष्यातच इतक्या समस्या होत्या, की भविष्याबद्दल चिंता करण्याएवढा आमच्यापाशी वेळच नव्हता. यामुळेच नंतर ग्रीसमधून ज्यूंना हद्दपार करताना जर्मन लोकांना अजिबात त्रास झाला नाही. जर्मन लोकांनी त्यांना सहज पटवलं की विजेते सैन्य त्यांना प्रत्येक कुटुंबाच्या आकारानुसार राहण्यासाठी जागा देणार होतं– पुरुष कामावर जाणार होते आणि स्त्रिया घरी राहणार होत्या. आम्ही भाबडे होतो आणि राजकारण काय शिजत होतं ते आम्हाला ठाऊक नव्हतं. आणि मला वाटतंय, की लोकांची अशी समजूत होती की, जर्मन हे शिस्तीचे आणि सभ्य लोक आहेत. तुम्ही जर्मनीत बनवलेली कोणतीही वस्तू विकत घेतलीत, तर ती नीट चालायची. ती काटेकोर काळजीनं घडवलेली असायची. त्यांनी दिलेल्या आश्वासनांवर लोकांनी विश्वास ठेवला. त्यांना पोटभर अन्नही मिळत नव्हतं आणि इथे हे लोक मजुरीच्या बदल्यात त्यांना राहायची जागा देऊ करत होते– हा सौदा ठीकच वाटत होता...

इटलीनं अल्बेनियावर आक्रमण केल्यानंतर आमच्यासाठी युद्धाला खरा प्रारंभ झाला.[५] ग्रीसमध्ये प्रवेश करण्यापूर्वीच इटलीनं सालोनिका शहरावर बॉंब टाकले. बॉंबमुळे घरं पेटली आणि जनता भयभीत झाली. इटलीनं युद्ध पुकारल्याबरोबर इटालियन नागरिकत्व असलेल्या लोकांना कैद करायला ग्रीक पोलीस आले. मी तेव्हा सज्ञान वयाचा नव्हतो, म्हणून त्यांनी मला सोडलं; पण त्यांनी माझा भाऊ मॉरिस याला पकडून नेलं.

मला ओळखणाऱ्या एका पोलिसानं मला सांगितलं, की तूर्त मी सुरक्षित होतो, तरी प्रश्न उभा करू शकेल असं काहीही माझ्या खिशांमध्ये न ठेवण्याची मी काळजी घ्यायला हवी. त्याला काय म्हणायचं होतं, ते मला लगेच समजलं नाही. पण वस्तुस्थिती अशी होती की, जर कुणाच्या खिशात आरसा सापडला असता, तर विमानांना इशारा केल्याचा आरोप त्याच्यावर होऊ शकला असता.

---

४. तोरा (Torah) : तोरा म्हणजे हिब्रू बायबल. हिब्रू बायबलमध्ये ज्यूंच्या भविष्यकथनाचं (Jewish Prophesies) पुस्तक आहे. या तोरामधल्या भविष्यकथनाच्या पुस्तकातून हे लोक ज्यूंचं आता काय होणार याचा अर्थ शोधू बघत असावेत.

५. अधिक माहितीसाठी 'युद्धकाळातील ग्रीस व इटलीमधील परिस्थितीबद्दलची ऐतिहासिक नोंद' वाचा.

म्हणून त्यांनी माझ्या भावाला नेलं, पण फक्त त्यालाच नेलं. त्यांनी ज्यू आणि ज्यूंखेरीज इतर साऱ्या इटलीच्या नागरिकांना पकडून नेलं आणि शहराच्या मध्यभागी असलेल्या मोठ्या इमारतीत ठेवलं. तो तुरुंग नव्हता, पण त्यांना बाहेर जाण्याची परवानगी नव्हती. अडचण अशी झाली, की नेमक्या याच विभागावर इटालियनांनी बॉंबफेक केली. नशिबानं ते मारले गेले नाहीत. त्यानंतर त्यांना अॅथेन्सच्या जवळ हलवलं गेलं आणि इटालियन येऊन पोहोचेपर्यंत त्यांना कैदेतून सोडलं गेलं नाही. माझा एक नातेवाईक दारियो गब्बाई, त्यांच्याबरोबरच तिथे होता. त्याचा भाऊ आणि वडीलही तिथेच होते. त्यानं मला सांगितलं, की एका सुखवस्तू ज्यू माणसानं इटालियन ज्यूंना एका हॉटेलात नजरकैदेत ठेवण्यासाठी पैसे भरले होते. त्यामुळे त्यांना निदान तिथे घरापेक्षा जास्त चांगलं अन्न तरी मिळत होतं.

हा सारा काळ, ग्रीक सैनिकांनी राहण्यासाठी घेतलेल्या घराच्या छपरावर मी रोज चढून बसायचो. मला ठाऊक होतं, की दररोज ठराविक वेळेस एक ट्रक येऊन सैनिकांना जेवण देऊन जायचा. मी सैनिकांशी दोस्ती केली होती आणि मी इटलीचा नागरिक असल्याची त्यांना शंका आली नसल्यामुळे, ते मलाही थोडं जेवण द्यायचे. माझ्यापुढे काहीच उद्योग नव्हता, पण मी निदान जेवू शकत होतो. तीन महिने परिस्थिती अशीच राहिली. इटलीनं आक्रमण केलं आणि ग्रीक सैन्यानं त्यांना मागे लोटलं, त्यांनी पुन्हा हल्ला केला आणि पुन्हा त्यांना मागे हटवलं गेलं.

अखेरीस इटली या दोस्तराष्ट्राला मदत करण्यासाठी उत्तरेकडून जर्मन आले. ही आमच्यासाठी वाईट घटना होती. उत्तर ग्रीसमधलं सालोनिका हे मुख्य शहर जर्मन लोकांनी ताबडतोब ताब्यात घेतलं. जर इटालियन लोकांनी शहरांवर बॉंबहल्ले करण्याऐवजी पूल आणि महत्त्वाच्या जागी बॉंब टाकले असते, तर त्यांना जिंकणं सोपं गेलं असतं. ग्रीसपाशी स्वत:चं मोठंसं लष्कर नव्हतं; पण त्याऐवजी जर्मन लोकांनीच कोणत्याही अडथळ्याशिवाय ग्रीस पादाक्रांत केला.

ज्या दिवशी जर्मन सैन्य सालोनिकात शिरलं, त्या दिवशी आम्ही बंदर आणि वखारीजवळच्या काही मोठ्या इमारतींच्या खालच्या तळघरात आसरा घेतला होता. ही इमारत रेल्वेस्टेशनला अगदी लागून होती. म्हणून माझे मामा जिथे राहात होते, तिथे आम्ही गेलो.

नेहमीप्रमाणे काही खायला मिळतंय का याच्या शोधात मी होतो. मला दिसलं, की लोक बंदरावरनं सामग्री घेऊन परत येत होते. जर्मन लोकांसाठी काही शिल्लक राहू नये, म्हणून ते स्वत:च हात मारत होते. म्हणून मी तिथे गेलो आणि मी एक तेलाचं पिंप उचलून जिथं माझ्या कुटुंबीयांनी आसरा घेतला होता, तिथवर ढकलत नेलं. वाटेत एका उपाहारगृहाच्या मालकानं मी ते विकू इच्छित आहे काय, असं मला विचारलं. मला वाटलं, की मी ते सहजगत्या विकू शकेन आणि परत जाऊन

आणखी एक लगेच हस्तगत करू शकेन. आम्ही थोडी घासाघीस केली आणि त्यानं मला लगेचच एक नोटांचा छानसा जुडगा दिला.

मी त्याच्यापाशी ते तेलाचं पिंप सोडलं आणि पुन्हा बंदरावर गेलो; पण तिथे काहीच शिल्लक नव्हतं. मी आईजवळ परत गेलो आणि काय घडलं ते तिला सांगितलं. ''तू जाऊन काय करून आलास?'' ती ओरडली. ''त्या तेलाचं आपण काहीतरी केलं असतं; पण पैशांचा काहीही उपयोग नाही.'' मी त्या हॉटेल-मालकाकडे तिच्याबरोबर गेलो. तिनं त्याच्या विनवण्या केल्या आणि शेवटी त्यानं मी विकलेल्यातलं अर्धं तेल परत करायचं कबूल केलं.

आणखी एका वेळेस मी नशिबवान ठरलो. मला एक पॅनकेकचा तवा सापडला आणि मी त्यातले काही केक घेऊन आलो. कारण मला वखारीची आतबाहेरून माहिती होती. साऱ्यांनाच ते केक माझ्याकडून विकत हवे होते. म्हणून मी ते विकू लागलो. मग मला ते जिथे सापडले, त्या ठिकाणी मी पुन्हा गेलो. दरम्यान लोकांनी त्या जागेला कुलूप ठोकलं होतं. पण मला एक छोटं छिद्र सापडलं. त्यातून मी आत शिरू शकलो. माझ्या हाती लागलं, ते सारं मी लांबवलं आणि पॅनकेक व पैसे घेऊन मी घरी गेलो.

जर्मन येऊन पोहोचल्यावर अन्न मिळवणं अधिकाधिक अवघड होऊ लागलं. आम्ही इटालियन नागरिक असल्यामुळे आम्हाला इतर ज्यू लोकांहून जास्त मदत मिळत होती. शहरावर जर्मन लोकांचा ताबा असल्यामुळे शहरात फारसे इटालियन सैनिक नव्हते; पण मी काही इटालियन सैनिकांशी दोस्ती केली होती. त्यामुळे मला अन्न मिळवणं सोपं पडत होतं. याखेरीज इटालियन वकिलातीतून आठवड्यातून एकदा कॅनमधलं अन्न, पास्ता आणि पार्मिसान (चीज) अशी मदत आम्हाला अजूनही मिळत होती. आम्ही घरी सहा जणं होतो. त्यामुळे खूप सामान घरी आणावं लागायचं. मी ट्रॉली घेऊन जिथे अन्न वाटलं जायचं तिथे पोहोचायचो. परत येताना नेहमीच्या, चांगल्या स्थितीतील रस्त्यानं येण्याऐवजी, जवळचा पण खडबडीत असलेला रस्ता मी निवडायचो. तिथून पटकन येता यायचं.

एकदा मला एका ग्रीक पोलिसानं अडवलं. तो म्हणाला, ''ए पोरा! या गोष्टी तू कुठून पळवल्यास?''

''मला त्या दिल्या गेल्या आहेत. मी इटालियन आहे. तो माझा हक्कच आहे.'' मी म्हणालो.

तो म्हणाला, ''माझा तुझ्यावर विश्वास नाही. मी तुला ठाण्यावर नेणार आहे.''

''ते का? मी काहीही चोरलेलं नाही. माझा यावर हक्कच आहे. मला कृपा करून घरी जाऊ द्या.'' मी म्हटलं.

माझ्या लक्षात आलं, की त्याला फक्त या लुटीतला हिस्सा हवा होता. म्हणून मी त्याला माझ्याबरोबर यायला आणि त्याच्या बदल्यात थोडं पार्मिसान घ्यायला

सांगितलं. त्यानं ते कबूल केलं आणि त्यानं मला घरापर्यंत सोबत केली.

या दुर्दैवी घटनेमुळे एवढंच झालं, की याच गोष्टीची नक्कीच मागणी करेल, अशा दुसऱ्या पोलिसाच्या तावडीत मी सापडलो नाही. हा पोलीस मला दर आठवड्याला भेटत गेला आणि दर वेळेस त्याच गोष्टीची पुनरावृत्ती घडली. आणि जरी मी दूरचा रस्ता घेतला असता, तरी मला इतरांनी थांबवलं असतं. यानं निदान मला संरक्षण पुरवलं.

पण ही सामग्री पुरेशी नसायची, म्हणून मी काळ्या बाजारात वस्तूंचा सौदा करू लागलो. सर्वसाधारणत: स्टेशनवर मिलिटरी-ट्रेन जाण्याची वाट पाहत इतरांसमवेत मी माझा दिवस घालवायचो. इटालियन आणि जर्मन सैनिक थोडा वेळ सालोनिका स्टेशनवर खाली उतरायचे आणि आम्ही आम्हाला जमेल त्या गोष्टींची खरेदी-विक्री करायचो. उदाहरणार्थ, सिगरेट्स किंवा मलेरियाची औषधं लोकांना खेड्यात नेऊन त्या बदल्यात बटाटे किंवा ब्रेडसाठीचं पीठ मिळवता यायचं. गाडीत चढून बदल्यात मिळण्याजोग्या वस्तू शोधायला तुम्हाला बरंच अंतर जावं लागायचं. गाडीचं तिकीट विकत घ्यावं लागू नये म्हणून, मी गाडीच्या कोणत्या तरी डब्याच्या मागल्या बाजूला, थंड हवेतही लटकायचो. ते कठीण होतं; पण मी तरुण आणि सुदृढ होतो.

एकदा आम्ही सारे भिंतीवर रेलून वाट पाहत असताना एक ग्रीक पोलीस आला आणि त्यानं आम्हा सर्वांना धरून पोलीसस्टेशनवर नेलं. आम्ही सारे ज्यू होतो. त्यानं आमची उलटतपासणी घेण्यासाठी आम्हाला एकामागून एक त्याच्या ऑफिसमध्ये बोलावलं. मी ओळीत शेवटचा होतो आणि मला लवकरच लक्षात आलं, की तो पोलीस प्रत्येक मुलाला त्याचा हात उघडा धरायला सांगत होता आणि त्यावर रक्त निघेपर्यंत लोखंडी सळईनं मारत होता. जेव्हा त्या ऑफिसात जायची माझी वेळ आली, तेव्हा मी त्याला सांगितलं, ''तू मला हात लावू शकत नाही. मी इटालियन आहे!'' त्यानं हुकूम फर्मावला, ''तू इटालियन आहेस की नाहीस, याच्याशी मला काही कर्तव्य नाही. तुझा हात उघड!''

मी कैद झालो, तेव्हा माझा भाऊ माझ्याबरोबर नव्हता; पण त्याला जेव्हा कळलं, की मी स्टेशनवर होतो, तेव्हा त्यानं आमच्या चांगल्या ओळखीच्या एका इटालियन सैनिकाला सांगितलं. हा सैनिक या ऑफिसात दाणदाण करत शिरला आणि त्यानं त्या पोलिसाला कॉलर पकडून हलवलं आणि त्याच्यावर ओरडला, ''तो इटालियन आहे– जर तू त्याच्या केसालाही धक्का लावलास, तर याद राखून ठेव!''

तर मग इटालियन नागरिकत्वापेक्षा ज्यू असणं कमी महत्त्वाचं होतं?

हो! जोवर इटालियन ग्रीसमध्ये होते, तोवर आम्ही सुरक्षित होतो. आणि त्या काळात मी ज्यू असलो, तरीही सर्वांत आधी मी इटालियन होतो. आणि यामुळे मला

ताबडतोब ज्यूंचा छळ सुरू करणाऱ्या जर्मनांपासूनही सुरक्षितता लाभली. जेव्हा त्यांना त्यांच्यासाठी काम करायला लोक हवे असायचे, तेव्हा ते त्या विभागाची पूर्ण नाकेबंदी करायचे आणि कुणीही पळू पाहत असेल, तर त्याला पकडायचे. मग ते निवड करून फक्त ज्यूंना ठेवायचे. कधीकधी मी हजर असायचो. चौकात साधारणत: अठरा ते पंचेचाळीस वयामधले चाळीस ज्यू ते एकत्र करायचे. त्यांचा अपमान करायला ते त्यांना, ज्याला ते उपहासानं 'कवायत' म्हणायचे, ती करायला लावायचे. स्थानिक ग्रीक लोक उभे राहून बघत राहायचे ज्यूंना या हास्यास्पद हालचाली सक्तीनं करताना पाहून त्यांची करमणूक व्हायची. अनेकदा या अपमानानंतर या माणसांना मलेरियानं बुजबुजलेल्या ठिकाणी सक्तीची मजुरी करण्यासाठी पाठवलं जायचं. ते तिथे महिना दोन महिने काम करून, अशक्त होऊन आणि आजारी पडून परत यायचे, तेव्हा ते जिवंत नसून मरणाच्या उंबरठ्यावर असल्यासारखे दिसायचे.

ते लोकांना पकडून गोळा करत असताना, मी एकदा तिथे होतो. बॅरन हर्श विभाग बंद केला गेला, त्यापूर्वीची ही गोष्ट आहे. मला मागच्या गल्ल्याकुच्या नीट माहीत असल्यामुळे मी पळून जाऊ शकलो. जरी मी इटालियन होतो आणि तत्त्वत: सुरक्षित होतो, तरी त्यांच्या हाती न सापडणंच श्रेयस्कर होतं.

आणि मग, एके दिवशी सीक्रेट सर्व्हिसमधला कुणीतरी वरिष्ठ अधिकारी सालोनिकात आलेला असताना बॅरन हर्श विभाग बंद करण्याचं आणि त्याभोवती काटेरी तारा घालण्याचं फर्मान सुटलं. १९४२च्या अखेरीस किंवा १९४३च्या सुरुवातीला या विभागाची नाकेबंदी करण्यात आली. पहिल्या हद्दपारीला आणखी तीन महिन्यांनी सुरुवात झाली.

मला गेस्टापो[६]च्या ऑफिसात काम करणारा एक जर्मन आठवतोय. त्यानं ज्यूंना सावध करायचा प्रयत्न केला होता. त्याची समाजातील काही नेत्यांशी दोस्ती झाली होती आणि त्यानं त्यांना काही माहिती दिली होती. हा जर्मन रातोरात गायब झाला. हेरगिरीविरोधी पथकानं त्याला पकडलं असावं, असं मला वाटतं.

शहरातील घेट्टो[७]मध्ये काय परिस्थिती होती?

आम्ही 'घेट्टो' हा शब्द वापरत नव्हतो. आम्ही नुसतं 'बॅरन हर्श' म्हणत होतो. पण तो घेट्टोच होता. त्याचं बाहेर पडायचं फाटक रेल्वेस्टेशनच्या समोर होतं आणि त्या विभागाच्या उलट बाजूला असलेल्या प्रवेशद्वारावर नेहमी पहारा असायचा. हद्दपारीपूर्वी काही दिवस राहण्याची जागा एवढंच या विभागाचं स्वरूप झालं.

---

६. गेस्टापो (Gesta'po) : नाझी राजवटीतले जर्मन सीक्रेट स्टेट पोलीस.

७. घेट्टो (Ghetto) : शहरातल्या ज्यूंची वसाहत.

जर्मनांनी म्हाताऱ्या लोकांना बाजूला काढून वैâदेत टाकलं. मी पूर्वी सांगितलंच आहे, की मी या विभागाच्या बाहेर राहत होतो आणि माझ्या इटालियन नागरिकत्वामुळे सुरक्षित होतो. या विभागाची नाकेबंदी करण्यापूर्वी त्यांनी ज्यू लोकांवर जो पिवळा तारा अंगावर घालण्याची सक्ती केली होती, तो मला घालावा लागत नव्हता आणि वकिलातीनं दिलेल्या, मी इटलीचा नागरिक असल्याच्या परवान्यावर मी ज्यू असल्याचं म्हटलेलं नव्हतं.

माझं पहिलं नाव 'श्लोमो' असं लिहिलं नसून 'सालोमोने' असं लिहिलं होतं. म्हणून मी ग्रीक लोकांच्या वस्तीत राहू शकत होतो. आणि ज्यू विभागात सक्तीनं राहावं लागणाऱ्या माझ्या मित्रांना मदत करू शकत होतो. त्यांच्यापाशी काहीही अन्नधान्य नव्हतं. म्हणून ते मला आडबाजूच्या जागी भेटायचं कळवून, कुंपणावरनं पैसे फेकायचे आणि मी त्यांना हवं असलेलं जेवण विकत आणून द्यायचो; पण हे मी फक्त माझ्या ओळखीच्या लोकांसाठीच करायचो. हा कार्यक्रम फक्त आठवडाभर चालला, कारण लवकरच ते हद्दपार केले गेले आणि त्यांच्या जागी मला अनोळखी असलेले ज्यू आले.

ते हद्दपार होण्यापूर्वी माझ्या मामांशी आणि मामेभावंडांशी माझी भेट होऊ शकली नाही. ते केव्हा निघून गेले, ते मला कळलंदेखील नाही. माझ्या वडिलांची आई असलेली माझी आजी– डाउडून लीवाय व्हेनेत्सिया, त्रेसष्ठ वर्षांची होती आणि तीसुद्धा हद्दपार केली गेली. खरंतर ती माझ्या वडिलांप्रमाणेच इटलीची नागरिक होती; पण ती (बॅरन हर्श) विभागात राहत होती आणि तिला तिथून बाहेर काढण्याच्या आमच्या आणि मॉरिसच्या सर्व प्रयत्नांनंतरही तिला वाचवणं शक्य झालं नाही. बॅरन हर्श हा ट्रान्झिट कॅम्प झाला होता. पुढल्या हद्दपारीची तयारी होताच आगगाड्या भरल्या जात होत्या. पण यातना त्या विभागापासूनच सुरू होत होत्या.

केवळ दहा दिवसांतच बॅरन हर्शचे रहिवासी हद्दपार केले गेले. मग जर्मनांनी ज्यूंच्या धरपकडीचं क्षेत्र अधिक विस्तारलं आणि इतर विभागातील ज्यूंनासुद्धा वैâद करून बॅरन हर्शमध्ये, रिकाम्या झालेल्या जागी आणायला सुरुवात केली. भल्या पहाटे हद्दपार होण्यापूर्वी लोक तिथे जेमतेम एक-दोन रात्री झोपायचे. अलीकडेच मी ऑश्विट्झ म्युझियममध्ये वाचलंय, की त्या पहिल्या दहा दिवसांत दहा हजारांहून जास्त लोक ग्रीसहून ऑश्विट्झला हद्दपार केले गेले.[८]

---

८. मार्च १९४३ आणि ऑगस्ट १९४४ दरम्यान २२ काफिले ग्रीसहून ऑश्विट्झला हद्दपार केले गेले होते – पन्नास हजारांहून जास्त माणसं. यात सालोनिकाहून १९ काफिले, अथेन्समधून दोन काफिले आणि ऱ्होड्समधून एक काफिला होता. सालोनिकातील ज्यूंचा काफिला १९४३च्या वसंत ऋतूत ट्रेब्लिका एक्सटर्मिनेशन कॅम्पमध्येसुद्धा आला.

ग्रीक लोकांनी ही धरपकड बघितली का?

नाही, कारण हद्दपारी भल्या पहाटे केली जात असल्यामुळे कुणीही जागं माणूस आसपास नसायचं. ही वेळ काळजीपूर्वक ठरवली गेली होती; म्हणजे सारं काही चूपचाप, फारसे बघे नसताना पार पडलं असतं. मलासुद्धा ते कधीच नजरेला पडलं नाही.

एकदा साऱ्या ग्रीक ज्यूंना हद्दपार केल्यानंतर जर्मन लोकांनी इटालियन ज्यू कुटुंबांकडे मोर्चा वळवला. (इटालियन) कॉन्सुल ग्वेल्फो झांबोनी[९] पुन्हा आमच्या मदतीला धावून आला. मला कळलंय, की युद्धानंतर याडफाशेमचं 'Righteous Among The Nations' हे पदक, त्याला अनेक ज्यूंना – फक्त इटालियन ज्यूंनाच नव्हे – वाचवण्याबद्दल देऊन सन्मानित करण्यात आलं होतं. त्यानं ग्रीक ज्यूंसाठीदेखील खोटी कागदपत्रं तयार केली होती. म्हणजे त्यांनाही इटालियन ज्यूंप्रमाणेच संरक्षण मिळू शकलं असतं.

या वेळेस त्यानं इटलीच्या ज्यू कुटुंबांच्या नेत्यांना बोलावलं होतं. माझ्या वडिलांऐवजी माझा भाऊ त्याला भेटायला गेला. कॉन्सुलनं त्यांना सांगितलं, की जर्मन आम्हाला हद्दपार करू बघत होते, पण तो त्यांना तसं करू देणार नव्हता. अजूनही इटालियन राज्यकारभाराखाली असलेल्या अँथेन्सला जायचंय की बोटीनं सिसिलीला जायचंय, याबाबत निवड करायला त्यानं सांगितलं. इटालियन ज्यूंपैकी काहींचे ग्रीसमध्ये उद्योगधंदे, कार्यालये किंवा कारखाने असल्यामुळे, या कारभारावर नजर ठेवता यावी, या दृष्टीनं त्यांनी जवळपास राहणं पसंत केलं. म्हणून त्यांनी आम्हा सर्वांच्या वतीनं अँथेन्सची निवड केली. दुर्दैवानं ही निवड जवळजवळ आम्हा सर्वांसाठी मृत्यूचा घाला ठरला.

अँथेन्सला हलवायची व्यवस्था कशी केली गेली?

तो जुलै महिना होता. माझ्या बहिणीनं तिच्या लग्नासाठी बनवलेल्या साऱ्या गोष्टी, गाद्या वगैरे घेऊन आम्ही घर सोडलं. तिचा नियोजित वर इटालियन नव्हता, म्हणून १९४३ मध्ये त्याच्या साऱ्या कुटुंबाबरोबर त्याला हद्दपार केलं होतं.

इटालियनांनी, इटालियन सैनिकांच्या संरक्षणाखाली आगगाडीनं आम्हाला अँथेन्सला पोहोचवण्याची व्यवस्था केली होती. इटालियन सैनिकांना आज्ञा केली गेली होती, की त्यांनी जर्मन सैनिकांना गाडीत येऊ देऊ नये. या नेण्याच्या

---

९. ग्वेल्फो झांबोनी : याने बनावट कागदपत्रं देऊन दोनशेऐंशी लोकांना वाचवलं. इस्रायलमधील याडफाशेमने त्याला १९९२ मध्ये 'Righteous Among The Nations' हा किताब आणि पदक देऊन सन्मानित केलं.

व्यवस्थेमुळे दोन दोस्त-राष्ट्रांमध्ये तणाव आला होता. पण इटालियनांनी ठरवलं की, तो त्यांचा प्रश्न आहे.

आम्हाला पोहोचायला दोन दिवस लागले, कारण जर्मन लोकांनी आमच्या सालोनिका ते अॅथेन्सच्या प्रवासात अनेक अडथळे आणून उशीर लावायचा प्रयत्न केला. त्यांनी अनेक क्लृप्त्या योजल्या. उदाहरणार्थ, महत्त्वाच्या काफिल्यांना आधी जाऊ देण्यासाठी वारंवार आगगाडी थांबवणं किंवा एका वेळेस तासन्तास आम्हाला साइडिंगला थांबवून ठेवणं. जर्मन आणि इटालियन यांच्यामध्ये तणावाला सुरुवात झालेलीच होती. जर्मनांना वाटत होतं, की सर्व काही; विशेषत: ज्यूंच्या बाबतीत सर्व काही; त्यांच्याच अखत्यारीत आहे. इटालियन सैनिकांनी माझ्या भावाजवळ एक शस्त्र दिलं; म्हणजे गरज पडली असती तर तो आमचं संरक्षण करू शकला असता.

आमच्या गाडीनं मलेरियानं बुजबुजलेले भाग ओलांडले. तिथे सक्तीच्या कामासाठी पकडून जुंपले गेलेले शेवटचे ज्यू काम करत होते. इटालियन सैनिकांच्या संमतीनं, आगगाडीच्या ड्रायव्हरनं गाडी हळू करून, त्यांच्यापैकी काहींना गाडीला लटकून आमच्याबरोबर निसटायला मदत केली. एक तरुण मुलगा अशा प्रकारे आमच्या डब्यात शिरला आणि अॅथेन्समध्ये इटालियन संरक्षणाखाली राहिला.

अखेरीस आम्ही अॅथेन्सला पोहोचलो, तेव्हा त्यांनी आमची व्यवस्था एका शाळेत केली. ज्या लोकांपाशी भाड्यानं फ्लॅट घ्यायला पैसे होते, त्यांनी तसं केलं. आम्ही वीसएक कुटुंबं या शाळेत राहत होतो. लवकरच अन्नाचा प्रश्न उद्भवला. आम्ही काम करत नव्हतो. त्यामुळे आम्हाला अन्न मिळवायचा काहीतरी मार्ग शोधायचा होता. इटलीची वकिलात आम्हाला दिवसाला फक्त एक जेवण पुरवत होती आणि सप्टेंबर ८, १९४३ रोजी जर्मनीबरोबरचे त्यांचे सख्यसंबंध (alliance) तुटल्यानंतर त्यांची मदतही थांबली.

अॅथेन्समध्ये काळाबाजार नसल्यामुळे आम्हाला दुसरा काहींतरी उपाय शोधायचा होता. आमच्याबरोबर शाळेत राहणारे वृद्ध लोक स्वत: त्यांच्या वस्तू विकू शकत नव्हते. म्हणून ते त्या माझ्याजवळ देऊन मला त्या जुन्या वस्तूंच्या बाजारात विकायला सांगायचे. सर्वसाधारणत: त्यांच्याजवळ सुरेख जरतारी भरतकाम केलेले, सणासुदीला घालायचे पारंपरिक कपडे असायचे. ते कपडे खूप किंमती असायचे; पण त्यांच्या बदल्यात फक्त काही नाणी आली, तरी त्यांना ते विकणं भाग असायचं. प्रत्येकालाच अन्नाची अत्यंत गरज होती... हे लोक माझ्याजवळ जे द्यायचे ते मी घ्यायचो. त्याबद्दल त्यांना काय किंमत अपेक्षित होती, हे ते लोक मला सांगायचे. आमच्यात करार झाला होता, की मला त्याहून अधिक किंमत मिळवता आली, तर तो फरक मी माझ्या कुटुंबीयांसाठी अन्न विकत घ्यायला वापरणार होतो.

मला ताबडतोब उमगलं, की अशा प्रकारचे कपडे विकण्यासाठी कुंटणखाना ही सर्वांत योग्य जागा आहे. त्या स्त्रियांचा भरपूर धंदा होत असल्यामुळे त्या पैशानं गबर होत्या आणि त्यांना कपडा एकदा पसंत पडला, की त्या किमतीची फिकीर करायच्या नाहीत. जर तुम्ही म्हणालात 'वीस' तर त्या घासाघीस न करता वीस द्यायच्या; पण इतर गोष्टी विकण्यासाठी मला बाजारातच जावं लागायचं. माझ्या बहिणीनं तिच्या हुंड्यासाठी बनवलेल्या बहुतांश गोष्टी मी तिथेच विकल्या.

८ सप्टेंबर १९४३ नंतर काय झालं?

ताबडतोब अफवा उठली, की इटलीनं शस्त्रसंधीची मागणी केली आहे. अॅथेन्समध्ये माझ्या माहितीप्रमाणे अनेक हजार इटालियन सैनिक बराकींमध्ये आणि इतरत्र होते. त्यांपैकी खूप जणांशी माझी चांगली ओळख झाली होती; पण जर्मन लोकांनी पूर्णत: ताबा मिळवला आणि अनेक (इटालियन) सैनिकांनी झोपण्यासाठी स्वत:च्या बराकींमध्ये जायला नकार दिला. जर्मन सैनिक त्यांना कैद करतील अशी शक्यता त्यांना वाटत होती.

त्या वेळेस ग्रीक विरोधकांपैकी[१०] बऱ्याच जणांशी माझा संपर्क होता आणि शहरातली अनेक कुटुंबं माझ्या माहितीची होती. म्हणून मी सैनिकांना कुटुंबांमध्ये ठेवण्याची खटपट केली, म्हणजे त्यांना बराकींमध्ये परत जावं लागलं नसतं. या प्रकारे मी सात-आठ जणांना मदत केली. मला त्यानंतर कळलं, की त्यातील एकाला मी ज्या कुटुंबात लपायला मदत केली होती, त्या कुटुंबातील मुलीशीच त्यानं विवाह केला. दरम्यान मी माझ्या कुटुंबीयांसाठीदेखील आसरा शोधत होतो. आम्हाला मिळणारं इटलीचं संरक्षण गेल्यानंतर आता नि:संशयपणे आम्हीसुद्धा एक दिवस हद्दपार होणार होतो.

जर्मन लोकांनी इटलीच्या सैनिकांचा प्रश्न सोडवून त्या दिशेनं पाऊल उचललं. त्यांनी इटालियन सैनिकांना सांगितलं, की जर्मन सैनिकांच्या बाजूनं युद्धात लढण्याची त्यांना इच्छा असेल, तर त्यांनी ऑफिसात नाव नोंदवावं; पण जर त्यांना मायदेशात परत जायचं असेल, तर त्यांनी दुसऱ्या एका ऑफिसात जावं. त्यातील अनेकांनी जर्मनांच्या बाजूनं लढण्यास नकार दिला आणि ते खरोखरच दुसऱ्या ऑफिसात गेले. काही दिवसांनी त्यांना सांगण्यात आलं, की घरी परतण्यासाठी त्यांना अमुक अमुक ठिकाणी अमुक वेळेस हजर राहावं लागेल. हा एक सापळा होता. ज्या गाड्यांच्या डब्यांमध्ये कोंबून ज्यूंना हद्दपार केलं जायचं,

---

१०. ज्यांनी जर्मन किंवा इटालियन आक्रमणकर्त्यांना विरोध करून त्यांच्याविरुद्ध लढा दिला, त्यांना विरोधक असे संबोधले आहे.

तशाच डब्यांमध्ये त्यांना कोंबण्यात आलं. मला नंतर समजलं, की त्यांना जर्मन कारखान्यांमध्ये सक्तीची मजुरी करण्यासाठी पाठवलं गेलं होतं.

अशा परिस्थितीत ग्रीक विरोधकांच्या संपर्कात येण्यासाठी तू कसा प्रयत्न केलास?

माझ्या भावाची आणि माझी त्या इलाख्यातील बऱ्याच लोकांशी ओळख आणि संघष्टन झालं होतं. जेव्हा आमच्या लक्षात आलं, की आमच्यापुढे बाका प्रसंग उभा राहणार आहे आणि लवकरच आम्ही हद्दपार होणार आहोत, तेव्हा आम्ही ग्रीक विरोधकांमध्ये सामील होण्याचा विचार केला. आमच्या आईला आणि बहिणींना डोंगरावरल्या सुरक्षित जागी आम्हाला हलवायचं होतं.

प्रश्न असा होता, की ग्रीक विरोधकांना माहीत होतं की आम्ही इटालियन आहोत आणि त्यांचा आमच्यावर विश्वास नव्हता. त्यांनी आम्हाला सांगितलं, की खेड्यातील ग्रीक विरोधकांना नवीन मदतीची गरज नव्हती आणि आमची मदत करण्याची खरोखरची इच्छा असेल, तर आम्ही शहरातच राहायला हवं आणि घातपाती कारवायांच्या आयोजनात आणि गुप्त बातम्या पोहोचवण्यात मदत करायला हवी.

म्हणून छोटी छोटी घातपाती कृत्यं करण्यात आम्ही मदत करू लागलो. दिवसा काही करणं शक्य नसल्यामुळे या गोष्टी बहुधा संध्याकाळी व्हायच्या. आम्हाला पकडून देतील, असे अनेक लोक होते – अनेक हेर, जर्मनांशी हातमिळवणी करणारे अनेक ग्रीक सैनिक. म्हणून ते काम आम्ही छोट्या छोट्या गटांनी रात्री करायचो. आम्ही विभागणी करायचो आणि प्रत्येक गट एकेक विभाग वाटून घ्यायचा. आम्ही दरवाजाखालून माहितीपत्रकं आत सरकवायचो आणि लोकांना सांगायचो, की आम्ही दुसऱ्या दिवशी येऊ आणि त्यांनी आम्हाला काहीतरी द्यावं, कसलीही मदत होईल असं द्यावं. सर्वसाधारणत: तसं करण्यात त्यांनाही धोका होता, तरी लोक आम्हाला मदत करायचे. अशा रीतीनं आम्ही अंडार्टिस[११] (Andartis) ऊर्फ ग्रीक विरोधक सैनिक बनलो.

सरतेशेवटी ग्रीक विरोधकांनी माझ्या आईला आणि बहिणींना डोंगरात लपण्याजोगी जागा शोधून काढली. मी आणि माझा भाऊ शहरातच एका कुटुंबात राहणार होतो; पण जी स्त्री आम्हाला लपवणार होती, ती आम्ही तिथे पोहोचण्यापूर्वीच पकडली गेली. माझी आई माझ्या बहिणींबरोबर त्या खेड्यात थोडे दिवस लपली; पण तिला ग्रीक बोलता येत नसल्यामुळे, तिनं शाळेत परत येऊन आमच्या जवळपास राहणं जास्त पसंत केलं.

---

११. अंडार्टिस (Andartis) : ग्रीक भाषेत याचा अर्थ आहे विरोधक लढवय्या. Greek Resistance Movement ला एथ्निको ॲपेलायथेरोटिका मेटोपो ऊर्फ EAM (National Liberation Front) असं म्हणत.

ज्यूंनी अॅथेन्समध्ये प्रवेश केल्याबरोबर जर्मन लोकांनी त्यांना पकडलं नाही काय?

नाही. पहिले काही महिने काही विशेष चाललं होतं असं आम्हाला जाणवलं नाही. आम्ही जर्मनीच्या लष्करी पराजयाबद्दल ऐकलं होतं आणि लोकांना विश्वास वाटत होता, की सद्य परिस्थितीत जर्मन लोकांना इतर महत्त्वाच्या गोष्टींकडे लक्ष वळवावं लागत असल्यामुळे ते अॅथेन्समधील ज्यूंना हद्दपार करण्याच्या फंदात पडणार नाहीत.

१९४४च्या जानेवारी किंवा फेब्रुवारीत त्यांनी सिनेगॉगच्या ऑफिसात दर शुक्रवारी येऊन नोंदवहीत सही करण्याची सक्ती साऱ्या ज्यू पुरुषांवर केली. लहानशीही धोक्याची सूचना मिळताच पळ काढता यावा, या हेतूनं छोटीशी सूटकेस बरोबर घेऊनच मी माझ्या भावाबरोबर जायचो.

पण १९४४च्या मार्च महिन्याच्या अखेरीला आम्ही तिथे सकाळी लवकर जाण्याची चूक केली. त्या विवक्षित दिवशी आम्हाला सोडण्याऐवजी त्यांनी आम्हाला सिनेगॉगमधील मोठ्या हॉलमध्ये जायला सांगितलं आणि सिनेगॉग चालवणाऱ्या माणसांनी आम्हाला सही करायला आलेल्या इतर लोकांबरोबर तिथे थांबायला सांगितलं. तत्त्वत: तिथे यायला निघालेल्या जर्मन अधिकाऱ्याची वाट पाहत आम्हाला थांबवलं गेलं होतं. पण खरं तर जास्त गडबड न होता आम्हाला आत अडकवायची जर्मन लोकांची ही एक क्लृप्ती होती. सही करायला आलेल्या सर्व लोकांना सिनेगॉगच्या आत जायला सांगितलं होतं.

दुपारच्या सुमाराला आणखी लोक येतच राहिलेले पाहून आमच्या लक्षात आलं, की आम्ही सापळ्यात अडकलो आहोत. खिडक्या फार उंचावर होत्या आणि बाहेर काय चाललंय ते बघण्यासाठी मी इतर मुलांच्या खांद्यांवर चढून उभा राहिलो. बाहेर मला सीक्रेट सर्व्हिसचे अनेक ट्रक आणि सोबतीला कुत्रे घेतलेले, सब-मशीनगन्स घेतलेले जर्मन सैनिक दिसले.

मी प्रत्येकाला सावध केलं, की आपल्याभोवती वेढा घातला गेला आहे आणि आपण तिथून शक्य तेवढ्या लवकर बाहेर पडायची युक्ती शोधली नाही, तर ते आपल्याला तिथून घेऊन जातील. तिथे जमलेले बरेचसे ज्यू अॅथेन्स आणि आसपासच्या टापूतले होते. आम्हा सालोनिकातील ज्यूंप्रमाणे त्यांनी कोणतीही हद्दपारी डोळ्यांनी बघितलेली नव्हती आणि जर्मन कोणत्या थराला जाऊ शकतात, याची त्यांना कल्पना नव्हती. म्हणून काहीही न करणं त्यांना श्रेयस्कर वाटत होतं. ऑफिसर येण्यापूर्वी बाहेर पडायचा प्रयत्न केला तर ते मारले जातील, याची त्यांना खात्री वाटत होती.

दुपारी दोन वाजेपर्यंतही ऑफिसरचा पत्ता नव्हता; परंतु बाहेर सारं काही जय्यत तयार होतं. त्यांनी आम्हाला बाहेर यायला फर्मावलं. आमच्यापुढे ट्रक उभे होते

आणि सशस्त्र सैनिकांचा आमच्याभोवती वेढा पडला होता. ते आमच्यावर ओरडत होते, 'लोस! लोस!' (हाला! हाला!) आणि आम्हाला ट्रकमध्ये चढावंच लागलं. बाजूला उभे राहून बघणारे कुणी लोक होते की नाही, हे मला आठवत नाही; पण जरी त्यांना खूप जवळ येता आलं नसलं, तरी थोडेसे असलेच पाहिजेत.

ट्रक्सने आम्हाला हैदरी इथल्या प्रचंड मोठ्या तुरुंगात नेलं. तिथे आम्ही दीडएकशे लोकं होतो. मुख्य इमारतीत आमच्यासाठी अजिबात जागा नव्हती. त्यांनी तुरुंगाच्या पटांगणातील न्हाण्यांमध्ये आम्हाला कोंबलं. तिथे काहीही नव्हतं. पलंग नव्हते, चटया नव्हत्या, फक्त सिमेंटची फरशी आणि डोक्यावर शॉवर्स. आम्हाला अगदी खचाखच कोंबलं होतं आणि हातपाय पसरायलाही जागा नव्हती. तिथे बेचैन करणारी घुसमट होत होती. पटांगणात सतत बंदुकींचे आवाज आमच्या कानांवर पडत होते. राजकीय कैद्यांची पटापट वासलात लावली जात होती.

आमचा विभाग तारेच्या काटेरी कुंपणाजवळ होता आणि आम्हाला अनोळखी असलेला, पण इटालियन युनिफॉर्मशी मिळताजुळता गणवेश घातलेले सैनिक पहारा देत होते. मी इतका मूर्ख होतो, की पहारा करणाऱ्या एका शिपायाला मी म्हटलं, ''मी इटालियन आहे! तुला वाटतंय का की मी सुटू शकेन?'' अर्थातच त्यानं ताबडतोब त्याची रायफल माझ्यावर रोखली. मी मागे जाऊन हात उंचावले आणि म्हटलं, ''ठीक आहे! ती खाली वळव.'' मी काहीही म्हटलं नाही. तो जर्मनांशी हातमिळवणी करणाऱ्या इटालियन फॅसिस्टांपैकी एक होता. एका दृष्टीनं त्यानं माझं आयुष्य वाचवलं, कारण जर त्यानं म्हटलं असतं की मी पळायचा प्रयत्न करावा, तर मी नक्कीच मारला गेलो असतो. प्रत्येक कोपऱ्यावर वीस यार्डांवर असलेल्या प्रत्येक बुरुजांवर जर्मन सैनिक तैनात होते.

तुला खरोखरच वाटत होतं का की तुला सुटता आलं असतं?

हो! नेहमीच! कारण सालोनिकात काय झालं, ते मला ठाऊक होतं. जेव्हा सिनेगॉगमध्ये जर्मन लोकांनी सालोनिकात काय काय केलं, सक्तीची मजुरी, घेट्टोमधली स्थानबद्धता, हद्दपारी हे त्यांना समजावून सांगायचा प्रयत्न आम्ही करत होतो, त्यावर त्यांनी विश्वास ठेवला असता तर वेळ टळून जाईल एवढी वाट न पाहता कदाचित त्यांना जोर करून बाहेर पडता आलं असतं. त्यांना निसटता आलं असतं. त्यांनी प्रयत्न तरी करायला हवा होता. त्यातले काही जण नक्कीच मारले गेले असते; पण नाहीतरी ते मृत्यूकडेच वाटचाल करत होते. लोकांना आशा वाटत होती, की जर सांगितल्याबरहुकूम ते वागले, तर त्यांना जिवंत राहू देतील. वस्तुस्थिती याच्या बरोब्बर उलट होती.

तुझ्याबरोबर तिथे आणखी कोण कोण होतं?

माझा भाऊ आणि माझे कझिन दारियो आणि याकोब गब्बाई. याकोब विवाहित होता आणि त्याचा भाऊ दारियोहून बारा वर्षांनी मोठा होता. दारियो तेव्हा एकवीस-बावीसचा असेल.

त्या छोट्याशा सुटकेसखेरीज आईनं माझ्याजवळ सोपवलेली पाच सोन्याची नाणी माझ्यापाशी होती. तिनं आणखी पाच सोन्याची नाणी माझा भाऊ मॉरिस यालाही दिली होती; पण मॉरिसनं ते पैसे ताबडतोब खर्चून टाकले होते. तिच्या भावांनी आणि आईवडिलांनी हद्दपार होण्यापूर्वी तिच्याजवळ ठेवलेल्या दागदागिन्यांमधून माझ्या आईनं ती दहा नाणी घेतली होती. तिची खात्री होती, की तिचे भाऊ परत येतील आणि नव्यानं आयुष्य सुरू करताना त्यांना त्या पैशांची गरज असेल. त्यामुळे त्या पाकिटातील कशालाही हात लावायला तिचा नेहमी ठाम विरोध असायचा.

इतर लोकांनी या पैशांचा उपयोग करून पळ काढला असता; परंतु माझी आई अतिशय प्रामाणिक होती आणि ती आम्हाला नेहमी सांगायची, 'या पैशाला हात लावलात तर याद राखून ठेवा!' परिस्थिती हाताबाहेर चालली आहे हे दिसल्यावर तिनं नाईलाजानं थोडी सोन्याची नाणी घेऊन आमच्यावर संकट ओढवलं तर कामाला यावीत, म्हणून आम्हाला दिली. पण हैदरीमध्ये मी काळजीपूर्वक जपून ठेवलेली ती पाच नाणी मी जवळजवळ गमावणारच होतो...

आणि खरोखरच आम्ही तुरुंगात आलो, त्याच्या दुसऱ्या दिवशी काही जर्मन आले आणि ओरडत आणि फटके मारत त्यांनी आम्हाला पटांगणात जाऊन पाचा-पाचाच्या ओळीत उभं राहायला लावलं. रिकाम्या हॉलमधून मनाला येईल ते उचलल्यानंतर त्यांनी तिथे बैठक मारली आणि पाचापाचांच्या समूहात त्यांनी आम्हाला हॉलमध्ये जायला लावलं आणि आमचे सारे कपडे उतरवायला सांगितलं, म्हणजे आमची झडती घेऊन त्यांना हवं ते सारं काही लंपास करता आलं असतं. आपल्याजवळच्या कोणत्याही मौल्यवान वस्तू ज्यांनी लगेच देऊन टाकल्या नाहीत, त्यांना बेदम मारण्यात आलं.

काय चाललं होतं, याचा अंदाज घ्यायला पुरेसा अवधी मिळावा, म्हणून मी अशा परिस्थितीत नेहमी शेवटल्यांमध्ये राहण्याची खबरदारी घ्यायचो. अचानक अर्धे लोक आत जाऊन आल्यावर, मला वेदनांनी विव्हळण्याचा आवाज आतून ऐकू आला. आपल्या पँटमध्ये सोन्याचं नाणं लपवून ठेवणाऱ्या मुलाला जर्मन बेदम मारत होते.

माझ्या सोन्याच्या नाण्यांप्रमाणेच माझ्यापाशी एक 'डॉक्सा' घड्याळ होतं. ते वापरलेलं घड्याळ सिगरेट्सच्या बदल्यात एका जर्मनाकडून मी घेतलं होतं. त्याच्या ब्रँडच्या नावाखाली नाव कोरलेलं होतं 'शिम्शी'. हे सालोनिकातील एका ज्यूचं नाव होतं. त्याच्याकडून त्या जर्मन सैनिकानं ते घड्याळ लुबाडलं होतं. माझ्या मालकीचं

हे पहिलंच घड्याळ होतं आणि ते जर्मन सैनिकांच्या हाती लागावं, अशी माझी अजिबात इच्छा नव्हती. म्हणून मी ते जमिनीवर ठेवून चिरडून टाकलं, म्हणजे ते त्यांच्या हाती न गेल्याचं समाधान तरी मला मिळालं.

सोन्याच्या नाण्यांपैकी एक मी माझ्या भावाला दिलं. एक दारियोला आणि एक याकोबला दिलं आणि माझ्यापाशी दोन ठेवली. मी पहिलं नाणं तोंडात घातलं आणि गिळून टाकलं. त्यांनीही तसंच केलं, पण माझ्या बाबतीत दुसरं नाणं खाली उतरेना आणि मी जवळजवळ गुदमरलो. माझ्याजवळ ब्रेड किंवा पाणी काहीच नव्हतं. पण मला गुदमरून मरणं मंजूर नव्हतं. मी शक्य तेवढी लाळ जमा केली आणि शेवटी ते नाणं एकदाचं खाली उतरलं. आमच्यापुढे काही मूर्ख लोक अफवा उठवत होते की, जर्मनांपाशी एक्स-रे मशीन आहे. माझ्या भावाची घाबरगुंडी उडाली. मी स्वत:ची समजूत घातली, की नाहीतरी आता वेळ टळून गेली आहे आणि ते नाणं ताबडतोब बाहेर काढणं आम्हाला शक्य नाही. म्हणून मी स्वत:लाच समजावलं, 'काय व्हायचं ते होईल!'

जेव्हा आमची आत जायची वेळ आली, तेव्हा जर्मन लोकांनी आमची फारशी झडती घेतली नाही. बहुधा त्यांना भरपूर गोष्टी हाती लागल्या असाव्यात आणि त्यांना काम संपवून टाकण्याची घाई झाली असावी. आम्ही आमच्या न्हाण्यांच्या विभागात परत गेलो, तेव्हा आमची छोटीशी सूटकेस गायब झालेली होती; पण मुख्य गोष्टी आम्ही वाचवू शकलो होतो.

दुसऱ्या दिवशी आमच्यापैकी प्रत्येकानं संडासात जाऊन सोन्याचं नाणं बाहेर काढण्याचा प्रयत्न केला. कझिन दारियो आत गेला– काही नाही! त्याचा भाऊ याकोब 'काही नाही' म्हणाला. माझा भाऊ म्हणाला की, त्याला तिकडे बघायचं नव्हतं! दुसऱ्या दिवशी दारियोनं सोन्याचं नाणं घातलं. याकोब आणि मीसुद्धा! माझा भाऊ अजूनही नाही. चार दिवसांनी तो आमच्यापाशी आला आणि म्हणाला, की त्यानंदेखील अखेरीस सोन्याचं नाणं व्यायलं आहे.

त्या हैदरीतील तुरुंगात तू किती दिवस राहिलास?

सात किंवा आठ दिवस. सुरुवातीला माझा अगदी वैताग वैताग झाला होता, की मी पळण्याचा प्रयत्न न करता त्यांच्या हाती लागलो. मग हळूहळू आम्हाला ते पचनी पाडावंच लागलं. माझा भाऊ, माझे कझिन आणि मी मिळून नेहमी खल करायचो; की आम्ही काय करू शकलो असतो आणि आम्ही काय करायला हवं होतं.

आमच्यासमवेत ग्रीसच्या इतर भागातून आणि जिथे डझनभरापेक्षा जास्त ज्यू नाहीत, अशा लहान खेड्यांमधून आलेले अनेक लोक होते. त्यांना पकडून अॅथेन्सला पाठवलं गेलं होतं. यानंतर कॉर्फू आणि ऱ्होड्सच्या काही ज्यूंनाही

अॅथेन्सला पाठवलं गेलं आणि एकदा सालोनिका रिकामं झाल्यावर कैद झालेल्या प्रत्येक ज्यूला अॅथेन्समधूनच जावं लागे. ते वाटेतल्या मुक्कामाचं ठाणं – ट्रान्झिट स्टेशन – बनलं होतं.

कोणत्या दिवशी तुला हद्दपार केलं, ते तुला आठवतंय का?

मार्चअखेर किंवा एप्रिलची पहिली तारीख असेल. आम्ही ग्रीसच्या राष्ट्रीय सणाच्या दिवशी – २४ मार्चला कैद झालो होतो आणि आठवडाभर तुरुंगात होतो. मला आठवतंय, की आगगाडी ऑश्विट्झला ११ एप्रिल रोजी पोहोचली आणि मला वाटतंय, की प्रवासाला अकरा दिवस लागले. म्हणजे ती तारीख १ एप्रिल असली पाहिजे.[१२]

त्या दिवशी जर्मन लोकांनी आम्हाला पटांगणात यायला सांगितलं. त्यांनी आम्हाला आमच्या कुटुंबीयांना शोधून आमच्या नातेवाईकांबरोबर गट करून राहायला सांगितलं. म्हणजे मुक्कामाला पोहोचल्यावर आमच्या कुटुंबाच्या आकाराप्रमाणे ते आम्हाला घर देऊ शकणार होते. थोडा वेळ इकडे तिकडे शोधल्यावर मला माझी आई आणि तीन बहिणी सापडल्या. माझ्या कझिन्सनाही त्यांचे आईवडील, त्यांचा धाकटा भाऊ सॅमी आणि याकोबची बायको यांना शोधता आलं. आम्ही सारे जण एकत्र आहोत ही वस्तुस्थिती आम्हाला आश्वासक वाटत होती. आम्ही स्वत:ची समजूत घालून घेत होतो, की जर्मन खरं तेच बोलत आहेत आणि आम्हाला त्यांच्याकडून घर मिळणार आहे. अर्थात आम्हाला कष्ट करावे लागतील; पण निदान आम्ही एकत्र तरी राहू शकू. ही गोष्टच महत्त्वाची होती.

मग माझ्या आईनं मला सांगितलं, की ज्या दिवशी मी आणि माझा भाऊ पकडले गेलो, त्या दिवशी जर्मन लोकांनी शाळेत झडती घेतली आणि त्यातील सर्वांना ताब्यात घेतलं. माझ्या सर्वांत धाकट्या बहिणीला – मारिकाला – शाळेजवळ राहणाऱ्या आणि ज्यू नसलेल्या एका स्त्रीच्या जवळ सोपवलं होतं. अन्न आणि निवाऱ्याच्या बदल्यात माझी बहीण तिथे घरकाम करायची. पण जेव्हा तिला समजलं की जर्मन तिच्या कुटुंबीयांना हद्दपार करणार आहेत, तेव्हा ती तिथून पळ काढून आईपाशी आली. मी नेहमीच स्वत:शी म्हणतो, की काय घडतंय ते तिला कळलं नसतं तर ती नक्कीच त्या कुटुंबात राहिली असती आणि वाचू शकली असती; पण तसं घडलं नाही आणि दुर्दैवानं तीसुद्धा हद्दपार झाली.

---

१२. श्लोमो व्हेनेत्सियाला अथेन्सहून पाठवण्यास आलेल्या पहिल्या पथकामधून पाठवण्यात येऊन हद्दपार करण्यात आलं होतं. ते पथक ऑश्विट्झला एप्रिल, ११,१९४४ ला पोहोचलं. ऑश्विट्झ संग्रहालयाच्या माहितीनुसार या जथ्यात २५०० ज्यू होते. पण अन्य स्त्रोतांनुसार हा आकडा अधिक आहे.

आम्हाला आमच्या कुटुंबीयांसमवेत एकत्र ठेवून जर्मन लोकांनी धूर्तपणा दाखवला होता. तुम्ही एकटे असता, तेव्हा पळ काढायचा जास्त मोह होतो; पण तुम्ही तुमचे आईवडील किंवा तुमची मुलं सोडून जाण्याचा कसा बरं विचार करू शकाल? आणि तरीही काही लोक निसटून जाऊ शकले– जवळजवळ योगायोगानंच.

तुरुंगाकडून स्टेशनवर जायच्या रस्त्यानं आम्हाला नेणारे ट्रक एकापाठोपाठ एक जात होते. ड्रायव्हरजवळ जर्मन शिपाई बसलेला होता आणि पुढल्या ट्रकमधील माणसांवर नजर ठेवून होता. एक ट्रक बंद पडला. त्यामुळे त्याच्या पुढल्या ट्रकवर मागून नजर ठेवणारं कुणीही नव्हतं. पाच किंवा सहा तरुण मुलगे उड्या मारून पळून गेले; पण लवकरच जर्मन लोकांनी परिस्थिती नियंत्रणाखाली आणली.

अखेरीस एकदाचे आम्ही फलाटांवर पोहोचलो. छोटे छोटे डबे आमची वाट पाहत होते. जर्मन आम्हाला निर्दयपणे त्या डब्यांमध्ये ढकलत होते. आतमध्ये काहीही नव्हतं. फक्त जमिनीवर फळकुटं, मधोमध एक मोठा रिकामा डबा आणि त्याहून छोट्या डब्यात पाणी. एका कोपऱ्यात बेदाणे आणि गाजरांचे तीन मोठे खोके होते. आत अगदी कमी जागा होती आणि सारे जण आत चढून आल्यावर आम्हाला कळलं, की हातपाय ताणणं अशक्य आहे. फार तर प्रवासभर आम्ही बसू शकलो असतो. मी ताबडतोब खिडकीपाशी कोपऱ्यात बसलो.

लोक कामासाठी स्टेशनजवळ जमू लागले होते. म्हणूनच जर्मन लोक घाई करत होते. त्यांना जास्त लक्ष वेधून घ्यायचं नव्हतं. खिडकीबाहेर पाहताना मला एक सीक्रेट सर्व्हिसचा अधिकारी काही लोकांवर गरम झालेला दिसला. ते लोक रेडक्रॉसचे होते असं वाटतं. मला वाटलं, की आम्हाला सोडवण्यासाठी ते तिथे आले आहेत. पण ते केवळ प्रवासासाठी आम्हाला अन्न द्यायला आले होते. आमचं मुक्कामाचं ठिकाण त्यांना माहीत असलं पाहिजे. कारण तशा परिस्थितीतही जर तो जवळपासचाच प्रवास असता, तर त्यांनी इतके परिश्रम घेतले नसते.

अखेरीस त्यांच्यात समझोता झाला आणि सीक्रेट सर्व्हिस ऑफिसरनं ट्रेन शहराबाहेर थांबेपर्यंत रेडक्रॉसच्या ट्रक्सना ट्रेनच्या मागोमाग येण्याची परवानगी दिली. खिडकीतून काही अंतरानं आमच्या मागोमाग येणारे ट्रक्स मला दिसत होते. रेडक्रॉसच्या लोकांना अन्नाची पुडकी आणि ब्लँकेट्स वाटता यावीत, म्हणून ट्रेन उघड्या माळरानात थांबली.

डब्याच्या खिडक्या कशा होत्या? त्यांच्यावर काटेरी तारा होत्या?

एकूण चार लहानशा खिडक्या होत्या. माझ्या डब्यातल्या खिडक्यांवर काटेरी तारा नव्हत्या; पण इतर डब्यातल्या खिडक्यांवर त्या होत्या, असं मला दिसलं

होतं. अ‍ॅथेन्स सोडणारा हा नक्कीच पहिला काफिला होता आणि सर्व डबे त्या दृष्टीनं तयार केलेले नव्हते.

आम्ही व्हिएन्नाला पोहोचल्यावर आमच्या डब्यात काटेरी तार बसवली गेली. आम्हाला आणखीच दुःखीकष्टी, गुदमरल्यासारखं आणि अपमानित वाटलं. तोवरचा सारा प्रवास ताजी हवा मिळावी आणि बाहेरचं दिसावं म्हणून मी खिडकीबाहेर डोकं काढून बसलो होतो. त्यामुळेच सुरुवातीला मला खूपशी पुडकी हस्तगत करता आली.

रेडक्रॉसचे लोक त्यांना जेवढी पुडकी देता येतील तेवढी आम्हाला देण्याचा प्रयत्न करत होते आणि महत्त्वाची गोष्ट होती, ती ताब्यात घेणं. मी पुडकी आणि ब्लँकेट्स घेऊन माझ्या भावाकडे आणि कझिन्सकडे फेकत होतो. ते डब्यामध्ये व्यवस्था लावत होते. थोड्या मिनिटांनी अधिकारी ओरडला, ''फेरिग!'' (बस्स झालं.) आणि त्यानं रेडक्रॉसच्या लोकांना निघून जायला सांगितलं.

ते निघून गेल्यावर सैनिकांनी डब्यात डोकावून बघितलं, की प्रत्येकाला किती पुडकी मिळाली आहेत. आमच्या पुढच्या डब्यात जर्मन एकाला विचारत होता, की त्याला किती पुडकी मिळाली आहेत. त्या तरुणानं उत्तर दिलं 'आठ'. त्या जर्मननं त्याला चार पुडकी परत द्यायला फर्मावलं.

काहीही झालं तरी ते डब्यात शिरून तपास करू शकले नसते. त्याला फार वेळ लागला असता. आपण फक्त त्यांना पटेलसं उत्तर द्यायला हवं होतं. म्हणून जेव्हा जर्मन माझ्यापुढे थांबला आणि त्यानं मला विचारलं, की मला किती पुडकी मिळाली आहेत, तेव्हा मीही उत्तर दिलं, 'आठ'. माझ्या होऱ्याप्रमाणेच त्यानं मलाही चार पुडकी बाहेर फेकायला लावली.

खरं तर मी अडतीस पुडकी आणि अनेक ब्लँकेट्स हस्तगत केली होती. प्रत्येक पुडक्यात गव्हाचे वेफर्स, दुधाची भुकटी, चॉकलेट्स, सिगरेट्स आणि प्रवासभर पुरतील एवढ्या इतर उपयुक्त गोष्टी होत्या. अर्थात आम्ही त्या गोष्टी डब्यातील इतरांनाही दिल्या. त्यामुळे अकरा दिवस चाललेल्या त्या गाडीच्या प्रवासात आम्ही जिवंत राहू शकलो.

तुम्ही डब्यात किती जणं होतात?

डब्यात सत्तर ते ऐंशी लोक असावेत. त्या डब्यातून हद्दपार होणाऱ्यांमध्ये खूप लोक माझ्या माहितीचे होते. ते लोक माझ्या कुटुंबीयांबरोबरच सालोनिकातून आणण्यात आले होते.

अ‍ॅथेन्सहून गाडी सालोनिकामार्गे जाणार होती. ते उत्तरेकडलं महत्त्वाचं रेल्वे जंक्शन होतं. स्टेशनजवळ कोळसा आणि पाणी भरून घेण्यासाठी गाडी थांबली. बाहेर कुणी ओळखीचं दिसतंय का, ते बघायला मी डब्याच्या छतावरच्या

खिडकीपर्यंत चढून गेलो. ट्रेनच्या बाजूला दर दहा मीटर्सवर जर्मन सैनिक उभे होते.

योगायोगानं आगगाडीचे रूळ तपासणारा रेल्वेचा कर्मचारी माझ्या ओळखीचा तरुण मुलगा होता. त्याचं नाव होतं ग्यॉरगोस कलौडिस. तो माझ्याहून पाच-सहा वर्षांनी मोठा होता आणि आम्ही लहान मुलं होतो, तेव्हा तो आमच्या शेजारी राहत असे. त्याचे वडीलही रेल्वेतच काम करत असत आणि ते कम्युनिस्ट आहेत हे सर्वांना ठाऊक होतं. सालोनिकात प्रवेश केल्याबरोबरच जर्मन लोकांनी त्यांना कैद केलं होतं.

ग्यॉरगोस त्याच्या वडिलांच्या जागी रेल्वेत काम करू लागला होता. त्याचं काम होतं, की चाकांना ब्रेक अडथळा आणत नाहीत याची खात्री करून घेणं आणि लांब हातोडीनं त्यांना ठीक करणं. जेव्हा त्यानं मला बघितलं, तेव्हा तो आश्चर्यचकित झालेला दिसला. तो माझ्या डब्यावर काम करत असल्याचं भासवत ओणवा झाला. जर्मनांच्या नजरेला न येता तो ग्रीकमध्ये म्हणाला, ''काय चाललंय? तूदेखील इथं? तिथून निसटायची पराकाष्ठा कर. ते जिथं तुला नेताहेत, तिथे ते सर्वांना सरळ मारून टाकतात!'' त्यानं मला असंही सांगितलं, की आम्हाला पोलंडला नेणार आहेत. मी त्याला आणखी काही विचारू शकलो नाही. जर्मन लोक आमच्यावर नजर ठेवून होते.

जेव्हा गाडी पुन्हा सुरू झाली, तेव्हा मी ताबडतोब ग्यॉरगोसने मला जे सांगितलं, ते सारं माझ्या भावाच्या आणि माझ्या कझिन्सच्या कानी घातलं. अ‍ॅथेन्सहून सालोनिकाला पोहोचायला आम्हाला दोन दिवस लागले होते आणि ग्रीक टापूतून बाहेर पडायला आम्हाला आणखी दोन दिवस लागले असते. तोवर आम्ही मूर्खासारखा विश्वास ठेवून होतो, की ग्रीक विरोधक लढवय्ये माळरानावर, ट्रेनवर हल्ला चढवून आम्हाला सोडवतील आणि हद्दपारी रोखतील. आम्ही त्यांच्याबरोबर काम करत असताना तसं करण्याचं त्यांनी आम्हाला आश्वासन दिलं होतं; पण ग्यॉरगोसच्या शब्दांनी मला जाणवलं, की वाट पाहण्यात काही अर्थ नाही आणि निसटण्याचा प्रयत्न आमचा आम्हीच केला पाहिजे. पण त्याचा अर्थ होता, की कुटुंबीयांना आम्ही मागे सोडून जायचं...

आम्ही जोवर ग्रीक टापूत होतो, तोवर निसटणं कमी धोक्याचं होतं – शेतकऱ्यांमध्ये आसरा घेणं आम्हाला तसं सोपं गेलं असतं. त्यांनी आमच्याकडे ज्यू म्हणून नाही, तर विरोधक म्हणून बघितलं असतं आणि आम्हाला मदत केली असती. आम्ही एकदा युगोस्लाव्ह टापून पोहोचलो असतो, की परिस्थिती कठीण झाली असती. म्हणून त्या संध्याकाळीच निसटण्याचा आम्ही प्रयत्न केला.

आम्ही खिडकीतून बाहेर पडू शकण्याजोगे सडपातळ होतो आणि चालत्या गाडीतून आम्ही निसटू शकलो असतो. त्यात खूप धोका होता, कारण काही डब्यांवर बांधलेल्या छोट्या बुरुजांमधून जर्मन पहारा ठेवून होते. तीनांपैकी एक डब्यामध्ये

सीक्रेट सर्व्हिसचे लोक आहेत, हे मी पाहिलं होतं. पण आमचा निश्चय झालेला होता. माझा भाऊ आधी उडी ठोकणार होता आणि त्यानंतर मी. आम्ही पुढे सरकून आमच्या कझिन्सपाशी पोहोचणार होतो. आमच्यापाठोपाठ ते उड्या टाकणार होते.

माझ्या भावाला त्याचे पाय बाहेर काढायला अवधीच मिळाला नाही. आधीच डब्यातले सारे जागे होऊन आरडाओरड आणि रडारड करू लागले होते. त्यांची खात्री पटली होती, की आम्ही मारले जाणार आणि आम्हाला निसटू दिलं, म्हणून त्यांनाही मारलं जाणार. दारियोचे वडील – मिल्टन – पुन:पुन्हा म्हणत राहिले, ''आपण किती जण आहोत, हे त्यांना माहीत आहे. गाडी मुक्कामाला पोहोचली आणि त्यात तुम्ही नाही हे त्यांना दिसलं, की ते आम्हा सर्वांना ठार करतील.''

वस्तुत: यानं काहीही बदललं नाही. ते सारे अखेरीस मरणच पावले; पण ते तेव्हा कुणाला ठाऊक होतं? आम्ही त्यांना रडताना बघितलं. माझी आई आणि बहिणी किती भयभीत आणि प्रक्षुब्ध झाल्या आहेत हे आम्हाला दिसलं, तेव्हा आम्हाला वाटू लागलं, की त्यांना एकटं सोडून आमचा जीव वाचवू बघणं अन्याय्य आहे. तरीही दुसऱ्या दिवशी आम्ही आणखी एकदा प्रयत्न केला; पण मिल्टननं जागं राहून आमच्यावर नजर ठेवली आणि पळू दिलं नाही. पूर्वीप्रमाणेच आम्ही मान तुकवली. अखेरीस आम्ही ग्रीसच्या बाहेर पडलो. आम्ही युगोस्लाव्हिया ओलांडला. मग ऑस्ट्रिया, व्हिएन्नामध्ये काटेरी तारा बसवल्या गेल्या आणि शेवटी आम्ही सुटण्याची सारी आशा सोडली.

प्रवासात तू तुझ्या आईशी बोलू शकत होतास का?

नाही. मी तिच्या जवळपासही पोहोचू शकत नव्हतो. हलायला अजिबात जागाच नव्हती. थोडा आडोसा करून एकांत मिळावा, म्हणून बायका-पुरुष वेगळे करण्यासाठी एक ब्लँकेट टांगण्यात आलं होतं. दुसऱ्या ब्लँकेटनं टॉयलेट म्हणून वापरल्या जाणाऱ्या डब्याभोवती पडदा उभारण्यात आला होता. आम्ही अजिबात हलत नव्हतो. तसंही आम्ही फारसं बोलत नव्हतोच. प्रत्येक जण आपापल्या विचारात गुरफटलेला होता आणि खिन्न मन:स्थितीत हरवला होता. आम्ही सारे एकाच परिस्थितीत होतो. एकमेकांना सांगण्याजोगं आमच्यापाशी काहीही नव्हतं. आमचं सारं काही संपलं होतं, एवढंच सत्य होतं! निसटण्याचा विचार, आम्हाला उपलब्ध असलेली एकमेव संधी गमावणं... प्रत्येक जण जाणून होता, की आशा करण्याजोगं काहीही चांगलं उरलेलं नाही; परंतु आशेच्या तंतूला चिकटून राहू बघणं सारे जणच करतात. म्हणूनच माझ्या बालपणीच्या मित्रानं मला जे सांगितलं होतं, ते मी माझ्या कुटुंबीयांना सांगितलं नाही.

खोलवर, मनात, तुझा ग्यॉरगोसवर विश्वास होता, की तुम्हाला पूर्वेला कामासाठी पाठवत आहेत असं तुम्हाला सांगणाऱ्या जर्मन लोकांवर तुझा विश्वास होता?

दोघांवरही. एकीकडे मी स्वत:लाच पटवायचा प्रयत्न करत होतो, की ग्यॉरगोस फक्त ऐकलेल्या अफवा पसरवतो आहे आणि पोहोचल्याबरोबर आम्हाला ठार मारण्यासाठी जर्मन इतकी यातायात करत असतील, हे असंभवनीय आहे. कुणीच असं समजत नव्हतं; पण इतिहासानं सिद्ध केलं, की ग्यॉरगोसचं म्हणणं खरं होतं. ट्रेनला थेट कॅम्पमध्ये नेता यावं, म्हणून जर्मन लोकांनी फलाट बांधायला तेव्हा अगोदरच सुरुवात केली होती. एप्रिल १९४४ उजाडलं होतं आणि जर्मन नसलेले कामगार कॅम्पच्या आतला भाग बघतील, याची आता त्यांना तेवढीशी फिकीर वाटत नव्हती. मला वाटतं, म्हणूनच ऑश्विट्झला काय चाललंय, ते ग्यॉरगोसच्या कानी पडलं.

गाडी वाटेत आणखी इतर कुठे थांबली का?

हो. आम्ही ग्रीक सरहद्दीच्या आत असताना ती आणखी एकदा थांबली होती. आम्ही टॉयलेट म्हणून वापरत असलेला डबा ओतून टाकता यावा म्हणून.

खरं तर दोनच दिवसांत तो डबा भरून वाहू लागला होता; पण तिथे गाडी थांबेपर्यंत तो रिकामा करायची परवानगी आम्ही घेऊ शकत नव्हतो आणि तसं पाहता, तेवढीच संधी होती. पंधरा यार्डांवर उभे राहून, कुणी पळून जात नाही ना, याकडे सैनिक लक्ष ठेवून होते. डब्याचे दरवाजे उघडल्यावर इतर तीन मुलांबरोबर मी खाली उतरलो आणि विष्ठेनं भरलेला डबा उतरवला. आम्ही ट्रेनजवळच तो ओतू पाहत होतो; पण एका सैनिकानं आम्हाला थोडं दूरवर जायला सांगितलं. अनेक दिवस डब्यात कोंडलेले असताना, माळरानावर ताजी हवा श्वासात भरून घेताना आणि सूर्यप्रकाश पाहताना आम्हाला वेगळंच वाटत होतं. त्यानंतर डब्यात परत जाणं आणखीच अवघड वाटू लागलं. डब्याचा दरवाजा पंधरा मिनिटं उघडा राहिला होता; पण आतली हवा ताजी करण्याच्या दृष्टीनं हे फार अपुरं होतं. आम्हाला त्या दुर्गंधीत पुन्हा प्रवेश करावा लागला. कचरा, विष्ठा आणि घामट देहांचा शिसारी आणणारा दुर्गंध.

त्यानंतर ट्रेननं युगोस्लाव्हिया आणि ऑस्ट्रिया ओलांडलं. एकदा कोळसा घ्यायला ट्रेन थांबली असताना, मला गणवेशातला एक माणूस बाजूनं जाताना दिसला. त्याच्याजवळ काही शस्त्रं नव्हती. तो ऑस्ट्रियन सैनिक होता की रेल्वेचा कर्मचारी होता, ते मला समजलं नाही. त्यानं मला हातानं 'ये' अशी खूण केली आणि म्हणाला, ''कॉम राऊस!'' (बाहेर ये.) मी त्याच्यावर विश्वास ठेवला नाही.

तो मला मदत करू बघत होता, की पकडून देणार होता याबद्दल मला शंका होती. मी पळून जात असताना मला पकडण्याबद्दल त्याला पदक मिळालं असतं. मी काहीच केलं नाही आणि गाडी पुढे निघाली.

तुम्ही वेगवेगळ्या खेड्यांमधून पुढे जात असताना तुला गाडीबाहेर कुणी इतर माणसं दिसल्याचं आठवतंय का?

हो. अधूनमधून. ब्रूनो येथे ट्रेन पुन्हा थांबली. ती जागा माझ्या लक्षात राहिली आहे. कारण मला गावाचं नाव मोठं विचित्र वाटलं होतं. आम्हाला थोडं पाणी देण्यासाठी आम्ही जर्मन लोकांच्या विनवण्या करत होतो. त्याऐवजी एक दारुड्याच आमच्या डब्यासमोर थांबला आणि आम्हाला खाणाखुणा करून मूकनाट्याद्वारे उघडपणे खुणा करू लागला, की आम्ही सारे मारले जाणार आहोत, फासावर लटकणार आहोत. तो पूर्णपणे झिंगलेला होता; पण त्याला तसे हातवारे करताना पाहून मला इतका संताप आला, की आमच्या डब्यापुढे तो येताक्षणी मी त्याच्या तोंडावर थुंकलो. अखेरीस एका जर्मन सैनिकानं त्याला बाजूला ढकललं. जेव्हा मी मागे जाऊन त्याबद्दल विचार करतो, तेव्हा मला प्रश्न पडतो, की तो आमची मस्करी करण्यासाठी तसं करत होता, की तो फक्त आम्हाला सावध करू पाहत होता... ब्रूनोनंतर ऑश्विट्झ बिर्केनॉ येथील युडेनरॅम्पे[१३] (ज्यूंसाठीचा फलाट) येथे पोहोचायला आम्हाला आणखी दोन दिवस लागले.

तुमच्या डब्यात कुणी मरण पावलं का?

नाही. माझ्या डब्यात कुणीही मरण पावलं नाही; पण सर्व डब्यांमध्ये तसंच घडलं असं नाही. लोक पोहोचण्यापूर्वीच मरण पावले असते, तर जर्मन लोकांना हवंच होतं. तशा परिस्थितीत अकरा दिवसांचा प्रवास म्हणजे... रेडक्रॉसनं दिलेल्या पुडक्यांमुळे माझ्या डब्यात सुरुवातीला खायला पुरेसं होतं; पण साठा संपत आला होता आणि आम्ही तिथे केव्हा पोहोचणार ते कुणालाच माहीत नव्हतं. लोकांना खूप काळजी वाटू लागली होती आणि ते अस्वस्थ होऊ लागले होते. आम्ही तिथली तरुण मुलं त्यांना शांत करायचा प्रयत्न करत होतो. हेतू हा, की खूप घबराट निर्माण होऊन ट्रेनमधले शेवटचे दिवस आणखीच अवघड होऊ नयेत.

---

१३. मार्च १९४२ आणि मे १९४४ दरम्यान हद्दपार झालेले ज्यूंचे काफिले युडेनरॅम्पे येथेच प्रथम पोहोचत आणि त्या हद्दपारांची निवड होई. त्यानंतर थेट कॅम्पमध्ये पोहोचणारा मोठा रॅम्पे बांधला गेला. युडेनरॅम्पे हा ऑश्विट्झ-१ आणि बिर्केनॉ यांच्यामधील रस्त्यावर आहे.

ऑश्विट्झ – बिर्केनॉ येथील पहिला महिना

वाटेत थांबताना ट्रेननं शिट्टी वाजवलेली नव्हती. म्हणून मी जेव्हा ती विचित्र शिट्टी ऐकली आणि ट्रेनला अचानक ब्रेक लावताना ऐकलं, तेव्हा माझ्या लगेच लक्षात आलं, की अखेरीस काफिला मुक्कामाला पोहोचला आहे. बटाटे ठेवलेल्या पडवीच्या समोरच असलेल्या युडेनरॅम्पेवर दरवाजे उघडले. माझी पहिली भावना होती मुक्ततेची! खाण्यासाठी काही शिल्लक नसताना, अजिबात जागा, हवा किंवा टॉयलेटची सोय नसताना, ट्रेनमध्ये आणखी किती काळ जिवंत राहता आलं असतं, याची मला खात्री नव्हती.

ट्रेन थांबल्याबरोबर सीक्रेट सर्व्हिसच्या लोकांनी डब्याचे दरवाजे उघडले आणि ते ओरडू लागले, ''आल रुन्टर! आल रुन्टर!'' (प्रत्येकानं बाहेर पडा! प्रत्येकानं बाहेर पडा!) आमच्यावर सब-मशीनगन्स रोखलेले गणवेशातले लोक आणि आमच्यावर भुंकणारे त्यांचे अल्सेशियन कुत्रे आम्हाला दिसले. प्रत्येक जण गुंगीत होता, प्रवासानंतर बधीर झाला होता आणि आम्हाला भांबावून टाकायला आणि काय चाललंय त्याबाबत अंधारात ठेवायला, एकाएकी भयानक आरोळ्या आणि प्रचंड कोलाहल सुरू झाला.

मी दरवाजाजवळच होतो, म्हणून मी सुरुवातीलाच बाहेर पडलो. मला दरवाजापाशीच थांबून माझ्या आईला बाहेर पडायला मदत करायची होती. आम्हाला खाली उडी मारावी लागली होती, कारण डबा उंच होता आणि जमीन उतरती होती. माझी आई काही तेवढी वृद्ध नव्हती; पण मला ठाऊक होतं, की ती प्रवासानं शिणून गेली आहे, म्हणून मला तिला मदत करायची होती.

मी तिची वाट पाहत उभा असताना एक जर्मन पाठीमागून आला आणि त्यानं

त्याच्या काठीनं माझ्या मानेवर पाठीमागून दोन जोराचे फटके लगावले. त्यानं इतका जोर लावून मारलं होतं, की मला वाटलं की, त्यानं माझ्या कवटीचे तुकडेच केले आहेत. अजाणताच्या प्रतिक्रियेनं, मी माझा बचाव करण्यासाठी माझे दोन्हीही हात माझ्या डोक्यावर धरले. तो मला पुन्हा मारायला सुरुवात करतोय हे पाहताच, मी रांगेतल्या इतरांपाठोपाठ जाण्यासाठी पळ काढला.

आम्ही पोहोचताक्षणी आम्हाला कैद करणाऱ्यांनी लोकांना मारायला सुरुवात केली होती. ते त्यांच्या तिरस्काराला वाचा फोडत होते, क्रौर्यानं तसं करत होते आणि शिवाय असाही हेतू होता, की परिस्थितीचं भान विसरून, आम्ही घाबरून जाऊन त्यांचं ऐकावं आणि त्यांच्यासाठी प्रश्न उभे करू नयेत. म्हणून मी तसंच केलं आणि जेव्हा मी मागे वळून माझ्या आईला शोधायचा प्रयत्न केला, तेव्हा ती तिथे नव्हती. मला ती पुन्हा कधीच दिसली नाही. ती तिथे नव्हती आणि माझ्या दोन छोट्या बहिणी – मारिका आणि मार्टदेखील नव्हत्या...

निवड कशी केली गेली?

आम्ही ट्रेनमधून उडी टाकून खाली उतरल्याबरोबर जर्मन लोकांनी चाबूक आणि लाठ्या यांनी मारत आम्हाला दोन रांगांमध्ये जायला लावलं. त्यांनी बायका-मुलांना एका बाजूला केलं आणि काहीही फरक न करता सर्व पुरुषांना दुसऱ्या बाजूला केलं. त्यांनी खुणा करून आम्हाला योग्य जागी हलवलं. 'मेनर हिअर अँड फ्रॉउएन हिअर!' (पुरुष इथे आणि बायका इथे!) गर्जना आणि आज्ञाबरहुकूम आम्ही कळसूत्री बाहुल्यांप्रमाणे योग्य जागी हललो.

तू बायकांपासून किती दूर होतास? तुला तुझ्या ठिकाणापासून त्या दिसत होत्या?

सुरुवातीला दिसत होत्या; पण लवकरच गर्दी इतकी वाढली आणि इतकी शिस्तबद्ध झाली, की माझ्यासभोवती फक्त पुरुषच उरले. त्या ट्रेनमधून आलेल्या सर्व पुरुषांमधून, निवड झाल्यानंतर आम्ही फक्त तीनशे वीसजण उरलो.[१]

सारं काही तसं पटापट उरकलं. मी म्हटलं त्याप्रमाणे, आम्हाला विचार करायला अजिबात वेळ मिळाला नाही. अशा वेळी तुम्हाला जणू दिशाच सापडत नाही, जणू

---

१. ऑश्विट्झ : बिर्केनॉ म्युझियममधील नोंदींप्रमाणे श्लोमोबरोबरच हद्दपार झालेल्या पंचवीसशे ज्यूंपैकी तीनशे वीस पुरुष कॅम्पमध्ये आले. त्यांचे ID नंबर होते १८२४४० ते १८२७५९ आणि तीनशे अठ्ठावीस स्त्रिया कॅम्पमध्ये आल्या. त्यांचे ID नंबर होते ७६८५६ ते ७७१८३. बाकी सर्वांना ताबडतोब गॅस चेंबर्समध्ये मारून टाकलं गेलं.

काही तुम्ही दुसऱ्या ग्रहावरच पोहोचलेले असता. जर्मन लोकांनी मशीनगन्स आणि कुत्रे आणून आम्हाला वेढा घातला होता. कुणीही रांगेबाहेर पाऊलही टाकू शकत नव्हतं. मी ऐकलं, की काही लोकांना त्यांचे आई-वडील आशीर्वाद देऊ शकले. मला त्याबद्दल आनंद वाटतो. दुर्दैवाने प्रत्येक जण इतका नशीबवान नव्हता.

तू निदान तुझ्या कझिन्ससमवेत तरी राहू शकलास का?

हो, आम्ही एकत्रच राहिलो. मी पुन्हा त्यांच्या वडिलांना किंवा इतरांना पाहिलं नाही.

त्यांनी ताबडतोब आम्हा सर्वांना एका जर्मन अधिकाऱ्यासमोर रांगेत उभं केलं. दुसरा अधिकारी लगेचच आला. तोच कुप्रसिद्ध डॉ. मेंगेल होता की नाही, हे मला माहीत नाही. असू शकेल; पण माझी खात्री नाही. अधिकाऱ्यानं आमच्याकडे एक नजर टाकली न टाकली, तोच त्याच्या अंगठ्यानं तो खूण करू लागला, ''लिंक्स, रेश्टस्!'' (लेफ्ट राईट!) आणि ज्या दिशेनं त्यानं आम्हाला पाठवलं, त्याप्रमाणे आम्हाला या किंवा त्या बाजूला जावं लागलं.

तुला उजवीकडे आणि डावीकडे जाणाऱ्या लोकांमध्ये काही फरक दिसला?

नाही, मला फरक वाटला नाही. दोन्ही बाजूंना तरुण तशीच वृद्ध माणसं होती. महत्त्वाची गोष्ट होती, दोन्ही बाजूंच्या लोकांच्या संख्येतला प्रचंड फरक. जिथं कमी माणसं होती, त्या बाजूला मी होतो. शेवटी फक्त तीनशे वीस पुरुष वाचले. बाकी सारे त्याबाबत अज्ञानात असताना बिर्केनॉच्या गॅस चेंबरमध्ये ताबडतोब मारण्यासाठी पाठवले गेले. माझा भाऊ आणि माझे कझिन्स माझ्याबरोबरच उजव्या बाजूला राहिले. आमच्या गटाला ऑश्विट्झ-१ [२] येथे पायीपायी धाडलं गेलं.

तुझ्या मते आल्यापासून निवड होईपर्यंत, या प्रक्रियेत किती वेळ गेला?

मला वाटतं दोन तास लागले असावेत. मला असं का वाटतं? कारण आम्ही युडेनरॅम्पेला पोहोचलो, तेव्हा दिवस होता आणि आमचा गट ऑश्विट्झ-१ ला पोहोचला, तोपर्यंत कैद्यांनी काम करणं आधीच थांबवलेलं होतं. आम्ही युडेनरॅम्पे

---

२. पोहोचल्याबरोबर सक्तीच्या मजुरीसाठी निवडले गेलेले जवळजवळ सारे ज्यू बिर्केनॉला पाठवले गेले. कधीकधी काहींना थेट ऑश्विट्झ-१ च्या कॅम्पमध्ये किंवा मोनोविट्झ नावानं ओळखल्या जाणाऱ्या ऑश्विट्झ-३ मध्ये पाठवलं जात असे. असं शक्य आहे, की श्लोमो व्हेनेत्सियाचा गट सुरुवातीला ऑश्विट्झ-१ येथे काम करण्यासाठी निवडला गेला होता, पण थोड्याच तासांनी कॅम्पमधील लेबर सर्व्हिसनं त्यांना बिर्केनॉला पाठवायचं ठरवलं.

ते ऑश्विट्झ-१ च्या कॅम्पपर्यंतचं मैलभराचं अंतर पायी चालत गेलो, तर इतर सारे त्याबद्दल अज्ञानात राहून बिर्केनॉच्या गॅस चेंबरकडे गेले.

मला आठवतंय की, ऑश्विट्झ-१ च्या 'आरबाइट माख्ट फ्राय' (श्रम आपल्याला मुक्त करतात) ही पाटी असलेल्या मुख्य गेटमधून आत जाण्यापूर्वी मला काटेरी तारांच्या कुंपणाशी एक पाटी दिसली होती. त्यावर लिहिलं होतं, 'फोरविश्ठ होक् श्पानुंग लेबेन्सगेफार' (काळजी घ्या, हाय टेन्शन, मृत्यूची भीती).

एकदा आत शिरल्यावर लगेच डावीकडे २४ नंबरचा ब्लॉक होता. आम्हाला नंतर कळलं की, सैनिकांसाठी आणि मोजक्या, विशेष हक्क असलेल्या, ज्यू नसलेल्यांसाठी तो एक कुंटणखाना होता. खिडकीत आम्हाला देखण्या स्त्रिया हसताना दिसत होत्या. मला सांगण्यात आलं की त्या ज्यू नाहीत. मी भोळेपणानं विचार केला की ज्या अर्थी इथे कुंटणखानासुद्धा आहे, त्या अर्थी कॅम्प ही अशी जागा असली पाहिजे, जिथे लोक काम करताहेत.

तुम्ही आत शिरल्याबरोबर सीक्रेट सर्व्हिसच्या लोकांनी तुम्हाला घेराव घालून तुमच्यावर पहारा ठेवला का?

हो, एकूण तिथे दहाएक सैनिक होते. आमच्या ओळीच्या बाजूनं प्रत्येक दहा यार्डांवर एक जण तैनात होता. ते प्रवेशद्वारापर्यंत आमच्याबरोबर आले; पण आम्ही एकदा आत शिरल्यावर आधीच कॅम्पमध्ये असलेल्या सीक्रेट सर्व्हिसच्या लोकांच्या ताब्यात त्यांनी आम्हाला दिलं.

आम्ही आत शिरल्यानंतर आम्हाला दुरून आमच्यापाशी येऊ बघणारे वैद्यदी दिसले. आम्ही कुठून आलो आहोत आणि त्यांच्या कुटुंबीयांबद्दल आम्ही काही बातमी देऊ शकत आहोत का, याची त्यांना चौकशी करायची होती.

अचानक मला 'श्लोमो! श्लोमो!' अशी हाक देणारा आवाज ऐकू आला. कैद्यांकडे नजर टाकल्यावर माझी बहीण रेचल हिचा नियोजित वर, अॅरॉन मानो, माझं लक्ष वेधून घेऊ बघत असलेला मला दिसला. रेचलसुद्धा कैद झाली आहे का, हे त्याला जाणून घ्यायचं होतं. मी त्याला सांगितलं, की दुर्दैवानं तीदेखील आमच्याबरोबरच हद्दपार झाली आहे; पण त्यानंतर तिचं काय झालंय ते मला माहीत नाही.

शेवटी जर्मन लोकांनी दोन ब्लॉक्समधील किचनसमोरच्या अरुंद जागेत आम्हाला पाचा-पाचांच्या ओळीत उभं राहायला सांगितलं. इथे मूव्ही कॅमेरा घेऊन दोन जर्मन आमची वाट बघत होते. आमच्याबरोबरच हद्दपार झालेल्या एका वैद्याला त्यांनी त्याचा फोटो घेण्यासाठी त्यांच्याकडे यायला सांगितलं.

मला तो माणूस स्पष्टपणे आठवतोय. त्याचं आडनाव आमच्या आडनावाप्रमाणेच 'व्हेनेत्सिया' होतं, बारुख व्हेनेत्सिया; पण तो आमच्या नात्यातला नव्हता. तो

खूप उंच होता आणि त्याच्या चेहऱ्याची ठेवण दक्षिणेकडील ज्यूंप्रमाणे आणि नाक बाकदार होतं. प्रवासानंतर त्याचा चेहरा थकलेला आणि ओढलेला दिसत होता. त्यानं खूप दिवसांत दाढी केलेली नव्हती. त्यामुळे आणि त्याच्या चेहऱ्यावरच्या निराश भावांमुळे तो आणखीच दु:खीकष्टी वाटत होता.

जर्मन लोकांपैकी एक जण दुसऱ्याला त्याचा फोटो काढायला सांगताना मी ऐकलं. त्याच्या मते, बारुखचा चेहरा अगदी हुबेहूब 'ज्यू' चेहरा होता. असे फोटो नाझींच्या प्रचारामध्ये वापरून, चित्रपटगृहांमध्ये दाखवून ज्यूंबद्दल वाईट प्रतिमा निर्माण करण्यासाठी वापरले जात असत.

त्या क्षणीच मला जाणीव झाली, की जिथं आम्ही फक्त सर्वांत वाईट वागणुकीचीच अपेक्षा ठेवू शकू, अशा जागी आम्ही आलो आहोत. अशी अपमानास्पद वागणूक मिळावी; इतक्या खालच्या पातळीला पोहोचल्याबद्दलच्या रागानं, संतापानं माझ्या डोक्यात तिडीक उठली. असं घडेल, अशी मला कधी शंकाही आली नव्हती. अर्थात मला भीतीही वाटली. काहीही करत असताना आम्ही नेहमीच भयग्रस्त असत होतो, कारण कोणत्याही क्षणी घाला पडू शकला असता.

तुम्हाला रांगेत उभं केल्यावर काय झालं?

अधिकाऱ्यानं येऊन आम्हाला सूचना देण्याची आम्हाला वाट पाहावी लागली. काहीही हालचाल न करता आम्ही तिथे खूप वेळ उभे राहिलो. तो अधिकारी तिथे पोहोचण्यापूर्वी, सालोनिकात माझ्या ओळखीचा असलेला एक ग्रीक दुभाष्या आमच्यापाशी आला आणि त्याने आम्हाला सावध केलं, की तो जर्मन आम्हाला काही प्रश्न विचारेल. आम्हाला त्यानं सल्ला दिला, की विचार करण्यात वेळ न घालवता आम्ही ताबडतोब उत्तर द्यावं, की आमची प्रकृती उत्तम आहे, आमच्या अंगावर उवा नाहीत आणि आम्ही कामासाठी तयार आहोत.

या माणसाचं नाव होतं साल्वाटोरे कुनियो. तो लंगडत चालायचा आणि त्याला अस्खलित जर्मन भाषा बोलता येत नसती, तर त्याच्यासारख्या माणसाला नक्कीच मारून टाकलं गेलं असतं. खरोखरच माझ्या लगेचच लक्षात आलं, की परदेशी भाषा अवगत असणं, हे कॅम्पमध्ये कधीकधी अत्यंत फायद्याचं ठरे. ज्यू नसलेल्या जर्मन स्त्रीशी कुनियोचा विवाह झालेला होता. त्याला त्याच्या बूबी (खरं नाव हान्स) नावाच्या मुलाबरोबर हद्दपार करण्यात आलं होतं. तो मुलगाही वाचला होता.

अखेरीस तो अधिकारी आला तेव्हा रात्र झालेली होती. त्यानं आम्हाला अपेक्षित असलेले प्रश्न विचारले. आम्ही दुभाष्याच्या सल्ल्याप्रमाणेच उत्तरं दिली. मग त्या अधिकाऱ्यानं फर्मान सोडलं, ''आल नाख बिर्केनॉ!'' (सारे बिर्केनॉला जा!) म्हणून आम्ही मागे वळलो आणि बिर्केनॉला निघालो. अंधार पडला होता

आणि दाट धुकं पसरलेलं होतं. आम्हाला दूरवर फक्त थोडे दिवे दिसत होते. आम्ही बिर्केनॉला पोहोचेपर्यंत रात्रीचे दहा नक्कीच वाजले होते.

आम्ही सेंट्रल टॉवरच्या बाजूनं प्रवेश केला. पुढे इथवर आगगाड्या पोहोचू लागल्या; पण आम्ही पोहोचलो तेव्हा हंगेरीतल्या ज्यूंच्या प्रचंड हद्दपारीला पुरे पडावेत म्हणून थेट कॅम्पमध्ये पोहोचणारे रेल्वेचे रूळ घालण्याचं काम अद्याप पूर्ण झालं नव्हतं. बिर्केनॉच्या प्रवेशद्वारापासून काही शे यार्डांवर असलेल्या युडेनरॅम्पेवरच काफिले येत राहिले. एकदा कॅम्पमध्ये शिरल्यानंतर आम्ही विद्युतदाहिनी[३] नंबर दोनच्या पुढून आणि नंबर तीनच्या मागून जात सरळ चालत गेलो, की त्याऐवजी लागर स्ट्रासमार्गे[४] गेलो, ते मला कळलं नाही. धुक्यातून मला रस्त्याच्या उजवी-डावीकडे लुकलुकते दिवे असलेल्या झोपड्याच काय त्या ओळखू येत होत्या. त्या वेळेस या इमारतींमध्ये कोण किंवा काय आहे, याची अद्याप कल्पना नसल्यामुळे मी फारसं लक्ष दिलं नाही.

अखेरीस आम्ही सेंट्रल सॉना[५] (Zentral Sauna - मध्यवर्ती बाष्पन्हाणीगृह) नावाच्या, लोकांना व त्यांच्या कपड्यांना निर्जंतुक करण्यासाठी वापरल्या जाणाऱ्या, विटांनी बांधलेल्या एका मोठ्या इमारतीत शिरलो. आम्हाला सर्वांत आधी आमचे सारे कपडे उतरवावे लागले. 'गोल्डन एग'चा पूर्वीचाच प्रश्न पुन्हा उभा ठाकला. माझा भाऊ, माझे कझिन आणि मी मिळून दुसऱ्यांदा सोन्याची नाणी गिळण्याचं काम केलं.

पहिल्या खोलीच्या दुसऱ्या टोकाला आम्हाला सीक्रेट सर्व्हिसचे अधिकारी असलेले दोन डॉक्टर पांढऱ्या कोटात दिसले. त्यांच्या पुढून नागवं जात असताना त्यांनी आम्हाला पाहिलं. अधूनमधून आमच्यापैकी एखाद्याला खूण करून ते

---

३. ऑश्विट्झ बिर्केनॉ येथे क्रिमेटोरियम (विद्युतदाहिनी) या शब्दाचा अर्थ असे, कैदी कपडे काढत ती खोली, गॅस चेंबर आणि विद्युतदाहिनीचे ओव्हन या साऱ्या गोष्टी आत असलेली इमारत. बिर्केनॉमध्ये अशा चार इमारती होत्या. शिवाय ऑश्विट्झला अशी पहिली एक इमारत होती. क्रिमेटोरिया दोन व तीन, तसंच क्रिमेटोरिया चार व पाच एकमेकांकडे तोंड करून होते. १९४३च्या वसंत-ग्रीष्म ऋतूदरम्यान ते वापरले जाऊ लागले.

४. कॅम्पच्या रुंदीच्या दिशेने कॅम्पभर गेलेला मुख्य रस्ता.

५. कॅम्पमध्ये प्रवेश करणाऱ्या सर्व कैद्यांना निर्जंतुकीकरण व नाव-नोंदणीच्या चक्रातून जावं लागत असे. १९४३च्या अखेरीपर्यंत, बिर्केनॉमधील सेक्टर-बी१ए मधील इमारतीत बायकांसाठी आणि सेक्टर-बी१बी मधील इमारतीत पुरुषांसाठी या गोष्टी केल्या जात. डिसेंबर १९४३पासून सेंट्रल सॉनाच्या नव्या इमारतीत पुरुष व स्त्रिया या दोघांनाही निर्जंतुक करून, त्यांची नोंदणी करण्याचं काम केलं जाऊ लागलं.

बाजूला काढत असत. अशा पद्धतीनं त्यांनी पंधरा ते अठरा लोकांना 'बाजूला' काढलं. त्यात माझ्या वडिलांचा एक कझिन होता. तो नेहमीच अशक्त आणि रोगट वाटत असे. त्यांना कुठे नेणार आहेत, ते मला जाणून घ्यायचं होतं. म्हणून सेंट्रल सॉनामध्ये काम करणाऱ्या सालोनिकातल्या एका ग्रीक माणसाजवळ मी चौकशी केली. त्यानं मला सांगितलं, की या लोकांची विशेष काळजी घेणं आवश्यक होतं आणि त्यांच्यावर उपचार केले जाणार आहेत. मला काळजी वाटू नये, या हेतूनंच त्यानं असं सांगितलं होतं. जरी त्याच्या सांगण्याचा अर्थ काय हे मला नीटसं कळलं नव्हतं, तरी मी आणखी प्रश्न विचारले नाहीत. वस्तुत: अजाणतेपणे आम्ही आणखी एका चाचणीतून बाहेर पडलो होतो; पण ही चाचणी अगदी वरवरची होती. तुमचा पृष्ठभाग थोडासा हडकुळा असणं, एवढंच तुम्हाला मृत्युदंड मिळण्यासाठी पुरेसं होतं.

ज्यांना बाजूला काढलं गेलं नव्हतं, ते पुढे चालत राहिले आणि पुढल्या खोलीत शिरले; या खोलीत आमचं डोकं आणि पूर्ण शरीर भादरण्यासाठी न्हावी ओळीनं उभे होते. परंतु त्यांच्यापाशी योग्य ती अवजारं किंवा फेस आणण्यासाठी साबण नसल्यामुळे आम्हाला रक्त येईपर्यंत त्यांनी आमची चामडी तासून काढली. पुढल्या खोलीत शॉवर्स होते. ही खूप मोठी खोली होती आणि आमच्या डोक्यावर पाण्याच्या नळ्या आणि शॉवर्स होते. एक पोरगेलासा जर्मन तरुण गरम आणि थंड पाण्याच्या नळांवर नियंत्रण ठेवून होता. आमच्या जिवावर स्वत:ची करमणूक करून घेण्यासाठी पाणी उकळतं गरम ते बर्फासारखं थंड, असं हवं तसं तो बदलत होता. पाणी असह्य गरम झालं, की भाजू नये म्हणून आम्ही बाजूला होत असू. मग तो एखाद्या पशूप्रमाणे डरकाळ्या फोडत, मारत आम्हाला उकळत्या पाण्याखाली ढकलत असे.

आम्ही असेंब्ली लाईनवर बनणारा माल असावं, अशा शिस्तबद्ध नियोजनाखाली सारं घडत होतं. आम्ही पुढे सरकलो, की इतर लोक आमची जागा घेत होते. चिंब भिजलेल्या आणि नागव्या अवस्थेत, मी रांगेपाठोपाठ, गोंदलं जात होतं त्या खोलीत शिरलो. एक लांबच लांब टेबल होतं आणि तिथे काही कैद्यांवर, आमच्या हातांवर आयडेंटिटी नंबर गोंदवण्याचं काम सोपवलं गेलं होतं. टोकदार, बॉलपॉइंट पेनसारख्या आयुधानं ते आमच्या कातडीवर टोचत होते आणि ती शाई आमच्या अंत:त्वचेच्या आतवर पोहोचवत होते. आमच्या हातावर नंबर दिसू लागेपर्यंत त्यांना असं टोचत राहावं लागत होतं. ते अत्यंत वेदनामय होतं.

माझ्या हातावर गोंदणाऱ्यानं माझा हात अखेरीस सोडला, तेव्हा वेदना कमी करण्यासाठी मी हाताचा पुढला भाग ताबडतोब चोळू लागलो. त्यानं काय कामगिरी केलीय हे मी बघू लागलो, तेव्हा मला रक्त आणि शाईच्या मिश्रणाखाली काहीच

दिसेना. मी तो नंबर पुसून टाकला की काय, अशी मला एकाएकी भीती वाटू लागली. थोडीशी थुंकी लावून मी माझा हात स्वच्छ पुसला आणि योग्य प्रकारे गोंदला गेलेला नंबर मला दिसला : १८२७२७ - माझा आयडेंटिटी नंबर!

त्यानंतर आम्हाला जे कपडे देण्यात येणार होते, त्याची प्रतीक्षा करत आम्हाला ताटकळावं लागलं. अलीकडे, काही काळ नव्या कैद्यांना चट्टेरी-पट्टेरी गणवेश दिला जात नव्हता. त्याऐवजी आमच्या आधी आलेल्या कैद्यांचे, निर्जंतुक केलेले कपडेच आम्हाला दिले जात असत. आमच्या मापाचे कपडे आहेत किंवा नाहीत याकडे लक्ष देण्याची तसदी न घेता, ते हवे तसे वाटले जात.

आम्हाला कोट, दोन पाटलोणी, अंतर्वस्त्रं, बूट आणि मोजे दिले जात. कपडे अनेकदा अगदी विरलेले आणि भोकं पडलेले असत. नवीन आलेल्यांपैकी अनेकांना पाटलोणी चढवता येत नव्हत्या, तर अनेकांना त्या खूपच ढगळ होत होत्या.

कपडे वाटणाऱ्यांकडे जाऊन आमच्या मापाच्या कपड्यांची मागणी करणं शक्यच नव्हतं. तेसुद्धा जरी कैदीच होते तरी त्यांनी आम्हाला पिटूनही काढलं असतं. म्हणून आम्ही आपसातच कपड्यांची अदलाबदल करून प्रश्न सोडवला; पण बुटांच्या बाबतीत तुम्ही नशीबवान असलात तरच खैर होती, इतकी साऱ्यांच्या तळाला भोकं होती! जरी सारं थोडं ढगळ होतं, तरी मला बऱ्यापैकी कपडे मिळू शकले.

मी सर्वांत आधी तयार झालेल्यांपैकी एक होतो आणि माझ्यामागे अनेक माणसं वाट पाहत होती. म्हणून मी न्हावीकाम करणाऱ्या कैद्यांपैकी एकापाशी गेलो. एका ब्रेडच्या तुकड्याच्या बदल्यात मी त्याला मदत देऊ केली. ते काम करणाऱ्या गटाचं नेतृत्व करणाऱ्या कैद्यानं संमती दिली आणि त्यानं मला छोटीशी कात्री दिली. ती कशी वापरायची ते मला ठाऊक होतं. माझ्या आजोबांच्या टर्किश कॅफेच्या बाजूलाच माझ्या वडिलांचं छोटंसं न्हाव्याचं दुकान होतं. माझ्या वडिलांच्या मृत्यूनंतर थोडेसे पैसे कमावण्यासाठी बॅरन हर्शमधील गरीब इलाक्यात जाऊन, ज्या लोकांना चांगल्या न्हाव्याला पैसे देणं परवडत नसे, अशांना मी मदत देऊ करत असे.

अशाच गोष्टींमुळे मी नेहमी म्हणत असे, की बालपणात हलाखी भोगलेल्या आणि स्वत:च्या पायावर उभं राहावं लागलेल्या लोकांनाच, सुखवस्तू कुटुंबातल्या लोकांहून कॅम्पच्या आयुष्यात चटकन रुळून, तगून जाणं अधिक सोपं पडत असे. कॅम्पमध्ये बचावण्यासाठी तुम्हाला उपयुक्त गोष्टी येणं महत्त्वाचं असे - तत्त्वज्ञान जाणण्याचा तिथे काही उपयोग नव्हता. त्या दिवशी मी मौल्यवान असा ब्रेडचा तुकडा मिळवू शकलो.

तुझ्या आईचं आणि बहिणीचं पुढे काय झालं, याचा शोध घ्यायचा प्रयत्न तू केलास की नाहीस?

अर्थातच मी प्रयत्न केला! माझ्या आईचा विचार माझ्या मनात सतत येत राहिला. आमची ज्यू स्पॅनिश 'लॅडिनो' बोली बोलताना मी कुणाला तरी ऐकलं, म्हणून मी त्या माणसापाशी गेलो आणि मी त्याला विचारलं, की त्यांना कुठे पाठवलं असेल याची त्याला काही कल्पना आहे का? त्यानं मला हळुवारपणे सांगितलं, की मी काळजी करू नये. मला दुसऱ्या दिवशी कळेल आणि दरम्यान स्वत:लाच खूप प्रश्न न विचारणं श्रेयस्कर ठरेल.

पण या उत्तरानं माझं समाधान झालं नाही, म्हणून मी यीडिश बोलणाऱ्या एका कैद्यापाशी गेलो आणि त्याला जर्मनमध्ये विचारलं, "वो झिंट माइन मूटर उंट माइन श्वेस्टर्न?" (माझी आई आणि बहिणी कुठे आहेत?) त्यानं उत्तर दिलं नाही, त्यानं फक्त माझा हात धरून मला खिडकीपाशी नेलं. तेथून त्यानं विद्युतदाहिनीच्या धुराड्याकडे बोट दाखवलं. तो मला जे दाखवत होता, त्याकडे मी अविश्वासानं बघितलं आणि माझ्या लक्षात आलं, की तो मला यीडिशमध्ये सांगत होता, 'तुझ्याबरोबर न आलेले सारे लोक आधीच या जागेतून मुक्त केले जात आहेत.'

मी त्याच्याकडे अविश्वासानं पाहिलं. त्याच्यावर विश्वास ठेवणं कठीण जात होतं. आम्ही आणखी एक शब्दही बोललो नाही. मला खास काही वाटलं, असं मी म्हणू शकत नाही. आम्हाला येताक्षणी जाळून टाकण्यासाठी त्यांनी आम्हाला इथे आणलं, हे अतर्क्य वाटत होतं. नवशिक्यांना लोक घाबरवतात, तसं तो मला घाबरवू पाहत आहे असंच मला वाटलं. म्हणून मी दुसऱ्या दिवसापर्यंत वाट पाहून खात्री करून घ्यायचं ठरवलं. पण वस्तुत: तो पूर्ण सत्यच सांगत होता.

तुला तुझा भाऊ आणि कझिन कसे सापडले?

एकदा माझे कपडे मिळाल्यावर मला कुणीतरी हाक मारलेली ऐकू आली. "श्लोमो, तू कुठे आहेस?" तो माझा भाऊच मला हाक मारत होता. मी त्याचा आवाज ओळखला; पण मला तो दिसला नाही. खरं तर तो अगदी माझ्या शेजारीच होता, पण आम्ही एकमेकांना ओळखू शकलो नाही. आमच्या डोक्यावर केस नव्हते आणि आम्ही ढगळ कपडे घातले होते. तो अगदी दु:खद क्षण होता, अत्यंत दु:खद क्षणांपैकी एक. आम्ही कोणत्या अवस्थेला पोहोचलो होतो... पण मी रडलो नाही. माझ्या आईबद्दल कळल्यावरदेखील नाही... माझे अश्रू आटले होते आणि मी रडत नव्हतो. कितीही वाईट वाटलं, यातना झाल्या, तरीही रडत नव्हतो...

जेव्हा अखेरीस जर्मन लोकांनी आम्हाला सॉनातून बाहेर काढलं, तेव्हा त्यांनी आम्हाला समोरच्या बराकीत नेलं. ती पूर्णपणे रिकामी होती. जमिनीवर अंथरूण किंवा इतर काहीही नव्हतं. रात्रीच्या वेळी कॅम्पमध्ये फिरायला मनाई होती, म्हणून दुसऱ्या दिवसापर्यंत त्यांनी आम्हा सर्वांना तिथे ठेवलं. आम्ही तिथे झोपू शकत

नव्हतो, की आडवे होऊ शकत नव्हतो. आम्ही ढोरांप्रमाणे तिथे नुसते थांबलो.

अनेक श्रद्धाळू मुलं कोपऱ्यात बसून प्रार्थना करू लागली. त्यांना त्यांची पुस्तकं अर्थातच जवळ ठेवणं शक्य झालं नव्हतं, पण त्यांना प्रार्थना तोंडपाठ होत्या. दुसऱ्या दिवशी सकाळी नऊ वाजता, जर्मन पहारेकरी आम्हाला सेक्टर बी-२(अ) मध्ये पुरुषांच्या क्वारन्टाईन कॅम्प[६]मध्ये नेण्यासाठी आले.

क्वारन्टाईन विभागात साधारणत: मध्यभागी असलेल्या एका बराकीकडे त्यांनी बोट दाखवलं आणि आम्हाला आत जायला सांगितलं. तेथील ब्लॉक एलटेस्टर[७] हा ज्यू नसलेला पोलिश माणूस अतिशय अत्याचारी निघाला. तो आमची वाटच पाहत होता. त्यानं आम्हाला पाचा-पाचाच्या तुकड्यांनी एकेका 'बंक'वर पाठवलं. मी, माझा भाऊ, माझे दोन कझिन आणि सालोनिकातील एक मित्र असे एकत्र राहिलो.

साधारण साडेअकराच्या सुमाराला सूप वाटलं गेलं. रेडक्रॉसच्या पुडक्यांनंतर आम्हाला प्रथमच अन्न मिळत होतं; पण सूप घेता येण्यासाठी आमच्यापाशी मेसमधलं टिन असणं आवश्यक होतं आणि ते कुठे मिळेल हे आम्हाला सांगण्याची तसदी त्या दळभद्री माणसानं घेतली नव्हती. आम्ही काय करू शकत होतो?

मेस-टिन जवळ नसलेल्या कुणालाही सूप न देता बाजूला हाकलून दिलं जात असे. आम्हाला अनेक दिवसांत अन्न मिळालेलं नाही म्हणून कुणालाही काही वाटत नव्हतं. त्यांनी थोडं मार्जरिन (कधीकधी ते मार्जरिनऐवजी ब्लूट वूर्स्ट नावाच्या सॉसेजचा तुकडा देत.) लावलेला काळ्या ब्रेडचा तुकडा वाटला. मला इतकी भूक लागली होती, की तो चावायचेही कष्ट न घेता एका घासातच मी खाऊन टाकला.

दुसऱ्या दिवशी सकाळी त्यांनी आम्हाला थोडा चहा दिला. त्या गलिच्छ काळ्या पाण्याला पाणी, चहा, लिंडन पानांचा काढा की आणखी काय म्हणावं, त्याची मला खात्री नाही; पण ते निदान गरम होतं. अर्थात अजूनही आमच्यापाशी मेस-टिन नसल्यामुळे, आम्हाला तो तेव्हा मिळू शकला नाही. सरतेशेवटी

---

६. क्वारन्टान्क्लागर फ्यूरमेनर हाच विभाग फक्त झोपड्यांच्या एकेरी ओळीने बनलेला होता. नाझींनी साथीचे रोग पैŝलावू नयेत म्हणून कॅम्पमध्ये आणलेल्या सर्व कैद्यांसाठी क्वारन्टाईन स्थापला होता. जर असे साथीचे रोग आढळले तर सीक्रेट सर्व्हिसचे डॉक्टर त्या दूषित झोपडीतल्या सर्व कैद्यांना गॅस चेंबरमध्ये पाठवून देऊन प्रश्न सोडवून टाकत असत.

७. ब्लॉक एलटेस्टर (Block Eltester) शब्दश: ब्लॉकमधील सर्वांत ज्येष्ठ. झोपड्यांमध्ये शिस्त राखण्यासाठी नेमलेल्या माणसासाठी ही उपाधी वापरत असत. कॅपो (Kapo) ही उपाधी लेबर कमांडोच्या प्रमुखासाठी वापरत असत.

क्वारन्टाईन ब्लॉकच्या मागे असलेली जागा मला कुणीतरी दाखवली. तिथे काही मेस-टिन्स मिळाले. ते अशा अवस्थेत होते! घाणेरडे, गंजलेले, जमिनीवर इतस्तत: पसरलेले; पण त्याची पर्वा नव्हती- आता दुसऱ्या दिवसापर्यंत जीव तगवण्याएवढं अन्न आम्ही खाऊ शकलो असतो, हीच गोष्ट महत्त्वाची होती! तो मेस-टिन कायम आमच्यापाशी ठेवण्याची काहीतरी युक्ती आम्हाला शोधायची होती. दोरीनं तो आम्हाला आमच्या पट्ट्यांमध्ये कसातरी अडकवता यावा, म्हणून आम्ही लाकडात छिद्र कोरलं. हे मेस-टिन्स अंगावर वागवणं आवश्यक होतं, नाहीतर ते चोरीला जाण्याची भीती होती.

तुम्ही दिवसा काय करत होता?

विशेषसं काही नाही. कैद्यांना क्वारन्टाईन विभागात इकडेतिकडे फिरण्याची मुभा होती. झाँडरकमांडोमध्ये कुणाशीही बोलायची परवानगी नव्हती. इथे तसं नव्हतं. क्वारन्टाईनमधले कैदी जवळजवळ काहीही काम करत नसत. तत्त्वत: तुम्ही हवं त्याच्याशी बोलू शकत होता; पण भाषेचा अडथळा आणि आमच्याच परिस्थितीतून जात असलेल्यांपाशी आपल्या यातनांची उजळणी करण्याची अनिच्छा, यामुळे आम्ही अंतर्मुख होऊन गप्पच राहत असू.

हजेरी कशी काय घेतली जाई?

दररोज सकाळ-संध्याकाळ हजेरी घेतली जाई. ते हजेरीसाठी आम्हाला भल्या पहाटेच उठवत. शक्य तेवढ्या लवकर आम्हाला बाहेर काढण्यासाठी खूप आरडाओरडा आणि मारहाण अवलंबली जाई. शेवटी बाहेर पडणाऱ्यांना नेहमी शिक्षा होत असे आणि जास्तीचे फटके बसत असत; पण अर्थातच कुणीतरी हे नेहमीच शेवटी असणारच होतं. कारण आम्ही सारेच एकाच वेळेस बाहेर पडणं अशक्यच होतं. म्हणून प्रत्येक जण सुरुवातीलाच बाहेर पडून जास्तीचा मार टाळण्यासाठी धडपडत असे. हजेरी अनेक तास चालत असे आणि त्या वेळेस अजिबात हालचाल न करता आम्हाला ताठ उभं राहावं लागत असे. आम्ही अजूनही क्वारन्टाईनमध्ये असल्यामुळे, लेबर कमांडोमध्ये नसल्यामुळे, त्यानंतर आम्हाला तण काढण्याचं, बारीकसारीक सफाईचं काम दिलं जाई; पण विशेष काम नसे. आम्हाला कॅम्पच्या इतर विभागातले कैदी कामासाठी बाहेर पडताना दिसत.

क्वारन्टाईन विभागातल्या बराकी कशा काय होत्या?

बराकींना दोन दारं होती. एक पुढल्या बाजूचं मुख्य प्रवेशद्वार आणि दुसरं पाठीमागच्या बाजूला. आत शिरल्यावर उजव्या-डाव्या बाजूला दोन लहान लहान

बेडरूम्स होत्या आणि मग बंक्स होते. मधोमध शेकोटीची शेगडी होती; पण तिचा आम्हाला विशेषसा उपयोग नव्हता. आम्ही क्वारन्टाईनमध्ये तीन आठवडे होतो, तेव्हा ती एकदाही पेटवलेली मला दिसली नाही आणि जरी कुणी ती पेटवली असती, तरी ती चालू ठेवण्यासाठी, त्यात घालायला आमच्यापाशी काहीही इंधन नव्हतं. ब्लॉक एलटेस्टरला, स्वत:ला ऊब मिळवून द्यायचे स्वतंत्र मार्ग होते आणि आम्हाला थंडी वाजतेय किंवा नाही, यात त्याला गम्य नव्हतं.

आणि बंक्स?

त्यांना खरोखरच बंक्स म्हणता येईल की नाही, हे मला ठाऊक नाही... आम्ही तीन पातळ्यांवर ठेवले गेलो होतो आणि प्रत्येक पातळीवरच्या बंकवर निदान पाच लोक असत. वैयक्तिकदृष्ट्या क्वारन्टाईनमध्ये असताना मला स्वत:ची जागा सांभाळण्याबाबत फारसे प्रश्न उद्भवले नाहीत.

सुरुवातीला सर्वांत चांगल्या जागा कोणत्या, ते आम्हाला ठाऊक नव्हतं. माझ्या लवकरच लक्षात आलं, की अगदी वरच्या पातळीवरील जागा खिडक्यांच्या फार जवळ होती आणि बिर्केनॉमधील खिडक्या बरेचदा फुटलेल्या असत. याचा अर्थ होता, की हिवाळ्यात बर्फाचे वारे आत घुसत; पण अगदी तळाच्या बंक्सही उत्तम नव्हत्या. जेव्हा मोरीत जायला कैदी उठू शकत नसत, तेव्हा अनेक अप्रिय गोष्टींचा तुमच्या डोक्यावर वर्षाव होत असे. कुणाला कुठली जागा मिळावी यावरून जेव्हा मारामारी जुंपे, तेव्हा कॅपो आत घुसून सर्वांना बदडून काढून प्रश्नाचा निकाल लावत असे.

आमच्या बराकींवर नजर ठेवणारा कॅपो अतिशय वाईट होता. तो पोलंडचा होता. झाँडरकमांडोमध्ये सारे कैदी- जवळजवळ सर्वजण ज्यू होते (आणि कॅपोसुद्धा ज्यूच होता); पण त्याखेरीज ऑश्विट्झमध्ये किंवा मी त्यानंतर राहिलेल्या इतर कॅम्पमध्ये कुठेही ज्यू कॅपो मला दिसला नाही. काही ज्यू कॅपो असू शकतील; पण मी फक्त जर्मन, पोलिश आणि फ्रेंच कॅपो पाहिले आणि त्यातले कुणीही ज्यू नव्हते.

कॅपो बहुतकरून कामगारांचे गट नियंत्रित करत असे. कधीकधी ब्लॉक एलटेस्टरलासुद्धा कॅपो म्हणत. जर त्याला काम भराभर करून घेता आलं नाही, तर तो मारहाण करत असे आणि जर त्यानं पुरेशा वेळा आणि पुरेशा जोरानं मारहाण केली नाही, तर जर्मन त्या कॅपोला ठार मारून त्या जागी दुसरा कॅपो आणत असत; पण काही कॅपोंना त्यांच्या ताब्यातल्या कैद्यांना स्वत: ठार करण्याची सवलत प्रिय वाटत असे. सीक्रेट सर्व्हिसचे लोक बरेचदा जर्मन गुन्हेगारांना निवडत असत आणि ते स्वत:ला लगेचच जगाचे स्वामी समजू लागत. त्यांना कोठडीत बंद ठेवणं

आवश्यक होतं, त्याऐवजी ते आमच्यावर वर्चस्व गाजवण्याच्या स्थानी असत. त्यामुळे जर्मन लोकांना सगळीकडे पहारेकऱ्यांची आवश्यकता नव्हती. कॅम्पमध्ये शिस्त राखण्यासाठी या अत्याचारी लोकांवर ते विसंबून राहू शकत असत. ते लोक अत्याचारी राहिले नसते, तर त्यांच्या सवलती गेल्या असत्या. म्हणूनच आम्ही सारे त्यांना घाबरून राहत होतो.

तुला काही नावं लक्षात आहेत का?

नाही. दुर्दैवाने मी ती विसरलो आहे, कारण मी त्यांच्या नावाकडे खास लक्ष दिलं नाही. त्या नरकातून मी एक दिवस बाहेर पडेन हे मला ठाऊक असतं, तर मी सारी नावं, तारखा आणि इतर तपशिलाची नोंद ठेवली असती. पण तिथे असताना तो कोणता दिवस आहे, हेदेखील आम्हाला माहीत नसे.

आमच्या क्वारन्टाईनमधला ब्लॉक एलटेस्टर होता, तो विशेषत: खुनशी होता. त्याची खोली बराकीच्या प्रवेशद्वारापाशीच होती. समोरची दुसरी छोटीशी खोली सरपण ठेवण्याची खोली म्हणून किंवा पायपेलची (Pipel) बेडरूम म्हणून वापरली जात असे. पायपेल हा साधारणपणे बारा वर्षांचा मुलगा असे आणि ब्लॉक एलटेस्टर त्याला नेहमी स्वत:जवळ ठेवत असे. तो ब्लॉक एलटेस्टरचा हरकाम्या म्हणून राबत असे आणि त्याच्या सर्व आज्ञा पाळत असे आणि सर्व इच्छा पूर्ण करत असे. तो त्याच्या बुटांना पॉलिश करत असे. बराक झाडून काढत असे. त्याचा बिछाना घालत असे आणि कॅपोनं मागणी केल्यावर त्याच्या वासनाही शमवत असे. त्या लहान्याला माहीत असे, की त्याला बडतर्फ केलं तर त्याची रवानगी नक्कीच मृत्यूकडे होईल. म्हणून आज्ञा पाळण्याखेरीज त्याच्यापुढे दुसरा पर्याय नव्हता. त्याच्या बदल्यात त्याला इतरांपेक्षा थोडंसं जास्त खायला मिळत असे. ब्लॉक एलटेस्टरनं एखाद्या कैद्याला थोडंसं कमी अन्न दिलं, की त्याच्या मर्जीतल्या कुणालाही तो थोडं जास्त देऊ शकत असे.

मी एकदा त्याची अवकृपा जवळजवळ ओढवून घेणार होतो. त्याचा आमच्या 'सोन्याच्या अंड्यांशी' संबंध होता. सेंट्रल सॉना (Zentral Sauna) नंतर ती पुन्हा ताब्यात घेणं सोपं नव्हतं. क्वारन्टाईनमध्ये संडास म्हणजे आत भोक पाडलेलं एक लांबलचक लाकडी बाकडं होतं. त्यातून काहीही शोधून काढणं अशक्य होतं. म्हणून चौकस नजरांपासून बाजूला असलेली जागा शोधणं अगत्याचं होतं. आम्ही आळीपाळीनं तिथे शौचाला जात असू व इतर लोक पहारा ठेवत असत.

एके दिवशी कॅपोनं मला बोलावून घेतलं आणि त्याला मी माझी सोन्याची नाणी द्यावीत असं फर्मान सोडलं. "डी गोल्डन गेल्ड," (सोन्याची नाणी) तो म्हणाला. तो काय म्हणतोय ते उमगत नसल्याची मी बतावणी केली; पण तो

ठासून म्हणत राहिला, "पाच सोन्याची नाणी!" त्याला नाण्यांचा नेमका आकडा माहीत होता म्हणजे त्याला कुणीतरी नक्कीच सांगितलं असणार. आमचं गुपित कुणी फोडलं, तेही मी नंतर शोधून काढलं.

दरम्यान कॅपोनं मला सांगितलं, की चोवीस तासांत मी ती नाणी हजर केली पाहिजेत. मी माझ्या भावाला आणि कझिनना गाठून त्यांना काय घडलंय ते सांगितलं. त्यांचं मत पडलं, की मी ती देऊन टाकावीत, कारण नाहीतर जीवही गेला असता आणि नाणीही गेली असती.

मी त्याच्यापाशी गेलो; पण त्याला म्हणालो, की त्या पाचांपैकी माझ्याजवळ आता फक्त तीनच उरली आहेत. त्यानं चिडून जाऊन म्हटलं, "नीन! फ्यूंफ!" ''Nein! Funf!'') (नाही! पाच!)

माझं आयुष्यच त्याच्या हाती होतं. माझ्यापुढे पर्याय नव्हता. म्हणून मी शेवटची दोन नाणी आणण्यासाठी परत गेलो आणि त्या बदल्यात आठवडाभर मला दुप्पट सूप आणि ब्रेड देण्याचं त्यानं कबूल केलं. त्याला काय हवं होतं ते मिळालं होतं आणि खरोखरच पहिले दोन दिवस त्यानं मला दुप्पट अन्न दिलं; पण तिसऱ्या दिवशी...

त्या पैशांच्या जोरावर त्यानं थोडी सॉसेजेस आणि व्होडका मिळवली होती. त्यानं स्वत:साठी छोटीशी मेजवानी आयोजित केली आणि तो दारू पिऊन तर्र झाला. एका संध्याकाळी आम्ही सर्वजण बिछान्यांवर असताना तो ओरडू लागला, औफ डी ट्यूर! (Auf die Tur!) त्याला कुणीतरी त्याच्या खोलीचा दरवाजा उघडायला हवा होता. त्यानं एकाची अशीच निवड केली आणि त्याला कारणावाचून काही लाथा घातल्या आणि दरवाजाशी जाऊन तो उघडायला फर्मावलं. तो गरीब बिचारा मुलगा काय वाढून ठेवलं आहे याबद्दल अज्ञानात राहून तिथे गेला; पण त्यानं दरवाजाच्या मुठीला हात लावताक्षणी त्याला विजेचा मोठा झटका बसला. ब्लॉक एलटेस्टर हसू लागला कारण आम्हाला यातना पोहोचवणं, हा त्याचा आवडता करमणुकीचा उद्योग होता. विशेषत: तो झिंगलेला असेल तेव्हा फारच!

त्यानं पुन्हा एकदा या भीषण विनोदासाठी दुसरा एक कैदी बळीचा बकरा म्हणून निवडला. त्या बिचाऱ्याला पुढे काय होणार ते माहीत होतं; पण जाण्यावाचून त्याला गत्यंतर नव्हतं, म्हणून तो उठला. त्यानं दरवाजाची मूठ पकडून काहीही न होता दरवाजा नेहमीप्रमाणे उघडला. त्याचा विनोद कामाला येत नाही हे पाहून तो पोलिश माणूस खवळला. त्यानं पुन्हा त्या कैद्याला दरवाजा उघडायला लावला. त्यानं तो उघडला, बंद केला आणि तरीही त्याला काहीही झालं नाही. तो कैदी ज्या लाकडी खडावा घालत होता, त्यामुळे त्याचं जमिनीपासून संरक्षण होत होतं, हे ब्लॉक एलटेस्टरच्या लक्षात यायला एक-दोन मिनिटं लागली. त्यानंतर त्यानं त्या

माणसाला त्या लाकडी खडावा काढून टाकून तो दरवाजा उघडायला लावला. या वेळेस त्या माणसानं दरवाजाच्या मुठीला स्पर्श करताच त्याला विजेचा तीव्र झटका बसला आणि त्याचा छळ करणारा खूश झाला.

त्यानं नवीन बळीचा बकरा शोधण्यापूर्वीच बराकीचा दरवाजा उघडला आणि खवळलेला सीक्रेट सर्व्हिसवाला वादळासारखा आत घुसला. बराकीतले दिवे घालवायची वेळ टळून गेली होती आणि हा नियम पाळला का गेला नाही हे पाहण्यासाठी तो आत आला होता. तो ताबडतोब गर्जू लागला. ब्लॉक एलटेस्टरनं सारवासारव करायचा प्रयत्न केला, की तो त्याचा वाढदिवस होता.

माझ्या सोन्याच्या नाण्यांनी विकत घेतलेली मेजवानी चाखायला त्यानं त्या जर्मनला आमंत्रण दिलं. तो जर्मन पुढे गेला. त्यानं दरवाजा उघडला आणि त्यालाही विजेचा झटका बसला. तो प्रचंड खवळला आणि त्यानं ब्लॉक एलटेस्टरला हाणायला सुरुवात केली.

जर्मनवर असले विनोद करण्याचं त्याचं धाडस तरी कसं झालं! त्यानं त्याला यथेच्छ मारपीट केली. दुसऱ्या दिवशी हा ब्लॉक एलटेस्टर गायब झाला आणि आम्ही त्याला पुन्हा कधीही बघितला नाही. या साऱ्याचा माझ्या दृष्टीनं झालेला तोटा म्हणजे त्यानं मला कबूल केलेलं उरलेल्या दिवसांचं दुप्पट जेवण मला मिळालं नाही. अशा रीतीनं 'सोन्याच्या अंड्यां'च्या कहाणीचा शेवट झाला.

मी क्वारन्टाईनमध्ये असताना आणखी एका अनुभवाचा माझ्यावर खोलवर परिणाम झाला. आम्ही आल्यावर थोड्याच दिवसांत ही घटना घडली. एक कॅपो आमच्यापाशी आला आणि आम्हाला म्हणाला, की आमची थोडं जास्तीचं काम करण्याची तयारी असली तर तो आम्हाला दुप्पट सूप देईल. आम्हा सर्वांचीच जाण्याची तयारी होती, कारण इतर कशाहूनही भूक अधिक प्रबळ होती.

या कामासाठी निवडल्या गेलेल्या दहा माणसांमध्ये मी होतो; पण या गटात माझा भाऊ किंवा कझिन नव्हते. त्या कॅपोनं चारा वाहून न्यायला वापरतात, तशी हातगाडी नेण्याचं आम्हाला फर्मान सोडलं. घोड्यांऐवजी आम्हीच ती गाडी ओढायची होती. क्वारन्टाईन विभागातल्या अगदी टोकाच्या बराकीकडे आम्ही ती खेचून नेली. त्या बराकीला लाइशेनकेलर (Leichenkeller - प्रेतांची खोली) म्हणत असत. आम्ही दरवाजा उघडताच भयानक दुर्गंधीनं आम्ही गुदमरून गेलो. तो सडणाऱ्या प्रेतांचा दुर्गंध होता.

मी या बराकीवरून पूर्वी कधीही पुढे गेलो नव्हतो आणि तिचा क्वारन्टाईनमध्ये मरण पावलेल्या कैद्यांचे देह ठेवण्यासाठी वापर होतो, याचा मला अशा तऱ्हेने शोध लागला. बराकींमध्ये कैद्यांचा एक लहान गट रोज सकाळी येऊन आधीच्या रात्री मरण पावलेल्यांचे देह घेऊन जात असे. ते जाळण्यासाठी विद्युतदाहिनीत नेण्यापूर्वी

या बराकीत ठेवले जात असत. प्रेतं तिथे कधीकधी दोन-तीन आठवडे कुजत पडलेली असत. पाठीमागल्या बाजूला असलेली प्रेतं गरमीमुळे खूपच कुजलेल्या अवस्थेत होती.

जर मला ठाऊक असतं, की आमचं 'जास्तीचं काम' हे देह बाहेर काढून जाळायला नेणं असं असणार आहे, तर मी त्याऐवजी भुकेनं मरून जाणं पसंत केलं असतं; पण मला त्याचा बोध होईपर्यंत वेळ टळून गेली होती. निदान शंभर ते एकशेवीस प्रेतं त्या खोलीत असली पाहिजेत. त्यांना गाडीवर घालून तिथे न्यायला आम्हाला तीन खेपा कराव्या लागल्या.

आम्ही क्रिमेटोरियम-३ (Crematorium III - तीन क्रमांकाची विद्युतदाहिनी)च्या प्रवेशद्वाराशी आल्यानंतर कॅपोला प्रेतांनी भरलेली गाडी नेण्यासाठी झाँडरकमांडोमधील लोकांना बोलावून आणावं लागलं. त्यांच्याशिवाय इतर कुणीही कैदी क्रिमेटोरियममध्ये आत शिरून बाहेर जिवंतपणे परत येऊ शकत नसत. त्यामुळे त्यांनी स्वत:च ती गाडी रिकामी करून आम्हाला परत दिली.

तुम्ही काही बघू शकलात का? आतलं पटांगण? इमारत?

नाही. त्या दिवशी क्रिमेटोरियममधलं मला काहीही दिसलं नाही. त्यांनी दरवाजा जेमतेम उघडला. मला फक्त एक माणूस दरवाजा उघडून गाडी घेताना दिसला आणि आतले तीन इतर कैदी दिसले. मी ऐकलं होतं, की क्रिमेटोरियममध्ये काम करणारे लोक कधीकधी जास्तीचे चमचे किंवा कॅम्पमध्ये वापरता येण्याजोग्या इतर गोष्टी मिळवू शकत असत.

म्हणून दुसऱ्या वेळेस तिथे गेल्यावर गेट उघडणाऱ्या माणसाला मी हळूच विचारलं, की मला देण्याजोगा चमचा त्याच्यापाशी असेल का? "निश्ट येट्झट् स्पेटर!" "आत्ता नाही नंतर," तो म्हणाला आणि मी तिसऱ्या वेळेस तिथे गेल्यावर त्यानं खरोखरच मला दोन चमचे दिले. मी एक माझ्या भावाला दिला; पण आम्ही ते आमच्या कझिन्सनाही वापरायला देत होतो. मेस-टिन तळापासून साफ करून आम्हाला दिलेल्या अन्नातली एकही महत्त्वाची कॅलरी वाया जाऊ नये, म्हणून त्यांचा खूपच उपयोग होत असे. चमच्यानं खाल्लं, की आम्ही खूप खातो आहोत, असाही आभास होत असे.

नशिबानं ते भयानक काम करण्याची वेळ पुन्हा आमच्यावर आली नाही. दुसऱ्या दिवशी सूप देण्याच्या वेळेस कॅपोनं कबूल केल्याप्रमाणे आम्हाला दुप्पट जेवण दिलं.

जिथं प्रेतं नेली गेली, त्या जागेबद्दल तुला काय माहिती होती?

ते क्रिमेटोरियम होतं, हे मला माहीत होतं. त्याचा अर्थ काय हेसुद्धा त्या वेळेस मला आधीच ठाऊक होतं. आम्ही क्वारन्टाईनमध्ये असताना आम्हाला धुराड्यातून अखंडपणे धूर येताना दिसत असे आणि पूर्ण कॅम्पभर पसरून राहणारा जळलेल्या मांसाचा उग्र वास टाळणं अशक्य होत असे. मला लवकरच बोध झाला, की जिथं प्रेतं जाळली जातात, ती ही जागा आहे; पण मी जेव्हा क्रिमेटोरियममध्ये प्रत्यक्ष काम केलं, तेव्हाच मला कळलं, की त्याच जागी, लोक आल्याबरोबर त्यांना गॅस चेंबरमध्ये मारून टाकतात.

झाँडरकमांडोसाठी तुझी निवड कशी झाली?

आम्ही तीन आठवडे क्वारन्टाईनमध्ये काढले. मग एके दिवशी काही जर्मन अधिकारी येताना आम्हाला दिसले. सहसा क्वारन्टाईन विभागात जर्मन लोक आम्हाला दिसत नसत. इथे सर्वसाधारणत: कॅपोच शिस्त राखत असत. हे अधिकारी आमच्या बराकीसमोर थांबले आणि हजेरीला उभं करतात तसं आम्हाला रांगेत उभं करण्याचं फर्मान त्यांनी आमच्या कॅपोला सोडलं.

आमच्यापैकी प्रत्येकानं सांगायचं होतं, की त्याला कोणतं काम करता येतं. जरी आमचा काही व्यवसाय किंवा धंदा नसला, तरी प्रत्येक जण जाणून होता, की त्यानं थाप मारणं आवश्यक आहे. माझी वेळ आल्यावर मी म्हणालो, की मी न्हावी आहे. नेहमी आमच्यातच राहणारा लेऑन कोहेन हा आमचा ग्रीक मित्र म्हणाला, की तो डेंटिस्ट आहे. खरं तर तो बँकेत काम करत असे. त्याला वाटलं, की ते त्याला डेंटल सर्जरी विभागात दात साफ करणं आणि पॉलिश करणं, असं काम देतील आणि तिथे तो निदान चांगल्या, उबदार जागी तरी काम करू शकेल.

माझी समजूत होती, की सेंट्रल सॉनामध्ये काम करणाऱ्या कैद्यांबरोबर मी काम करेन. मला दिसलं होतं, की तिथलं काम फारसं अवघड नव्हतं आणि तिथे हवा उबदार होती; पण आमच्या अपेक्षेनुसार गोष्टी घडल्याच नाहीत. त्या जर्मनांनी ऐंशी लोक निवडले. त्यात मी, माझा भाऊ आणि कझिन्स यांचा समावेश होता.

दुसऱ्या दिवशी नऊ वाजायच्या सुमाराला आम्ही रांगेत उभे राहिलो आणि सेक्टर बी-२(ड) (B II d लागर डी) कडे निघालो. हा बिर्केनॉमधील पुरुषांचा विभाग होता. लागर डी मध्ये प्रवेश केल्याबरोबर माझ्या मनावर अतिशय प्रतिकूल ठसा उमटला. आमचा गट प्रथम सीक्रेट सर्व्हिसच्या बराकीतून गेला. ती प्रत्येक सेक्टरच्या प्रवेशद्वारापाशीच असे आणि कोण कोण कॅम्पमध्ये आले किंवा तेथून बाहेर गेले, याची नोंद तिथे केली जात असे. बराकीनंतर उजवीकडे पाण्यानं भरलेलं तळं लगेचच माझ्या नजरेला पडलं. मग तळ्याच्या एका कोपऱ्यात उभारलेल्या फाशी द्यायच्या खांबावर माझी दृष्टी पडली. त्या दृश्याचा माझ्या मनावर खोलवर

परिणाम झाला. मी स्वत:शीच म्हणालो, "काय नामी स्वागत करताहेत आमचं!"

लागर डी मध्ये बराकींच्या दोन ओळी होत्या. इतरांपेक्षा मोठ्या असलेल्या पहिल्या दोन इमारती स्वयंपाकासाठी वापरल्या जात होत्या. त्या सर्व बराकींच्या मधोमध झाँडरकमांडोची बराक[८] होती. मी तिथे आत शिरल्यावर मला एकटाच असलेला एक कैदी दिसला. तो आमच्या प्रतीक्षेतच असावासा दिसला. तो माझ्याजवळ का आला ते मला माहीत नाही, पण काही का असेना, त्यानं मला सौजन्यानं विचारलं, "रेट्स्ट यीडिश?" (तुला 'यीडिश' बोलता येतं का?)

मी ग्रीसमध्ये असताना कधीही यीडिश ऐकलं नव्हतं; पण कॅम्पमध्ये आल्यावर मला सवय करून घ्यावी लागली आणि जर्मन सैनिकांशी काळ्या बाजाराचे सौदे करताना शिकलेलं थोडंसं जर्मन कामाला आलं आणि मी उत्तर देऊ शकलो, "यीडिश, यीडिश, यीडिश."

अखेरीस आम्हाला एकमेकांचं बोलणं समजू लागलं. त्यानं मला विचारलं, की मी कुठला आहे आणि मला भूक लागली आहे का? अॅथेन्सचा तुरुंग, अकरा दिवसांचा प्रवास आणि क्वारन्टाईनमध्ये काढलेल्या तीन आठवड्यांनंतर दीड महिना माझा कमरेचा पट्टा मी अधिकाधिक आवळून बांधू लागलो होतो. इतका घट्ट, की मला श्वास घेणंही अवघड पडू लागलं होतं. नि:संशयपणे मी भुकेला होतो!

उपाशी राहण्याची मला सवय होतीच, पण आता ही उपासमारीनंतरची भुकेची भावना एक पछाडणारी व्याधी बनली होती. म्हणून तो माझ्यासाठी थोडं जेवण आणायला गेला आणि मैद्याच्या ब्रेडचा मोठ्ठा तुकडा आणि थोडा जॅम घेऊन आला. माझ्या भावाला आणि कझिन्सनाही देता येईल एवढा पुरेसा ब्रेड होता. आमच्यासाठी ती कॅव्हिअर खावा अशी दुर्मिळ मेजवानीच होती. या नरकातील स्वप्नवत चैन!

दिलेल्या कामाचं स्वरूप मला माहीत आहे का, असं त्यानं मला विचारलं. मी उत्तर दिलं, की मला त्याची विशेषशी पर्वा वाटत नाही. माझ्या दृष्टीनं खायला मिळणं आणि जिवंत राहणं एवढीच गोष्ट महत्त्वाची होती. त्यानं मला सांगितलं, की त्याबद्दल चिंतेचं कारण नाही. खायला पुरेसं मिळेल. हे ऐकून मी थोडा बुचकळ्यात पडलो. अशा जागी खायला पुरेसं मिळणं कसं बरं शक्य होतं?

त्यानं समजावून सांगितलं, की नेहमी मिळणाऱ्या अन्नाखेरीज इतरही गोष्टी मिळतील; पण त्या कोणत्या आणि कशा मिळतील याबद्दल त्यानं सांगितलं नाही.

---

८. झाँडरकमांडोची झोपडी पुरुषांच्या कॅम्पमधील सेक्टर-२ (B II d) होती. १३ नंबरची बराक दंड फर्मावणाऱ्या युनिटची होती. त्यानंतर टॉयलेटची बराक होती आणि त्यानंतर झाँडरकमांडोची बराक असल्यामुळे ती इतर सर्व बराकींपासून वेगळी होती.

मग त्यानं मला विचारलं, की ज्या विशेष तुकडीत, कमांडोत आम्हाला पाठवलं गेलं आहे, त्याचं नाव मला ठाऊक आहे का? मला अजिबातच कल्पना नव्हती म्हणून त्यानं मला सांगितलं, की आम्ही 'झाँडरकमांडो'मध्ये होतो.

"झाँडरकमांडोचा अर्थ काय?" मी विचारलं.

"खास तुकडी."

"खास? ती कशी?"

"कारण तुम्ही क्रिमेटोरियममध्ये काम करता... तिथे लोकांना जाळलं जातं."

माझ्या दृष्टीनं हे काम दुसऱ्या कोणत्याही कामासारखंच होतं. मी कॅम्पमधील आयुष्याला आधीच सरावलो होतो; पण त्यानं मला कधीही हे सांगितलं नाही, की जी प्रेतं जाळली जातात, ती क्रिमेटोरियममध्ये प्रवेश करताना जिवंत असलेल्या लोकांची असतात...

त्यानं मला असंही सांगितलं, की झाँडरकमांडोमधले सर्वजण नेहमी 'निवडले' जाऊन दुसऱ्या ठिकाणी 'धाडले' जात असत. ही गोष्ट दर तीन महिन्यांनी होत असे. त्या वेळेस माझ्या लक्षात आलं नाही, की 'निवडणं' आणि 'धाडणं' हे शब्द 'मारून टाकणं' हा कडू अर्थ गोड शब्दांत सांगण्यासाठी त्यानं वापरले आहेत.

पण माझ्या लक्षात यायला वेळ लागला नाही, की आधीच्या निवडल्या गेलेल्या आणि मारून टाकण्यात आलेल्या कैद्यांची जागा भरून काढण्यासाठी आमची झाँडरकमांडोमध्ये नियुक्ती झालेली आहे.[९]

या माणसाचं नाव होतं अब्राहाम ड्रॅगन (Abraham Dragon). खरं तर मी जेव्हा त्याला साठ वर्षांनंतर इस्राइलमध्ये भेटलो, तेव्हा मला त्याचं नाव समजलं. मी त्याला या क्षीण आशेनं ही कहाणी सांगितली, की मला इतकी माणुसकीची वागणूक देणारा आणि नंतर कधीही न भेटलेला माणूस हाच असावा. त्यानं माझ्याकडे पाहून स्मित केलं. तो सद्गदित होऊन म्हणाला की, झाँडरकमांडोमध्ये आलेल्या, उपासमार झालेल्या ग्रीक तरुणाला तो कधीच विसरू शकलेला नाही.

---

९. फेब्रुवारी २०, १९४४ रोजी झाँडरकमांडोतील दोनशे लोक (Lublin Majdanek) येथील कॅम्पमध्ये मारून टाकण्यासाठी पाठवण्यात आले होते.

झाँडरकमांडो : प्रारंभ

झाँडरकमांडोतील बराक इतर साऱ्या बराकींसारखीच होती. फक्त पुरुषांच्या कॅम्पमधील इतर बराकींपासून वेगळी काढण्यासाठी त्याभोवती काटेरी तारेचं कुंपण आणि विटांची भिंत घातली गेली होती. इतर कैद्यांशी आमचा संपर्क येऊ शकत नसे. पण तिथे आम्ही फार काळ राहिलो नाही. साधारणत: एका आठवड्यानं क्रिमेटोरियमच्या आतच असलेल्या वसतिगृहात आमची रवानगी झाली. अगदी शेवटी शेवटी जेव्हा सारी क्रिमेटोरियम्स निकामी केली गेली, तेव्हाच झाँडरकमांडोमधील लोक, पुरुषांच्या कॅम्पमधील बराकीत झोपायला परत आले.

पहिल्या दिवशी जेव्हा त्यांनी आम्हाला क्रिमेटोरियममध्ये पाठवलं, तेव्हा आम्ही इमारतीत आत न शिरता अंगणातच थांबलो. त्या वेळेस आम्ही क्रिमेटोरियम-१ म्हणत होतो, कारण ऑश्विट्झ-१ मधलं त्यापूर्वीचं पहिलं क्रिमेटोरियम अस्तित्वात असलेलं आम्हाला माहीत नव्हतं. त्या इमारतीत शिरण्यासाठी तीन पायऱ्या चढून जावं लागे. पण आत जाण्याऐवजी कॅपोनं आम्हाला त्याच्याभोवती फिरवलं. झाँडरकमांडोच्या माणसांपैकी एकानं येऊन आम्हाला काय करायचं, ते सांगितलं. तण उपटून जमीन थोडी साफसूफ करायची होती. आम्ही जे केलं, ते फारसं उपयुक्त नव्हतं; पण मला असं वाटतं, की आम्हाला क्रिमेटोरियममध्ये कामाला लावण्यापूर्वी जर्मन लोक आम्हाला कामात गुंतवून ठेवू पाहत होते. दुसऱ्या दिवशी तिथे येऊन आम्ही पुन्हा तेच काम केलं.

माझ्या स्वाभाविक चौकसपणानं इमारतीपाशी जाऊन आत काय चाललंय हे खिडकीतून मला पाहायला लावलं. आम्हाला असं न करण्याची कडक ताकीद दिली गेली होती; पण मी हळूहळू खिडकीपाशी गेलो. जेव्हा मी आतलं दिसेल

एवढा जवळ गेलो, तेव्हा माझ्या नजरेला जे पडलं, त्यानं मी पूर्णपणे बधीर झालो. एकावर एक रचलेली, एकमेकांवर फेकलेली प्रेतं तिथे नुसती खच्चून भरली होती. अजूनही तरुण असलेल्या लोकांची ही प्रेतं होती.

मी माझ्या सोबत्यांपाशी परत आलो आणि मला काय दिसलं, ते मी त्यांना सांगितलं. तेही कॅपोच्या दृष्टीला न पडता बघण्यासाठी सटकले. विश्वास न बसून पांढऱ्याफटक पडलेल्या चेहऱ्यानं ते परत आले. काय घडलं असेल यावर विचार करायची आमची शहामत झाली नाही. नंतरच माझ्या लक्षात आलं, की आधीच्या काफिल्यांपैकी 'उरलेली' ही प्रेतं होती. नवीन काफिला येण्यापूर्वी ती जाळून टाकण्याएवढा वेळ नव्हता आणि गॅस चेंबर रिकामं करण्यासाठी त्या प्रेतांना तिथे एकावर एक रचून ठेवण्यात आलं होतं.

दुपारी दोनच्या सुमाराला कॅपोनं आम्हाला कपडे उतरवण्याच्या खोलीत धाडलं. सर्व प्रकारच्या कपड्यांनी जमीन भरून गेलेली होती. कोट आणि शर्टचा बांधण्यासाठी उपयोग करून आम्हाला या कपड्यांची छोटी छोटी गाठोडी बांधायला सांगण्यात आलं. मग आम्हाला ती गाठोडी बाहेर नेऊन पायऱ्यांसमोर एकावर एक रचून ठेवायची होती. मला वाटतं की ट्रक येऊन ही गाठोडी कनादा[१] (Kanada) इथल्या बराकीत घेऊन गेला असता.

पाच वाजता कॅपोनं आम्हाला पुन्हा एकत्र जमायला सांगितलं. आम्ही अर्थातच गृहीत धरलं, की संध्याकाळच्या या वेळेस 'एकत्र जमणं' याचा अर्थ असणार की त्या कंटाळवाण्या दिवसाचं काम संपलंय; पण दुर्दैवाने तसं नव्हतं. आम्ही क्रिमेटोरियममधून बाहेर पडलो, पण बराकींकडे जाण्यासाठी उजवीकडे वळण्याऐवजी त्यांनी आम्हाला डावीकडे, बर्चच्या झाडांच्या छोट्या जंगलातून जायला लावलं. मी अशा तऱ्हेचं झाड ग्रीसमध्ये कधीही पाहिलं नव्हतं; पण बिर्केनॉमध्ये कॅम्पच्या भोवताली फक्त तीच झाडं दिसत असत.

रस्त्यानं जात असताना आमच्या कानांवर फक्त चंदेरी पानांमधून सळसळ आवाज करत जाणाऱ्या वाऱ्याचाच काय तो आवाज पडत होता. अचानक मागच्या बाजूनं माणसांच्या आवाजाची गुणगुण आम्हाला ऐकू येऊ लागली. सुरुवातीला तो आवाज अगदी अस्पष्टसा आणि दुरून आल्यासारखा वाटत होता. आम्ही एका छोट्याशा घरापाशी आलो. मला नंतर कळलं, की ते घर होतं 'बंकर-२' किंवा 'व्हाईट हाऊस'. त्याच वेळेस मानवी आवाजांची गुणगुण जास्त स्पष्ट झाली.

---

१. बिर्केनॉ कॅम्पमधील या विभागात हद्दपार ज्यूंच्या वस्तूंची छाननी करून त्या साठवल्या जात असत. नाझी या विभागाला इफेक्तेनलॅगर (Effektenlager) किंवा कनादा-२ (Kanada II) म्हणत असत.

तुला दिसलेल्या 'बंकर-२'चं तू वर्णन करू शकशील?

ती शाकारलेल्या छपराची, शेतातल्यासारखी छोटी झोपडी होती. त्या छोट्याशा घराच्या एका बाजूच्या समोर, त्यापुढून जाणाऱ्या रस्त्याजवळ उभं राहण्याची आम्हाला आज्ञा केली गेली होती. आम्ही जिथे होतो, तेथून आम्हाला काहीही दिसत नव्हतं. ना डावीकडलं, ना उजवीकडलं. अंधार पडू लागला होता. आवाजाची गुणगुण आता स्पष्टपणे ऐकू येणारा, आमच्याकडे येत असलेल्या लोकांचा आवाज बनला होता.

नेहमीप्रमाणेच मला कुतूहल वाटलं आणि काय चाललंय ते बघता यावं, म्हणून मी रस्त्याच्या पलीकडे गेलो. मला पूर्णच्या पूर्ण कुटुंबं, त्या झोपड्यांच्या समोर वाट पाहत असलेली दिसली : तरुण पुरुष, स्त्रिया आणि मुलं. तिथे सारे मिळून दोन-तीनशे जण असावेत. ते कोठून आले होते ते मला माहीत नव्हतं; पण माझ्या अंदाजानं ते पोलंडमधील ज्यूंच्या वस्तीतून हद्दपार झालेले असावेत. ही नष्ट करण्याची यंत्रणा कशी चालते, हे मला कळल्यानंतर मी पुढे निष्कर्ष काढला, की इतर क्रिमेटोरिया भरलेले असल्यामुळे, या लोकांना बंकर-२ येथे धाडण्यात आलं होतं. याच कारणानं हे घाणेरडं काम करण्यासाठी त्यांना जास्तीच्या कामकऱ्यांची गरज पडली असणार.

लोकांनी दरवाजासमोरच कपडे उतरवले, की बराकीत जाऊन उतरवले?

लोक दरवाजासमोर जिथं होते, तिथंच कपडे उतरवण्याची त्यांच्यावर सक्ती केली गेली. मुलं रडत होती. भय आणि धास्ती जाणवत होती. लोक खरोखरच असहाय आणि भयभीत झालेले होते. जर्मन लोकांनी बहुधा त्यांना सांगितलं असणार, की त्यांना अंघोळ करावी लागेल आणि त्यानंतर त्यांना काहीतरी खायला दिलं जाईल. जरी खरं काय घडणार आहे याचा त्यांना अंदाज आला असला, तरी त्यांच्यापाशी करण्याजोगं काहीही नव्हतं. पळून जाण्याचा कुणी थोडासा जरी प्रयत्न केला असता, तरी जर्मन लोकांनी त्याला त्या जागीच ठार केलं असतं. माणसाबद्दल त्यांच्या मनात अजिबात आदरभावना नव्हती; पण त्यांना ठाऊक होतं, की कुटुंबातील लोक त्यांनी एकत्र ठेवले, तर त्यांना अशा टोकाच्या कृत्याला तोंड द्यावं लागणार नाही.

सरतेशेवटी लोकांवर त्या छोट्या झोपडीत शिरायची सक्ती केली गेली. दरवाजा बंद केला गेला. एकदा सारे जण आत गेल्यावर बाजूला रेडक्रॉसचं चिन्ह असलेला एक छोटासा ट्रक तिथे आला. एक उंचसा जर्मन त्यातून उतरला. त्या छोट्या घराच्या एका भिंतीवर, उंचावर असलेल्या छोट्याशा विवरापाशी तो गेला. तिथे पोहोचायला त्याला स्टुलावर चढून उभं राहावं लागलं. त्यानं एक कॅन घेतला, तो उघडला आणि त्यातील माल त्या छोट्या विवरातून आत ओतला. मग त्यानं

झाँडरकमांडो : प्रथमप्रवेश दीक्षा

बंकर क्रमांक २. पूर्वीच्या शेतावरील इमारतीचं गॅस चेंबरमध्ये परिवर्तन
चित्रकार – डेव्हिड ओलेरे, १९४५.
वॉश ॲण्ड चायना इंक ऑन पेपर, याड वाशेम, जेरुसलेम, इस्त्राईल

त्या विवराचं झाकण लावून टाकलं आणि तो निघून गेला. आतला आरडाओरडा आणि रडणं थांबलं नव्हतं आणि काही मिनिटांतच त्याची तीव्रता दुपटीनं वाढली. ते दहा-बारा मिनिटं चाललं आणि मग शांतता झाली.

दरम्यान आम्हाला घराच्या मागच्या बाजूला जायला फर्मावलं गेलं होतं. आम्ही तिथे पोहोचलो, तेव्हा मला त्या दिशेनं एक विचित्रसा प्रकाश येताना दिसला. मी जवळ गेलो तेव्हा माझ्या लक्षात आलं, की वीस यार्डांवर असलेल्या खंदकांमध्ये पेटवल्या गेलेल्या विस्तवाच्या ज्वाळांचा तो प्रकाश आहे.

ते सारं बघितल्यावर तुला काय वाटलं, ते तुला आठवतंय?

आता कल्पना करणं कठीण जातंय; पण आमच्या मनात काहीही विचार आले नाहीत, आम्ही एक शब्दही बोलू शकलो नाही. तसं करायची मनाई होती म्हणून नव्हे, तर आम्ही गर्भगळीत झालो होतो म्हणून. आम्ही विचार न करण्याचा प्रयत्न करत आज्ञापालन करणारी आणि त्यायोगे आणखी काही तास जगू पाहणारी यंत्र बनलो होतो. बिर्केनॉ हा खरोखरचा नरक होता. त्या कॅम्पमागचं तर्कशास्त्र कुणालाही आतून समजणार किंवा आकळणार नाही. म्हणूनच मला ही कहाणी सांगायचीय, मी जिवंत असेपर्यंत सांगायचीय, पण फक्त माझ्या समरणशक्तीवर, मी जे पाहिलं अशी मला खात्री आहे, त्याच्यावरच भिस्त ठेवून सांगायचीय. इतर कशावरही भिस्त ठेवून नव्हे!

तर जर्मन लोकांनी जिथे खंदक होता, त्या घराच्या मागच्या बाजूला आम्हाला पाठवलं. त्यांनी आम्हाला गॅस चेंबरमधले देह बाहेर आणून खंदकांसमोर ठेवायला सांगितले. मी स्वत: गॅस चेंबरच्या आत गेलो नाही. मी बंकर आणि खंदक यादरम्यान खेपा घालत बाहेरच थांबलो. आमच्याहून अधिक अनुभवी असलेले झाँडरकमांडोतील इतर लोक आग विझणार नाही अशा बेतानं खंदकात प्रेतं ठेवत होते. प्रेतांची खंदकात दाटी झाली असती, तर पुरेशी हवा आत न जाऊ शकल्यामुळे आग विझण्याची किंवा ती मंद होण्याची भीती होती. तसं झालं असतं, तर आमच्यावर नजर ठेवून असलेले कॅपो आणि जर्मन भडकले असते. खंदकांना उतार दिलेला होता, म्हणजे देह जळत असताना त्यातली चरबी उतारावरून खाली वाहत जाऊन कोपऱ्यात ती जमा करायला केलेल्या हौदात ती गोळा झाली असती. आग विझेलसं वाटलं, की कामगार त्या हौदातली पातळ चरबी घेऊन ती आगीमध्ये टाकायचे. मला हे फक्त 'बंकर-२'च्या खंदकामध्ये दिसलं.

दोन तास हे शिणवणारं आणि दु:खी करणारं काम केल्यानंतर आम्हाला मोटरसायकलचा घरघराट कानी पडला. जुने कामगार भयभीत होऊन कुजबुजले, "मलाहामोव्हेज." या वेळेसच आमचा त्या भीषण 'मृत्युदूता'शी परिचय झाला.

कैदी ज्या ओटो मोल[२] नावाच्या सीक्रेट सर्व्हिसच्या माणसाला घाबरून असत, त्याला त्यांनी हे यीडिश नाव दिलं होतं.

त्यानं एक नजर टाकताच आमचा थरकाप उडत असे. त्याचं क्रौर्य आणि आमच्याशी वाईट वागत असताना त्याला मिळत असलेला आसुरी आनंद, आमच्या लक्षात यायला फार वेळ लागला नाही.

जमिनीवर पाऊल टेकवताक्षणीच तो पिसाळलेल्या श्वापदाप्रमाणे ओरडू लागला, "डुकरांनो, कामाला लागा! ज्यू डुकरांनो!" तो आल्याबरोबर सर्व जण जास्त वेगानं काम करू लागले. जेव्हा त्याच्या लक्षात आलं, की प्रेत हलवायला आम्हाला दोन माणसांची गरज पडते आहे, तेव्हा त्याचं डोकं फिरलं आणि तो ओरडू लागला, "एका प्रेतागणिक फक्त एकच माणूस!" (''Nein! Nur eine person fur einen toten!'') चिखलात पावलं रुतत असताना, दोन माणसांनाही एक प्रेत हलवणं कठीण पडत होतं. मग एकट्यानं करायचं म्हणजे...! मी ते कसं काय पार पाडलं कुणास ठाऊक! मी अगदी थकून गेलो.

एका क्षणी प्रेत आणणारा एक माणूस थांबला. तो निश्चल उभा राहिला. तो माझ्याहून काही वर्षांनीच मोठा, जेमतेम पंचविशीचा असेल. बंकर आणि खंदकांदरम्यान जा-ये करताना त्याच्या जवळून जाणाऱ्या प्रत्येकानं मोलची नजर पडण्यापूर्वी त्यानं हालचाल करावी अशी त्याला निकड लावली; पण त्यानं उत्तर दिलं नाही आणि तो दूरवर क्षितिजाकडे नजर लावून तसाच तिथे उभा राहिला.

मोलची त्याच्याकडे दृष्टी वळली तेव्हा तो त्याच्यापाशी ओरडत गेला, "साला भडवा ज्यू! ज्यू कुत्तरड्या! तू काम का करत नाहीयेस? हाल!" आणि तो चाबकानं त्याच्यावर फटके ओढू लागला.

पण तो माणूस हालचाल न करता तिथे तसाच उभा राहिला. जणू आता तो कशाच्याही परिणामापलीकडे पोहोचला होता. त्यानं फटके चुकवायचादेखील प्रयत्न केला नाही. मला वाटतं, त्याची मती पूर्णपणे भ्रष्ट झाली होती. या जगापलीकडे त्याचं मन गेलं होतं. त्याला वेदना किंवा भीती, स्पर्श करू शकत नव्हती असं वाटत होतं. त्याने केलेल्या गुन्ह्यांमुळे आणि दिलेल्या फटक्यांवर त्यानं काहीही

---

२. सीक्रेट सर्व्हिसचा ऑटो मोल (Otto Moll) बिर्केनॉमध्ये बंकर-१ व बंकर-२ चालवण्यासाठी आला. मे १९४४ला बिर्केनॉ येथे येण्यापूर्वी त्याने फर्स्टिनग्रब (Furstengrube) व ग्लीव्हीट्झ (Gleiwitz) येथील छोटे कॅम्प चालवले होते. इथे तो सप्टेंबरपर्यंत राहून पुढे दाचौ (Dachau) ला पाठवला गेला. डिसेंबर १३, १९४५ रोजी दाचौ येथे त्याला मृत्युदंड फर्मावला गेला. मे २८, १९४६ रोजी लॅन्ड्सबर्ग (Landsberg) येथील तुरुंगात त्याला फाशी दिली गेली.

प्रतिक्रिया न दाखवल्यामुळे तो जर्मन खवळला आणि त्यानं आपल्या पट्ट्यातून पिस्तूल बाहेर काढलं.

आम्ही तेथून जा-ये करणं चालूच ठेवलं. आम्ही त्याला नेम धरून काही यार्डांवरून गोळी झाडताना बघितलं; पण गोळी त्याला लागलीच नसावी, अशा तऱ्हेने तो माणूस तिथेच निश्चल उभा राहिला. त्या प्राणघातक गोळीनंतर तो मरून कसा पडला नाही? आम्हाला काही समजेना. जर्मन आणखीच चिडला आणि त्यानं त्याच पिस्तुलातून दुसरी गोळी झाडली; पण तरीही काहीही प्रतिक्रिया त्यानं दाखवली नाही. गोळ्या, आवाज, भीती- कशाचाही त्याच्यावर परिणाम होत नव्हता. आम्हाला तो एक चमत्कारच वाटला.

पण असा चमत्कार अखंड चालू राहणं शक्य नव्हतं. मी मोलजवळून जात असताना, त्यानं हे पिस्तूल ठेवून देऊन दुसरं, जास्त मोठ्या व्यासाची नळी असलेलं पिस्तूल उचललेलं मला दिसलं. त्याने त्यातून गोळी झाडली आणि तो गरीब बिचारा माणूस मरून पडला. दुर्दैवानं त्या देहाजवळून तेव्हा मीच जात होतो. जेव्हा मी रिकाम्या हातानं, खंदकाकडून आणखी प्रेतं आणण्यासाठी परत चाललो होतो.

मोलनं खुणेनं मला त्याच्याजवळ बोलावलं, "ए! इकडे ये!" त्यानं मला आणि आणखी एका कैद्याला तो देह खंदकाकडे न्यायला सांगितलं. आम्ही जेमतेम काही यार्ड गेलो असू, नसू, तोच विचार आल्याप्रमाणे तो ओरडू लागला, ''Hait! Ausziehen!'' तो म्हणाला, की हे कपडे Third Reich च्या मालकीचे होते आणि त्या प्रेताबरोबर जाळले जाऊ शकत नव्हते. ते इतर कैद्यांसाठी वापरता आले असते. त्याने आम्हाला ते कपडे उतरवायला सांगितलं.

आम्हाला माहीत असलेल्या माणसाच्या अजूनही गरम असलेल्या देहावरून कपडे उतरवणं... पण या माणसाच्या जे नशिबी आलं, तेच माझ्या नशिबी यायला नको असेल, तर माझ्यापुढे दुसरा पर्यायच नव्हता. काय समजावं, तेच आम्हाला कळत नव्हतं. आम्ही या जगापलीकडे, नरकात आधीच पोहोचलेलो होतो. त्याचा देह खंदकात टाकताक्षणी लवलवत्या ज्वाळा उसळून वर आल्या. जेव्हा शेकोटीतल्या विस्तवात तुम्ही लाकडाचा ओंडका टाकता, तेव्हा ज्वाळा अचानक उफाळून येऊन तो जोरानं भक्षण करू बघतात, त्याप्रमाणेच!

त्या क्षणापर्यंत घडत असलेल्या कशाबद्दलही विचार करण्याची मी स्वत:लाच बंदी केलेली होती. आम्हाला जे करण्याची आज्ञा होईल, ते विचार न करता आम्हाला यंत्रवत पार पाडायचं होतं. पण तो देह जळताना पाहून माझ्या मनात आलं, की जगलेल्यांहून मेलेले कदाचित जास्त भाग्यवान असतील. त्यांना माणसांचं क्रौर्य बघत हा धरणीवरचा नरक सहन करावा लागत नव्हता.

हे काम दुसऱ्या दिवशी सकाळपर्यंत चालू राहिलं. त्यांनी आम्हाला बराकीत

झाँडरकमांडो : प्रथमप्रवेश दीक्षा

'गॅस देऊन मारल्यानंतर'. डेव्हिड ओलेरे, १९४६.
वॉश अॅण्ड चायना इंक ऑन पेपर, घेट्टो फायटर्स म्युझियम, गॅलिली, इस्राईल

परत जायची परवानगी देईपर्यंत न थांबता जवळजवळ चोवीस तास आम्ही काम केलं होतं; पण अतिशय थकून गेलेलो असूनही, मला झोप आली नाही. त्या प्रतिमा माझ्या डोळ्यांपुढे नाचत राहिल्या आणि पुन्हा त्या जागी जाण्याच्या विचारानं मी बेचैन झालो. दुपारी एक कॅपो आम्हाला सांगायला आला, की ज्या माणसांनी आदल्या रात्री बंकर-२ येथे काम केलं होतं, त्यांना त्या रात्री परत जाण्याची गरज नव्हती. छोटंसं सांत्वन!

ही सुटका फार काळ टिकली नाही. दुसऱ्याच दिवशी आम्हाला पुन्हा कामावर निघावं लागलं. पंधरा एक माणसांच्या छोट्याशा गटाबरोबर मला क्रिमेटोरियम-३ येथे पाठवण्यात आलं. मी न्हावी असल्याचं सांगितल्यामुळे आम्ही क्रिमेटोरियमला पोहोचल्यावर, आमच्यापुढे आलेल्या वरिष्ठ कॅपोनं माझ्या हातात शिंपी कापड कापायला वापरतात तशी भलीमोठी कात्री ठेवली. मग आम्ही जिथं काम करायचं होतं, त्या खोलीकडे त्यांनी आम्हाला पाठवलं. अनुभवी माणसांनी आम्हाला काय करायचं आहे ते अगदी थोडक्यात सांगितलं.

मृतांशी अगदी लगेचच संपर्क आला. आधीच्या काफिल्यातले हद्दपार नुकतेच गॅस चेंबरमध्ये मारण्यात आले होते आणि झाँडरकमांडोचे लोक आधीच गॅस चेंबरमधून प्रेतं हलवू लागले होते. ती प्रेतं विद्युतदाहिनीत नेण्यापूर्वी मधल्या चौकात रचली जात होती. इथे प्रेतांचे केस भादरण्याची कामगिरी मला पार पाडायची होती. आम्ही तिघे-चौघे या कामावर होतो. मग दोन 'डेंटिस्ट' प्रेतांचे सोन्याचे दात उपटण्यासाठी आले. ज्याच्यापाशी जाण्याची कुणालाही परवानगी नव्हती, अशा एका खास भांड्यात ते सोन्याचे दात ठेवले जात होते.

या दोघांपैकी एक होता, माझा मित्र लेऑन कोहेन. त्यानं तो डेंटिस्ट असल्याचं सांगितलं होतं. त्यांनी त्याला डेंटिस्टचा चिमटा आणि तोंडातलं पाहण्यासाठी एक छोटासा आरसा दिला होता. मला आठवतंय, की काय करायचंय हे उमगल्यावर, तो जवळजवळ झीट येऊन पडला. प्रारंभी, नव्या प्रेतांवर काम करत असताना तो भराभर काम उरकत होता. तो त्यांची तोंडं उघडून सोन्याचे दात उपटून काढत होता; पण वेळ जाऊ लागला, तसं काम जास्त अवघड झालं, कारण वेळ गेल्यामुळे प्रेतं कडक झाली होती आणि त्याला जोर लावून त्यांचे जबडे उघडावे लागत होते.

तू आलास तेव्हा तुला गॅस चेंबरमधलं काय दिसलं?

मला गॅस चेंबरमधून प्रेतं बाहेर काढायचं काम तेव्हा करावं लागलं नव्हतं, पण त्यानंतर मी ते अनेकदा केलं. हे काम करणारे सुरुवातीला आपल्या हातांनी प्रेतं खेचू लागत, पण थोड्याच वेळात त्यांचे हात घाण आणि बुळबुळीत होत. थेट

झाँडरकमांडो : प्रथमप्रवेश दीक्षा

'पूर्णपणे कार्यान्वित झालेले क्रिमेटोरियम क्रमांक ३'. डेव्हिड ओलेरे, १९४५
वॉश अॅण्ड चायना इंक ऑन पेपर.
घेट्टो फायटर्स म्युझियम, गॅलिली, इस्राईल

प्रेतांना स्पर्श करण्याऐवजी ते थोडा कपडा वापरून बघत; पण अर्थातच तो कपडाही थोड्याच वेळात घाण आणि ओला होत असे. म्हणून लोकांना कसंतरी काम उरकावं लागे. कुणी पट्ट्याला अडकवून प्रेतं खेचत. पण यामुळे खरं तर काम आणखी कठीण होत असे. कारण पट्टा बांधणं आणि तो सोडणं हे त्यांना सतत करावं लागे. शेवटी चालताना वापरायच्या काठीला मान अडकवून प्रेतं खेचत नेणं, सर्वांत सोयीचं पडे.

तुम्हाला 'डेव्हिड ओलेरे'[३]च्या एका चित्रात हे स्पष्टपणे बघायला मिळतंय.

तिथे चालताना वापरण्याच्या काठ्यांचा तुटवडा नव्हता. कारण अनेक वृद्धांना मृत्यूच्या तोंडी दिलं गेलं होतं. निदान त्यामुळे आम्हाला आमच्या हातांनी प्रेतं खेचून न्यावी लागत नव्हती आणि आमच्या दृष्टीनं हे खूपच महत्त्वाचं होतं. प्रेतांशी संपर्क या दृष्टीनं नव्हे, अर्थात तोही वाईटच होता... कारण असं होतं, की त्यांना मृत्यू काही शांतपणे आलेला नव्हता. तो अगदी वाईट, घाणेरडा मृत्यू होता. लादला गेलेला, अवघड आणि प्रत्येकानं वेगळ्या रीतीनं अनुभवलेला!

मी आजवर कधीही याबद्दल बोललेलो नाही. त्याचं मनावर इतकं दडपण येतं, त्यानं इतकं दु:ख होतं, की गॅस चेंबरमधील त्या दृश्यांबद्दल बोलणं मला अवघड जातं. त्या जिवांच्या धडपडीमुळे खोबणीतून डोळे बाहेर आलेली प्रेतं आम्हाला दिसत. इतर काही रक्तानं माखलेले असत किंवा स्वत:च्या, दुसऱ्याच्या मलमूत्रानं बरबटलेले असत. त्यांना वाटत असलेली भीती आणि विषारी गॅस यांचा त्यांच्यावर जो परिणाम होत असे, त्यामुळे मरणापूर्वी त्यांच्या देहातून सारं काही बाहेर पडत असे.

काही देह लालभडक दिसत, काही फिकुटलेले दिसत. कारण प्रत्येकाची प्रतिक्रिया वेगळी होत असे; पण त्या साऱ्यांनाच यातनामय मरण आलेलं असे. लोकांना बरेचदा वाटतं, की गॅस आत फेकला जाई आणि बस्स! माणसं मरत! पण तो कसला भीषण मृत्यू असे!... एकमेकांना घट्ट पकडलेले देह आमच्या नजरेला पडत. प्रत्येक जण थोडीशी हवा मिळवण्याची अतीव धडपड करत असे.

---

३. डेव्हिड ओलेरे (David Ole're) – मूळ पोलंडचा असलेला हा ज्यू-फ्रेंच पेंटर फ्रान्समधून मार्च १९४३ मध्ये हद्दपार झाला. त्याला ऑश्विट्झ-बिर्केनॉला पाठवलं गेलं आणि तिथे तो क्रिमेटोरियम-३च्या झाँडरकमांडोमध्ये काम करू लागला. श्लोमोप्रमाणेच तोही या खास तुकडीतून वाचलेल्यांपैकी एक आहे. सुटल्याबरोबर त्याने काढलेली ही चित्रं गॅस चेंबरच्या नष्ट करणाऱ्या यंत्रणेवर प्रकाश पाडणारी दुर्मिळ दृश्यं– प्रतीकं– आहेत. त्याच्या मुलाच्या, Alexandre Olere याच्या परवानगीनं डेव्हिडच्या चित्रांपैकी काही चित्रं इथे आम्ही पुनर्मुद्रित केली आहेत. ती श्लोमोच्या वर्णनाला दुजोरा देत आहेत. या पुस्तकाच्या शेवटी दिलेली डेव्हिड ओलेरेवरील ऐतिहासिक टिपणी पाहा.

झाँडरकमांडो : प्रथमप्रवेश दीक्षा

'कपडे उतरवण्याच्या खोलीतील दृश्य'. डेव्हिड ओलेरे, १९४६.
वॉश अॅण्ड चायना इंक ऑन पेपर. घेट्टो फायटर्स म्युझियम, गॅलिली, इस्राईल

गॅस जमिनीवर ओतला जात असे आणि तो खालून ॲसिड पसरवत असे. त्यामुळे जरी त्यांना एकमेकांच्या अंगावर चढावं लागत असलं, तरी शेवटचं माणूस मरेपर्यंत प्रत्येक जण थोडी हवा मिळवण्याचा प्रयत्न करत राही.

मला स्वत:ला असं वाटतं, मी खात्रीनं म्हणू शकत नाही, पण मला वाटतं, की अनेक लोक आत गॅस ओतला जाण्यापूर्वीच मरण पावत असत. त्यांना इतक्या दाटीवाटीनं आत कोंबलं जाई, की सर्वांत लहान आणि सर्वांत अशक्त नक्कीच गुदमरून जात असणार. एका विवक्षित क्षणी त्या दडपणाखाली, त्या धास्तीपोटी माणूस स्वार्थी बनतो आणि तो फक्त एकाच गोष्टीचा विचार करतो- स्वत:ला कसं वाचवायचं! गॅसचा असा परिणाम होत असे. आम्ही दरवाजा उघडल्यावर नजरेला पडणारं दृश्य भयानक असे; ते कशा प्रकारचं असेल, याची कुणी कल्पनाही करू शकणार नाही.

सुरुवातीचे काही दिवस जरी भूक माझी आतडी कुरतडत असली, तरी आम्हाला दिलेल्या ब्रेडच्या तुकड्याला स्पर्श करणं मला अशक्य होई. ती दुर्गंधी माझ्या हातांना चिकटून राहिलेली असे. त्या मृत्यूंमुळे मी अस्वच्छ झालो आहे, असं मला वाटत राही. काळ उलटल्यावर हळूहळू आम्हाला साऱ्याची सवय करून घ्यावी लागली. ज्याचा आम्ही विचार करू शकत नव्हतो, असा तो दिनक्रम बनला.

दर वेळेस नवा काफिला येऊन पोहोचला, की काय होत असे, हे तुला तपशीलवार सांगता येईल का?

दर वेळेस नवा काफिला येऊन पोहोचला, की लोक क्रिमेटोरियमच्या मोठ्या दरवाजानं आत शिरत आणि त्यांना भुयारातल्या जिन्याकडे पाठवलं जात असे. तो जिना कपडे काढायच्या खोलीकडे जात असे. इतके सारे लोक असत, की लांबलचक नागासारखी रांग बाहेरपर्यंत पसरत असे. पहिला माणूस आत शिरत असताना शेपटचा अद्याप शंभर एक यार्ड अंतरावर असे.

रॅम्पवर निवड होत असे, तेव्हा बायका, मुलं आणि म्हातारे यांना प्रथम आत पाठवत. पुरुष नंतर येत. कपडे उतरवायच्या खोलीत भिंतींवर आकडे घातलेले होते आणि तिथे कोट अडकवायचे हुक होते. तसंच लाकडी फळ्या होत्या, त्यांच्यावर बसून लोक कपडे उतरवू शकत असत. त्यांची पूर्णपणे दिशाभूल करण्यासाठी जर्मन लोक या लोकांना सांगत असत, की त्यांनी हे नंबर लक्षात ठेवावेत म्हणजे शॉवरमधून बाहेर आल्यावर त्यांना त्यांच्या गोष्टी सहज सापडू शकतील. काही काळानं ते त्यांना लेसनं बूट एकमेकांना बांधून टाकायलाही सांगू लागले.

यामागला खरा हेतू होता, की या गोष्टी कनादा कमांडो (Kanada Kommando) येथे पोहोचल्या, की त्या पटापट वेगळ्या करता याव्यात. या सूचना बहुधा उभा असलेला सीक्रेट सर्व्हिसचा गार्ड देत असे; परंतु कधीकधी या हद्दपार

झाँडरकमांडो : प्रथमप्रवेश दीक्षा

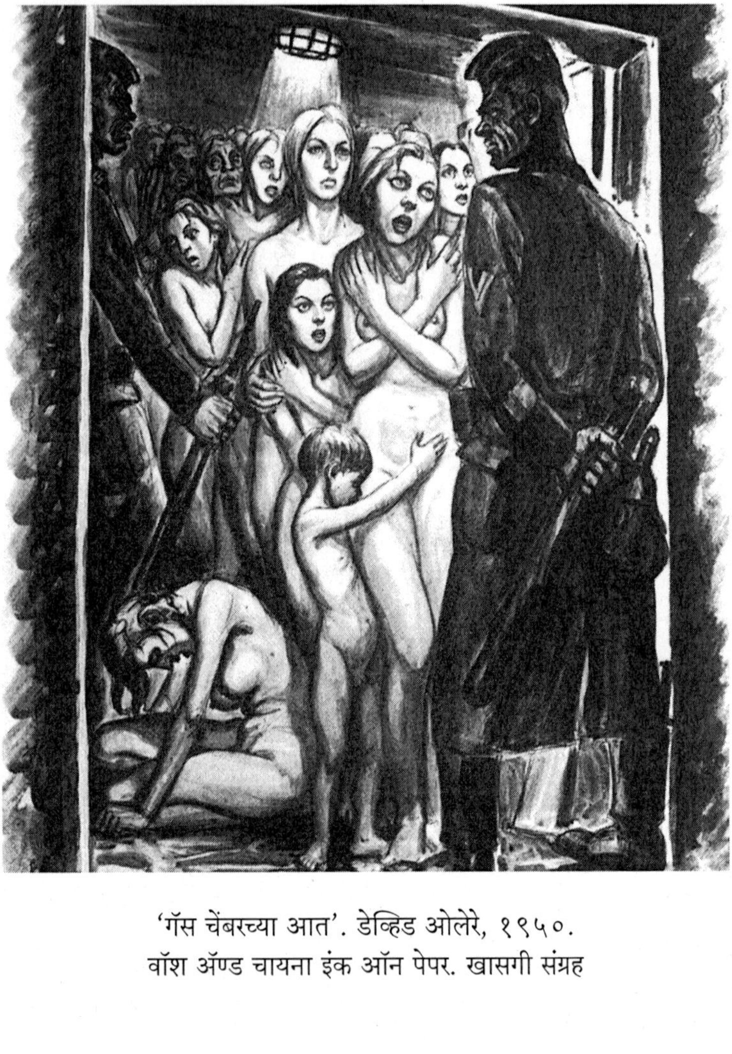

'गॅस चेंबरच्या आत'. डेव्हिड ओलेरे, १९५०.
वॉश ॲण्ड चायना इंक ऑन पेपर. खासगी संग्रह

झालेल्या लोकांची भाषा जाणणारा झाँडरकमांडोचा माणूसही त्यांना थेट या सूचना करत असे. लोक शांत राहावेत आणि त्यांनी पटापट आत जावं, गोंधळ घालू नये म्हणून जर्मन लोक त्यांना आश्वासनही देत असत, की निर्जंतुकीकरणानंतर त्यांना लगेचच जेवण दिलं जाईल. बऱ्याच स्त्रिया रांगेत प्रथम जावं आणि हे सारं पटापट एकदाचं उरकून टाकावं, म्हणून भराभर आत जात, कारण मुलं घाबरून त्यांच्या आयांना चिकटलेली असत. इतरांपेक्षाही मुलांना हे सारं वेगळं, विचित्र, काळोखं आणि थंडगार वाटत असलं पाहिजे.

अंगावरले कपडे उतरवल्यावर बायका गॅस चेंबरच्या आत शिरून वाट पाहत असत. त्यांना वाटत असे, की त्या न्हाणीघरात आहेत आणि त्यांच्या डोक्यावर शॉवर्स आहेत. त्या खरोखर कुठे आहेत, हे त्यांना समजणं शक्य नव्हतं. एखाद्या बाईला पाणी येत नसलेलं पाहून समजा शंका आली आणि ती दरवाजाबाहेरच्या दोन जर्मन लोकांपैकी एकाला विचारू लागली, तर तिला ताबडतोब मारहाण करून जबरदस्तीनं आत पाठवलं जात असे. त्यामुळे प्रश्न विचारण्याची तिची सारी इच्छा नाहीशी होत असे.

त्यानंतर अखेरीस पुरुषांनादेखील गॅस चेंबरमध्ये ढकलण्यात येत असे. जर्मन लोकांना वाटत असे, की जर त्यांनी तीसेक तगड्या माणसांना सर्वांत शेवटी आत जायला लावलं, तर ते त्यांच्या ताकदीमुळे इतरांनाही आणखी आत ढकलतील. आणि खरोखरच ते जनावरं असल्याप्रमाणे त्यांच्यावर होणारा माराचा वर्षाव टाळण्यासाठी, खोलीत घुसण्यासाठी रेटारेटी करण्याखेरीज, त्यांच्यापुढे आणखी कोणताही मार्ग नव्हता. म्हणूनच मला वाटतं, की त्यातले खूप जण आत गॅस ओतण्यापूर्वीच मरत असतील किंवा मरणाच्या दारी गेलेले असतील.

या साऱ्या प्रक्रियेवर नियंत्रण ठेवणाऱ्या जर्मन लोकांना बरेचदा या मरणाच्या दारी असलेल्या लोकांना आणखी यातना पोहोचवताना मौज वाटत असे. गॅस आत सोडण्यासाठी येणारा सीक्रेट सर्व्हिसचा अधिकारी येण्याची वाट पाहत असताना, तो जर्मन गार्ड त्यांना घाबरवण्यासाठी दिव्यांची उघडमीट करून स्वतःची करमणूक करून घेत असे. त्यानं दिवे बंद केले, की गॅस चेंबरमधून वेगळाच आवाज ऐकू येई. लोकांच्या लक्षात येत असावे, की ते आता मरणार आहेत आणि भयाने ते गुदमरून जात असावेत. मग तो पुन्हा दिवे चालू करत असे आणि कानावर सुटकेच्या निःश्वासासारखा आवाज पडत असे. जणू काही लोकांना वाटे, की हे काम रद्द झालं आहे.

मग एकदाचा गॅस घेऊन येणारा जर्मन हजर होई. गॅस चेंबरवरची बाहेरची झडप उघडण्यासाठी त्याला झाँडरकमांडोच्या दोन माणसांची मदत लागे. त्यानंतर तो झायक्लॉन-बी (Zyclon-B) त्या फटीतून आत ओतत असे. ती झडप खूप जड, सिमेंटची बनवलेली होती. जर्मन ती स्वतः उचलायच्या फंदात कधीच पडला नसता, कारण त्यासाठी आम्हा दोघांची गरज लागत असे. कधीकधी मी त्यांपैकी

एक असे. कधी इतर जण असत. आम्ही ते झाकण उघडत होतो आणि आत गॅस ओतल्यावर ते जागेवर ठेवत होतो, हे कबूल करणं अतिशय दु:खकारक आहे. त्यामुळे मी आधी कधीही त्याबद्दल बोललो नाही; पण तसंच होत होतं.

सीक्रेट सर्व्हिसचा माणूस गॅस मास्क वापरत असे का?

नाही. गॅस आत ओतताना किंवा दरवाजा उघडताना कधीही कुण्या जर्मननं गॅसमास्क वापरलेला मला दिसला नाही. मला माहीत आहे, की ते गॅसमास्क वापरत असत असं अनेकांनी म्हटलं आहे. इतर क्रिमेटोरियात ते वापरत असतील; पण मी जिथं काम करत असे, त्या क्रिमेटोरियममध्ये कुणीच ते वापरले नाहीत. त्याची काही जरूरही नव्हती, कारण हे सारं भराभर होत असे. झाकण काढलं जाई, गॅस आत फेकला जाई आणि झाकण पुन्हा बंद केलं जाई. पण जर्मन फक्त गॅस आत ओतत असे. तो झाकण काढतही नसे किंवा परत बसवतही नसे.

एकदा गॅस आत टाकला, की दहा ते बारा मिनिटं लागत आणि त्यानंतर अखेरीस कानावर काहीही आवाज पडत नसे; कुणीही जिवंत नसे. जाड दरवाजात बसवलेल्या छिद्रातून पाहून जर्मन गार्ड खात्री करून घेत असे, की खरोखरच प्रत्येक जण मरण पावला आहे. (या जाड दरवाजाला आतल्या बाजूनं लोखंडी सळया बसवल्या होत्या, म्हणजे आतल्या लोकांना काच फोडणं जमलं नसतं.) प्रत्येक जण खरोखरच मरण पावला आहे, अशी त्याची एकदा खात्री पटली, की तो दरवाजा उघडून व्हेंटिलेशन सिस्टीम (हवा खेळती ठेवणारी यंत्रणा) चालू करून लगेच बाहेर निघत असे. वीस मिनिटं मशीन आत हवा सोडत असण्याचा प्रचंड, धडधड आवाज कानांवर येत असे. मग सरतेशेवटी आम्हाला आत जाऊन गॅस चेंबरमधली प्रेतं बाहेर काढणं सुरू करता येई. भयंकर, उग्र वासानं ती खोली भरून गेलेली असे. तो उग्र वास गॅसचा असे, की मानवी देहांचा आणि त्यांच्या मलमूत्र उत्सर्जनाचा असे, हे आम्हाला कळत नसे.

तुम्हाला नेमकं काय करावं लागे?

मला मोठी कैची देण्यात आली होती आणि मला बायकांचे केस कापून टाकायचे असत. मी फक्त लांबसडक असलेले केसच कापत असे आणि पुरुषांना हातही लावत नसे. लांब केस खूप उपयुक्त असत आणि कापायला आणि हलवायला सोपे पडत. ती भलीमोठी कैची वापरून केस कापण्यासाठी दोन्ही हात वापरावे लागत. मग ते केस उचलून मोठ्या थोरल्या पोत्यात भरले जात. एका बाजूला ठेवलेली केसांची पोती उचलून घेऊन, ती गावातल्या जमा करण्याची जागी पोहोचवण्यासाठी ठराविक वेळानं एक ट्रक येत असे.

केस कापण्याचं आणि सोन्याचे दात उपटून काढण्याचं काम पूर्ण झालं, की दोन लोक येत आणि ती प्रेतं इमारतीच्या तळमजल्यापर्यंत विद्युतदाहिनीत पोहोचवणाऱ्या लिफ्टमध्ये भरत असत. इतर सारं, कपडे काढायची खोली, गॅस चेंबर हे सर्व भुयारात होतं. प्रेतं लहान-मोठी, जाड-बारीक असतील त्याप्रमाणे सात ते दहा प्रेतं लिफ्टमध्ये भरत. वरच्या मजल्यावर दोन लोकं ती प्रेतं उचलून रिकामी लिफ्ट परत पाठवत. लिफ्टला दरवाजा नव्हता. एका बाजूला भिंत होती. वरच्या मजल्यावर पोहोचल्यावर मात्र, उलट बाजूला प्रेतं उतरवली जात. मग ती खेचून विद्युतदाहिनीसमोर दोन-दोन अशी रचली जात.

प्रत्येक झडपेपुढे तीन माणसं प्रेतं ओव्हनमध्ये टाकण्यासाठी उभी असत. एका स्ट्रेचरवर प्रेतं आडवी ठेवलेली असत. स्ट्रेचरवरच्या दोन बाजूंना उभी असलेली माणसं, त्याखाली लाकडाचं लांब दांडकं घालून ते स्ट्रेचर उचलत. ओव्हनकडे तोंड करून उभा असलेला तिसरा माणूस, स्ट्रेचर विद्युतदाहिनीत ढकलण्यासाठी वापरली जाणारी मूठ धरून उभा असे. त्यांना प्रेतं आत ढकलून ते स्ट्रेचर, त्याचं लोखंड फार गरम होण्यापूर्वी, पटकन बाहेर काढावं लागे.

झाँडरकमांडोतील लोकांना, प्रेतं हलवण्यापूर्वी स्ट्रेचरवर पाणी ओतायची सवय लागली होती. नाहीतर ती प्रेतं तापलेल्या लालभडक लोखंडाला चिकटून राहत असत. असं झालं, तर काम फार अवघड होऊन बसे. कारण ती प्रेतं चिमट्यानं बाहेर खेचून काढावी लागत आणि कातडी लोखंडाला चिकटून राही. असं झालं, की या साऱ्या प्रक्रियेला फार वेळ लागे आणि जर्मन लोक आम्ही जाणूनबुजून कामात विघ्न आणतो आहोत, असा आमच्यावर आरोप करण्याचा संभव असे. म्हणून आम्हाला पटापट आणि चातुर्यानं काम करावं लागे.

डेव्हिड ओलेरेच्या चित्रात ओव्हनपुढे (विद्युतदाहिनीपुढे) पाण्याचा ओहोळ दिसतो आहे...

लिफ्टपासून ओव्हनपर्यंत प्रेतं सुलभपणे आणता यावीत म्हणून त्याचा वापर केला जाई. या मार्गावर पाणी ओतलं जाई आणि त्यावरून सुलभतेने घसरवत प्रेतं हलवता येत. बंकर-२ मध्ये आमचे पाय आणि देहसुद्धा चिखलात रुतत होते, तसं हे नव्हतं. गॅस चेंबरमधून प्रेतं बाहेर काढताना, जमिनीवर पाणी ओतायची गरज नसे, कारण जमीन साऱ्या गोष्टींमुळे- अगदी साऱ्या गोष्टींमुळे रक्त, विष्ठा, मूत्र, उलटी- साऱ्यामुळे ओली झालेली असे. कधीकधी आम्ही त्यात घसरत असू.

मी म्हटलं, की सर्वसाधारणत: मी केस कापत असे; परंतु कधीकधी थकून गेलेल्या मित्राला मदत करण्यासाठी मी गॅस चेंबरमध्ये काम करत असे. माझं काम त्या मानानं सोपं होतं आणि मी त्याला थोडी विश्रांती मिळावी किंवा थोडी ताजी

झाँडरकमांडो : प्रथमप्रवेश दीक्षा

'आमचे केस, आमचे दात आणि आमची राख'. डेव्हिड ओलेरे, १९४६.
वॉश अ‍ॅण्ड चायना इंक ऑन पेपर. याडवाशेम, जेरुसलेम, इस्त्राईल

एकवीस वर्षीय श्लोमो.
अथेन्स, १९४४.
हद्दपार होण्यापूर्वी
काही आठवडे अगोदर.
(डी.आर.)

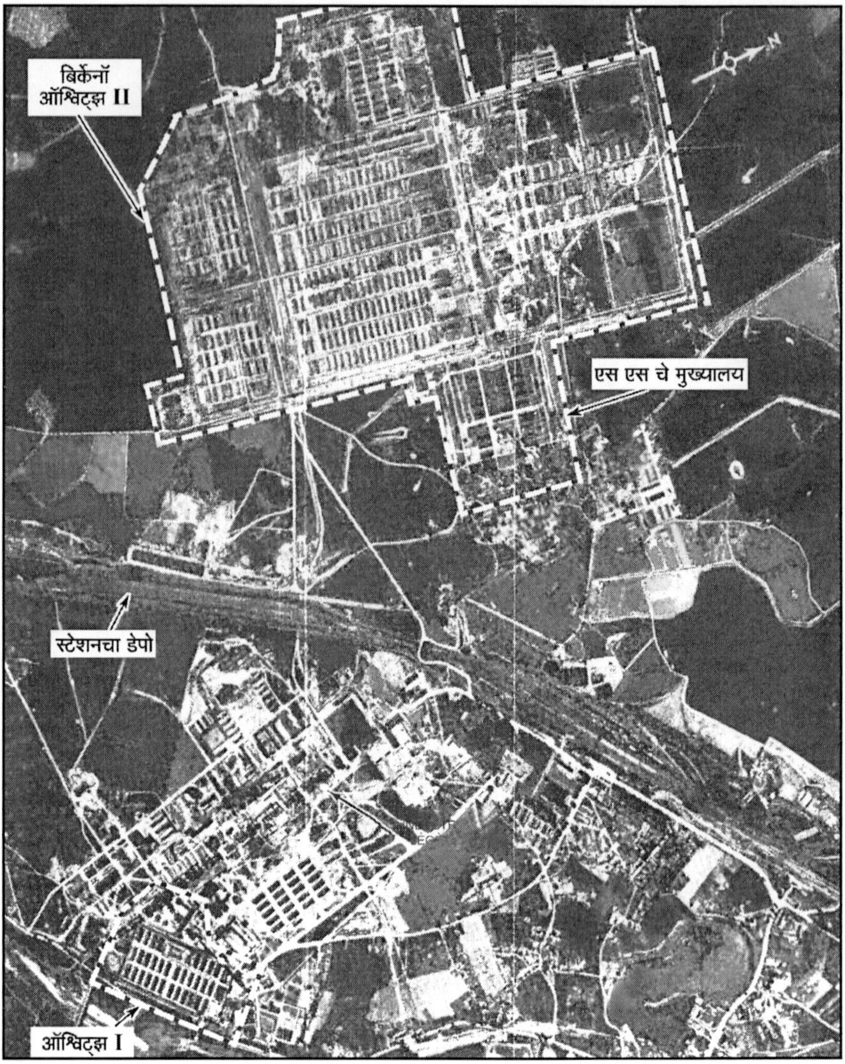

ऑश्विट्झ I आणि ऑश्विट्झ II यांच्यासहित ऑश्विट्झ संकुलाच्या गटाचे हवाई दृश्य. या दोन्ही कॅम्प्सच्या मध्ये युदेनरॅम्पे या नावाने ओळखला जाणारा रेल्वेमार्ग होता. या रॅम्पवर ज्यूंच्या लोंढ्यांचे आगमन होत असे व तेथे त्यांना वेगळे करण्यात येई. मे, १९४४पर्यंत याचा उपयोग केला गेला. त्यानंतर याची जागा बानरॅम्पने घेतली. त्यातून बळींना कॅम्पमधील अंतर्गत भागात, क्रिमेटोरियम II आणि IIIमध्ये नेण्यात येऊ लागले.
(शोहा स्मारक / CDJC)

बिर्केनॉच्या टेहळणीकरता ब्रिटिश हवाई दलाने घेतलेली, हवाई छायाचित्रे. कम्यूनच्या चरातून धूर उठताना दिसत आहे. (द एरीयल रिकोनेसां आर्काइव्हज)

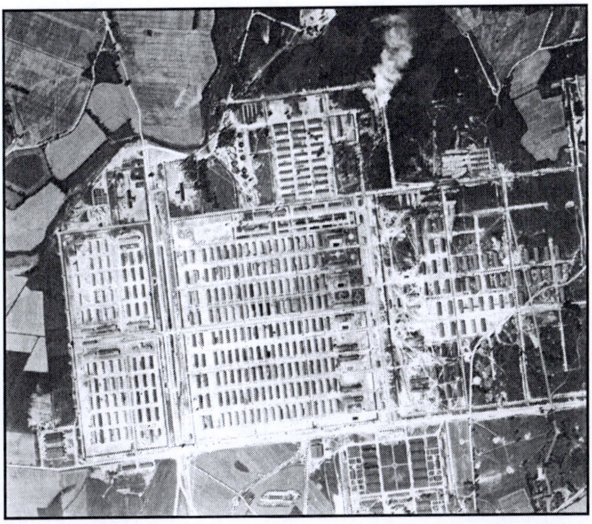

क्रिमेटोरियम II आणि III यांचे दृश्य. ज्यां-क्लॉद प्रेसॅक यांची तपशीलवार टिप्पणी. (शोहा स्मारक /CDJC)

North
B I
B II
B III
B Ia
B Ib
B IIa
B IIb
B IIc
B IId
B IIe
B IIf
K II
K III
K IV
K V
मुख्य रस्ता
लागर रस्ता
रिंग रस्ता

ॲलेक्स या नावाने ओळखल्या जाणाऱ्या ऑश्विट्झविरोधी चळवळीतील अज्ञात सदस्याने छुप्या पद्धतीने घेतलेल्या पाच फोटोंच्या मालिकेतील एक फोटो. ऑगस्ट १९४४मध्ये क्रिमेटोरियम Vमधील आतल्या भागाच्या काढलेल्या या छायाचित्रामध्ये उघड्या जागी आपले कपडे उतरवून क्रिमेटोरियम Vमधील गॅस चेंबरमध्ये प्रवेश करत असलेल्या नग्न महिला दाखवल्या गेल्या आहेत.
(CDJC / PMO, पँट्सव्होव म्युझियम ऑस्विसिम).

ऑश्विट्झ-बिर्केनॉचा आराखडा (इन्स्टिट्यूट याद वाशेम / फाउंडेशन फॉर द मेमरी ऑफ शोआह)

A मुख्य पहारेकऱ्याचे स्थान (ऑब्झर्वेशन पोस्टसहित)
B I कॅम्पचा पहिला सेक्टर
B II कॅम्पचा दुसरा सेक्टर
B III कॅम्पचा बांधण्यात येत असलेला तिसरा सेक्टर (मेक्सिकन)
B I a महिलांचा कॅम्प
B I b सुरुवातीला पुरुषांचा आणि १९४३ नंतर महिलांचा कॅम्प
B II a क्वारन्टाईनचा कॅम्प
B II b टेरेझिनच्या ज्यूंसाठी फॅमिली कॅम्प
B II c हंगेरीतील ज्यूंकरता कॅम्प
B II d पुरुषांसाठी कॅम्प
B II e कॅम्प
B II f कैद्यांसाठी रुग्णालय
C एस एसच्या बराकी
D ठार केलेल्या कैद्यांच्या लुटलेल्या वस्तू ठेवण्याचे भांडार
E कॉन्हॉय ज्याच्यावर आणले जात व जेथून त्यांना निवड करायला नेले जात असे तो रॅम्प
G मृतदेह जेथे जाळण्यात येत त्या लाकडाच्या शेड्स
H सोविएत युद्धकैद्यांचे कम्यूनचे खंदक
K II गॅस चेंबर आणि क्रिमेटोरियम II
K III गॅस चेंबर आणि क्रिमेटोरियम III
K IV गॅस चेंबर आणि क्रिमेटोरियम IIV
K V गॅस चेंबर आणि क्रिमेटोरियम V
M 1 तात्पुरता दुसरा गॅस चेंबर (गुलाबी इमारत)
M 2 तात्पुरता दुसरा गॅस चेंबर (पांढरी इमारत)
S शॉवरबाथ आणि रजिस्ट्रेशन (सौना) वॉश रूम्स आणि शौचालये

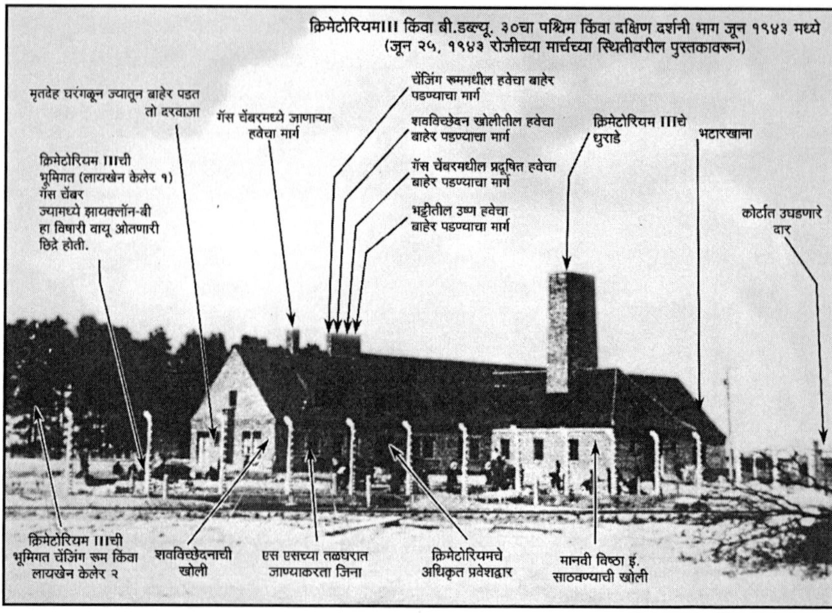

क्रिमेटोरियम IIIचा फोटो ज्यां. क्लॉद प्रेकाक याने केलेली नोंद
(CNRS आवृत्ती, १९९३ APMO 20995/507)

क्रिमेटोरियम IIचे कल्पनाचित्र. डावीकडे जमिनीखाली कपडे काढायची खोली. उजवीकडे नेहमीच जमिनीखाली असणारा गॅस चेंबर (क्लार्सफेल्ड फाउंडेशन).

हंगेरीतील ज्यूंचा ताफा कॅम्पमध्ये दाखल झाल्यावर एका एस् एस्ने घेतलेले छायाचित्र. हे छायाचित्र *L'Album d'Auschwitz* यातील आहे.
क्रिमेटोरियम IIकडे पाठवल्या जाणाऱ्या या लोकांच्या मागे क्रिमेटोरियम IIIमधील भट्टीचा भाग स्पष्ट दिसत आहे. इन्स्टिट्यूट याद वाशेम /शोहा स्मारक.

सुरू होण्यापूर्वी काही आठवडे क्रिमेटोरियम IIच्या भट्ट्यांचे सर्वसाधारण दृश्य. (ऑश्विट्झ बिर्केनॉ वस्तुसंग्रहालय)

लिबरेशननंतर क्रिमेटोरियम IIचे अवशेष. पहिल्या योजनेप्रमाणे १९४४च्या उन्हाळ्याच्या अखेरीस झाडांची खोडे कापून त्या आवरणाखाली ही जागा लपवण्याची आखणी होती.

मार्च, २००४मध्ये बिर्केनॉ येथील क्रिमेटोरियम IIच्या अवशेषांसमोर श्लोमो माहिती देत असताना. त्यांच्या शेजारी ऑश्विट्झ बाबतचे इतिहासतज्ज्ञ मार्सेलो पेझेली. (सारा बर्गर)

श्लोमो आणि आब्राहाम द्रेगाँ (झाँडरकमांडो येथील पूर्वीचे नागरिक), इस्त्रायल, जुलै, २००४ (मार्सेलो पेझेली)

श्लोमो आणि लेम्फे पिलीस्झको (झाँडरकमांडोचे सदस्य आणि क्रिमेटोरियम IIचे पूर्वीचे कापो). इस्त्रायल जुलै, २००४ (मार्सेलो पेझेती)

बिर्केनॉमध्ये (डावीकडून उजवीकडे): आब्राहाम द्रेगाँ, एलिझर आयमेनश्मिड्ट, याकोबा गाब्बाई, जोसेफ सॅकार (मागे) आणि शॉल हाझान. (मार्सेलो पेझेती)

श्लोमो, त्यांचे बंधू मॉरीस व्हेनेत्सिया आणि नातेवाईक दॅरीयो गाब्बाई यांच्या समवेत.

हवा मिळावी, म्हणून आमच्या कामांची अदलाबदल करायचं कबूल करत असे. सुरुवातीला प्रेतं बाहेर खेचणं, सर्वांत अवघड गेलं. कारण मदत होईल असं आमच्यापाशी काहीच नव्हतं. देह एकमेकांत गुंतून गेलेले आणि वेडेवाकडे झालेले असत. पाय इकडे, डोकी तिकडे. प्रेतं तीन फूट, कधीकधी चार फूट किंवा त्याहूनही जास्त उंचीच्या ढिगांमध्ये असत.

एकदा ती खोली रिकामी झाली, की पूर्णपणे साफ करावी लागे. कारण भिंती आणि जमीन अत्यंत घाणेरडी झालेली असे आणि जमिनीवर आणि भिंतींवर रक्त आणि इतर गोष्टींचे अवशेष दिसल्यावर, न घाबरता नवे लोक आत आणणं अशक्य झालं असतं. आम्हाला प्रथम जमीन स्वच्छ करावी लागे. ती सुकण्याची वाट पाहावी लागे आणि नंतर भिंतींना चुन्याचा पांढरा हात मारावा लागे. व्हेंटिलेटर हवा स्वच्छ करत राही. अशा तऱ्हेने नवा काफिला आणण्यासाठी सारं तयार राही. जरी आत येताना लोकांना जमीन ओली दिसली, तरी त्यांना त्यात काही शंकास्पद वाटत नसे. कारण त्यांना निर्जंतुक होण्यासाठी शॉवर घ्यावा लागणार आहे, असं त्यांना सांगितलेलं असे.

तर मग, गॅस चेंबरमधले सारे अवशेष नाहीसे केले जात आणि प्रेतं जाळल्यानंतर ओव्हनमध्ये जमणाऱ्या राखेचं काय होत असे?

काहीही खूण उरू नये म्हणून राखही हलवावी लागे. खरं तर ओटीपोटाखालची हाडं ओव्हनमध्ये किंवा खंदकांमध्ये नीट जळत नसत. म्हणून सर्वांत जाड हाडं बाहेर काढून त्यांचं चूर्ण करून राखेत मिसळावं लागत असे. ही गोष्ट इमारतीमागच्या क्रिमेटोरियमच्या पटांगणात केली जात असे. क्रिमेटोरियम-३ मध्ये हॉस्पिटल आणि जिप्सी-कॅम्पच्या जवळच्या कोपऱ्यात हाडांचं चूर्ण करण्याचं काम केलं जात असे. एकदा राखेचं अगदी बारीक चूर्ण झालं, की ती छोट्याशा गाडीतून हलवली जात असे. ठराविक अवधीनं एक ट्रक येऊन ती नदीत टाकत असे. कधीकधी मी कामांची अदलाबदल करून हाडांचं चूर्ण करणाऱ्या माणसाची जागा घेत असे. त्यामुळे मला थोडी ताजी हवा मिळत असे आणि विद्युतदाहिनीच्या जाचक, सडक्या वातावरणातून सुटता येत असे.

गॅसनं मारण्याची आणि जाळण्याची प्रक्रिया कधीतरी थांबत असे का?

नाही. आम्ही दिवसपाळी आणि रात्रपाळी अशा दोन पाळ्यांमध्ये काम करत असू; पण काम कधीही थांबत नसे. ती सतत चालणारी, अखंड प्रक्रिया होती. फक्त एकदाच धुराड्यात काहीतरी प्रश्न उद्भल्यामुळे आम्हाला दोन दिवस थांबावं लागलं. फार तापल्यामुळे काही विटा वितळल्या होत्या आणि त्यामुळे या

झाँडरकमांडो : प्रथमप्रवेश दीक्षा

'ओव्हन असलेल्या खोलीत'. डेव्हिड ओलेरे, १९४५.
वॉश अ‍ॅण्ड चायना इंक ऑन पेपर. घेट्टो फायटर्स म्युझियम, गॅलिली, इस्त्राईल

जळण्यात अडथळा येत होता. जर्मन लोकांसाठी दोन दिवस कामात खंड पडणं, ही दु:सह गोष्ट होती. पोलंडच्या एका तरुण ज्यू माणसानं काजळी आणि उष्णतेपासून स्वत:चा बचाव करण्यासाठी स्वत:ला पोत्यांनी आच्छादून घेतलं आणि अडथळा आणणाऱ्या विटा बाहेर काढण्यासाठी त्यानं धुराड्याचा पाया उघडा केला. मानवी चरबीनं लपेटल्या जाऊन त्या विटा चकाकत असलेल्या मला दिसल्या.

दोन दिवसांचा हा खंड पडल्यामुळे शेवटल्या तीनशे प्रेतांवर काम सुरू करणं फारच अवघड वाटलं. गरमीनं ती प्रेतं कुजून गेली होती; पण नैसर्गिक मरण आलेल्यांचे देह जसे कडक होतात, तसे ते कडक झाले नव्हते. गॅसने मेलेले देह कुजून गेले होते. एक प्रेत बाहेर खेचायचा प्रयत्न केला, तेव्हा त्याची कातडी निघाली आणि ते तुकडे माझ्या हातांना चिकटून बसले. ते फारच भयानक होतं.

तर मग नवा काफिला येताक्षणी काम ताबडतोब चालू होत असे आणि लोक कपडे उतरवण्याच्या खोलीत असताना तुला काय करावं लागे?

बहुधा माझं काम सुरू करण्यापूर्वी मी थोडा आराम घेत असे. पण कधीकधी सारं शक्य तेवढ्या शांतपणे पार पडावं, म्हणून मीदेखील त्या खोलीत जाऊन मदत करत असे. तिथे आम्ही फार जण राहू शकत नव्हतो, थोडेच जण राहू शकत होतो. जे लोक लवकरच मृत्युमुखी पडणार आहेत, त्यांच्या यातना, थोड्याशा का होईनात कमी करू पाहण्याच्या आमच्या प्रयत्नांना सहकार्य म्हणायचं की नाही, हे मला ठाऊक नाही. उदाहरणार्थ, मी वृद्धांना कपडे उतरवण्यासाठी मदत करत असे आणि मारापासून लोकांना वाचवू पाहत असे.

एकदा मला दोन मुली आणि त्यांची आई दिसली. त्या मुली बारा वर्षांच्या असाव्यात. त्या कपडे उतरवत नव्हत्या. त्या भयभीत होऊन इतरांकडे पाहत खिळून नुसत्या उभ्या राहिल्या होत्या. त्या बेल्जियमहून आलेल्या होत्या. त्या नक्कीच सुखवस्तू, उच्चभ्रू कुटुंबातल्या होत्या. त्यांना फटके बसू नयेत, म्हणून मी त्यांच्याशी फ्रेंचमध्ये, निदान मोडक्या-तोडक्या फ्रेंचमध्ये बोलू लागलो. मी तिला म्हटलं, "मॅडम, लवकर आटपा, कारण जो जर्मन येतो आहे. तो तुम्हाला मारहाण करेल, ठार करेल." माझ्या लक्षात आलं, की सर्वांपुढे कपडे उतरवायचा तिला संकोच वाटत होता. म्हणून मी तिला म्हटलं, "हे पाहा, साऱ्यांना काही तुम्ही नजरेला पडणार नाहीत, तुम्ही काळजी करू नका." आणि त्यांना थोडा आडोसा मिळावा म्हणून, मी माझी पाठ करून त्यांच्यापुढे उभा राहिलो. डोळ्यांच्या कोपऱ्यातून मी बघितलं, की अखेरीस त्यांनी कपडे उतरवायचं ठरवलं. जर जर्मनने त्यांना पाहिलं असतं, तर त्यानं त्यांना नक्कीच मारहाण केली असती. निदान ते त्यांच्या वाट्याला येऊ नये, एवढं तरी मी साधलं. त्याही इतर सर्वांबरोबर आत गेल्या.

लोक तुला काही प्रश्न विचारू पाहत असत का?

नाही. मला आठवत नाही. त्यांच्या प्रवासानंतर ते पूर्णपणे भांबावून गेलेले असत आणि सध्या काय करायचंय त्यावरच त्यांचं लक्ष असे. काय घडणार आहे, त्याचा अंदाज बांधत काही जण नुसते उभे राहत. त्यांना कपडे उतरवायला निदान तास ते दीड तास लागत असे. कधीकधी दोन ताससुद्धा लागत. हे माणसामाणसांवर अवलंबून असे. जास्त म्हातारे लोक असले, की त्यांना जास्त वेळ लागत असे. गॅस चेंबरमध्ये सर्वांत आधी गेलेल्या लोकांना, तिथे तासापेक्षा जास्त वेळ वाट पाहावी लागत असे. काही बायका हे सारं लवकर आटपावं, म्हणून घाईघाईनं आत गेलेल्या असत. त्यांना वाटत असे, की सुरुवातीला आत जाणाऱ्यांना स्वच्छ न्हाण्या मिळतील; पण सरतेशेवटी त्यांनाच सर्वांत जास्त त्रास होत असे. कारण त्या तिथे उघड्यानं वाट पाहत असत.

कॅम्पमधील कैद्यांची निवड होऊन त्यांना मारण्यासाठी पाठवलं जाई, तेव्हा असंच घडत असे का?

ते कैदी फार क्वचित आमच्या क्रिमेटोरियममध्ये पाठवले जात. कॅम्पमध्ये होणारी निवड बरेचदा ज्यूंच्या मोठ्या सणांच्या वेळेस, जास्त वेळा यॉम किप्पूरच्या वेळेस केली जात असे आणि असं असलं, तरी समजा अशांचा गट तिथे आलाच, तर इतर साऱ्यांहून ते भीषण असे. त्यांना आधीच ठाऊक असे, की त्यांना गॅस चेंबरमध्ये, अटळ मृत्यूकडे पाठवलं जात आहे. झायक्लॉन-बी गॅस वाया न घालवता, गॅस चेंबरमध्ये पाठवून मारण्याइतक्या संख्येचे लोक जमले आहेत असं जर्मन लोकांना वाटेपर्यंत, या लोकांनी बहुधा एका बाजूच्या बराकीत वास्तव्य केलेलं असे. (गॅस चेंबरची) खोली खूप मोठी होती आणि आत जास्त संख्येने लोकांना कोंबलं, की जर्मन लोकांना थोडा गॅस वापरून त्यांना मारून टाकता येत असे.

बहुतकरून हे लोक आतापर्यंत इतके अशक्त, आजारी आणि निराश झालेले असत, की ते फारसा प्रतिकार करत नसत. पराकोटीच्या अशक्त अवस्थेला पोहोचलेल्या- अगदी हाडं आणि कातडं शिल्लक राहिलेल्या या कैद्यांना कॅम्पमधील परिभाषेत मुसलमान (Muselmanner) म्हणत असत.

लवकर न संपणाऱ्या लांबलचक हजेरीच्या वेळेस, ते थकव्यानं कोसळून ज्या अवस्थेत पडत असत, त्यावरून हा शब्द आला असावा, असं मला वाटतं. पडू नये म्हणून, ते शक्य तेवढं सारं काही करत. ताठ उभं राहावं म्हणून, उरलेली सारी शक्ती पणाला लावत; पण जेव्हा त्यांची उरलीसुरली शक्ती संपत असे, तेव्हा देहाच्या वजनानं त्यांचे गुडघे कोलमडत असत आणि त्यांची डोकी जड असत

आणि ती पुढे सरकत. ते नमाज पढणाऱ्या मुसलमानाच्या स्थितीत जमिनीवर कोसळत असत. जर कॅपोनं त्यांना तिथल्या तिथंच खलास केलं नाही, तर तो त्यांच्या आयडेंटिटी नंबरची नोंद करून पुढल्या निवडीच्या वेळेस वापरत असे.

आणि हे कैदी क्रिमेटोरियममध्ये आले की काय होत असे?

त्यांना बिनतक्रार कपडे उतरवावे लागत. जेव्हा असे फार लोक नसत, तेव्हा थेट मधल्या चौकाकडे जाणाऱ्या दरवाजानं जर्मन त्यांना जायला लावत असत. मला आठवतंय, एकदा त्यांनी उत्स्फूर्तपणे छोटंसं बंड पुकारलं. त्यांनी थोड्याशा पायऱ्या उतरून जायला नकार दिला आणि ते प्रवेशद्वारापाशीच उभे राहून रस्ता अडवून उभे राहिले आणि इतर कुणीच खाली जाऊ शकेना; पण त्यांना फारसं काही करायला वेळच मिळाला नाही. मोल फार दूर नव्हता, तो लगेच आला आणि ओरडू लागला. जेव्हा त्याला दिसलं, की त्याने काम होत नाहीये, तेव्हा त्यानं हाडांचं चूर्ण करण्यासाठी नेहमी वापरलं जाणारं मुसळ उचललं. साऱ्या शक्तीनिशी त्यानं ते त्याच्या सर्वांत जवळ उभ्या असलेल्यांच्या डोक्यांवर हाणलं. तो इतका दांडगा होता, की त्यानं त्यांच्या कवट्याच फोडल्या. इतरजण इतके भेदरून गेले, की ते कुठे चालले आहेत हे माहीत असूनही, त्यांना आत जाण्यावाचून पर्याय उरला नाही.

आणि जे लोक अतिशय अशक्त होते आणि ज्यांना ट्रकमधून क्रिमेटोरियममध्ये पाठवलं जात असे, त्यांच्या नशिबीसुद्धा हेच येत असे?

ट्रकमधून येणारे लोक बरेचदा आगगाडीच्या डब्यात मागे राहिलेले लोक असत. जेव्हा जेव्हा ट्रेन येत असे तेव्हा तेव्हा, आता चालू न शकणारे, आजारी, अपंग आणि वृद्ध लोक ट्रकमध्ये भरले जात आणि त्यांना क्रिमेटोरियमच्या पटांगणात उतरवलं जात असे; पण बहुधा त्यांना ४ किंवा ५ नंबरच्या क्रिमेटोरियममध्ये पाठवलं जात असे. त्यांना सहसा २ किंवा ३ नंबरच्या क्रिमेटोरियममध्ये पाठवत नसत. त्या इतर क्रिमेटोरियममध्ये जागा नसली, तरच त्यांना आमच्या क्रिमेटोरियममध्ये पाठवलं जात असे. बहुधा ते तिसाहून जास्तजण नसत. वाळू ओतावी, त्याप्रमाणे ट्रकमधून त्यांना फलाटावर टाकलं जाई. ते बिचारे एकमेकांच्या अंगांवर कोसळत. हे लोक नेहमीसुद्धा ताठ उभे राहू शकत नसत... त्यांना पडणं आणि अपमान दोहोंमुळे अतिशय यातना होत असल्या पाहिजेत. आम्हाला त्यांना उभं करून कपडे उतरवायला आणि इमारतीत न्यायला मदत करावी लागत असे. आत त्यांना एकेक करून निष्ठुरपणे मारून टाकायला सीक्रेट सर्व्हिसचा माणूस सज्ज असे.

आमच्यासाठी हे काम करणं सर्वांत अवघड जात असे... लोकांना मरणाकडे नेणं आणि त्यांना ठार केलं जात असताना त्यांना धरून ठेवणं, याहून आणखी काहीही

झाँडरकमांडो : प्रथमप्रवेश दीक्षा

'नग्न स्त्रिया खाली उतरवल्या जाताना' डेव्हिड ओलेरे, १९४६.
वॉश अॅण्ड चायना इंक ऑन पेपर. घेट्टो फायटर्स म्युझियम, गॅलिली, इस्त्राईल

जास्त कठीण नसेल. एकदा मला एका वृद्ध स्त्रीला कपडे उतरवायला मदत करावी लागली. साऱ्याच वृद्ध माणसांप्रमाणे ती तिच्या गोष्टी कवटाळून बसली होती आणि मग एक अनोळखी माणूस समोर आल्यावर ती बिचारी पूर्णपणे भांबावून गेली. दर वेळेस मी तिचे स्टॉकिंग उतरवू लागलो, की ती ते वर खेचत असे; मी एका बाजूचे खाली खेचले, की ती दुसरीकडचे वर खेचत असे. पण हे फार धोक्याचं बनत चाललं होतं, कारण जर जर्मनला फार वेळ वाट पाहावी लागली असती, तर माझ्या जिवावर बेतू शकलं असतं. काय करावं ते मला सुचेना... मी घाबरून गेलो. माझ्यापुढले सारे पर्याय संपले आहेत अशी मला तेव्हा झालेली भावना, मी अजूनही विसरू शकलेलो नाही. मी जोर लावून तिला पकडलं आणि जबरदस्तीनं तिचे स्टॉकिंग उतरवले. जरूर पडली असती, तर मी ते फाडून टाकून ओढून काढले असते. ती बिचारी स्त्री जमेल तेवढं वाचवू पाहत होती, पण तिचाही इतरांप्रमाणेच शेवट झाला.

अशा वेळेस सीक्रेट सर्व्हिसचा माणूस कुठे उभा असे?

जर तीन पायऱ्या चढून वर गेलात, तर ओव्हन असलेल्या खोलीत तुम्ही पोहोचायचात. त्याला वळसा घालून, जिथून राख बाहेर काढली जायची, त्या मागच्या बाजूला जावं लागे. जर्मन अगदी टोकाला, शेवटल्या ओव्हनच्या मागे लपून उभा असे. आम्ही वरच्या मजल्याच्या पायऱ्या चढून जायचं आहे असं भासवत, त्याच्या पुढून चालत राहत असू. कैद्यांच्या तो नजरेलाही पडत नसे आणि आम्ही त्याला ओलांडून पुढे गेलो, की तो पाठीमागून अगदी जवळून त्यांच्या मानेत गोळी झाडत असे. काही काळानं, त्यांनी ही पद्धत बदलून एअर-रायफल वापरायला सुरुवात केली, कारण पिस्तुलाची गोळी फार मोठी असे आणि फार जवळून झाडली गेल्यामुळे ती बळी गेलेल्याच्या कवटीच्या ठिकऱ्या उडवत असे. हे जर्मनच्या दृष्टीनं फारच नकोसं असे, कारण तो रक्तानं मारवून निघत असे.

बळी गेलेल्या बरोबर जाणाऱ्याला काय करायचं, ते बरोबर माहीत असावं लागे. त्याला त्या कैद्याचे कान पकडून हातभर अंतरावरून चालवावं लागे. मग जर्मन गोळी झाडत असे आणि तो माणूस जमिनीवर कोसळण्यापूर्वी आम्हाला काळजीपूर्वक त्याचं डोकं खाली करावं लागत असे. नाहीतर रक्ताचं कारंजं उसळत असे.

जर चुकून थोडंसं रक्त सीक्रेट सर्व्हिसच्या माणसाच्या अंगावर उडलं, तर तो आमच्यावर भडकत असे आणि तिथल्या तिथे आम्हाला शिक्षा करायला किंवा मारूनही टाकायला मागे-पुढे पाहत नसे. माझ्या भावाच्या बाबतीत जवळजवळ असंच घडलं. त्या वेळेस तो माझ्याबरोबर क्रिमेटोरियम-३ मध्ये आलेला होता. त्याला पुरेशा चटकन मरण पावलेल्यांचं डोकं खाली करता आलं नाही आणि त्या जर्मनच्या अंगावर रक्ताची चिळकांडी उडली. नशिबानं मी फारसा दूर नव्हतो

आणि मी मध्ये पडून जर्मनमध्ये म्हणालो, “तो माझा भाऊ आहे.” यामुळे मीसुद्धा अडचणीत येऊ शकलो असतो, पण त्याऐवजी तो जर्मन शांत झाला आणि त्यानं आम्हाला जाऊ दिलं. वेळोवेळी, जमेल तेवढं, माझा भाऊ नेहमी हे काम टाळण्याचा प्रयत्न करत असे.

माझ्यासाठी सर्वांत कठीण काम होतं, मृत माणसाला खाली पडू देणं. त्या माणसाचं वजन जाणवत असताना त्याला पडू देणं, त्याला मदत न करता पडू देणं. जरी तो माणूस आधीच मेलेला आहे हे मला माहीत असे आणि त्यानं हळुवारपणे पडावं म्हणून जरी मी शक्य तेवढं केलेलं असे, तरी तो देह जमिनीवर कोसळताना पाहून मी अस्वस्थ होत असे.

असं पाहा, झाँडरकमांडोमधील लोकांनाही अशा गोष्टी करणं भाग पडत असे, हे नाकारता येणार नाही किंवा अशा गोष्टी घडतच नव्हत्या किंवा हे असत्य आहे, असंही म्हणता येणार नाही आणि तरीही या बाबतीत मी जरी त्यांना ठार मारलं नसलं, तरी मी त्यात सहभागी होतो, असं मला वाटत असे, हे मी मान्य करतो. त्या नरकात आमच्यापुढे दुसरा पर्यायच नव्हता. आम्ही इतर काहीही करू शकत नव्हतो. जर मी तसं करायला नकार दिला असता, तर माझ्यावर झडप घालून इतरांना धडा शिकवण्यासाठी त्या जर्मनने मला तात्काळ ठार मारून टाकलं असतं. नशिबानं असे गट आमच्या क्रिमेटोरियममध्ये फार वेळा पाठवले जात नसत. फार तर दोन-तीन वेळा आले असतील.

क्रिमेटोरियम-५ मध्ये काय घडत असे, हे झाँडरकमांडोतील लोकांनी मला सांगितलं होतं. असं दिसतंय, की तिथे उघड्या आकाशाखाली पेटून धगधगणाऱ्या खंदकांमध्येच, ट्रकमधून आतली जिवंत माणसं टाकली जात. मी हे स्वत: पाहिलेलं नसल्यामुळे मी ग्वाही देऊ शकत नाही, पण मला हे अगदी शक्य वाटतंय, की त्यांनी लोकांना मारायचीही तसदी न घेता त्यांना आगीत फेकून दिलं असेल. आमच्या इथे जास्त वेळ लागत असे; कारण जर्मन लोक त्यांना एकामागून एक मारत असत.

तू क्रिमेटोरिया-४ आणि ५ मध्ये गेला होतास का आणि तुला स्वत:ला त्यातले आणि क्रिमेटोरिया-२ व ३ मधले फरक जाणवले होते का?

हो. मी तिथे चार-पाच वेळा, पहिले काही महिने तिथे काम करत असलेल्या माझ्या भावाला भेटायला गेलो. पुढे मी त्याला माझ्या क्रिमेटोरियममध्ये आणू शकलो. आमच्याकडे काम जास्त सुव्यवस्थित चाले आणि ते त्यामुळे कमी जाचक वाटे. विशेषत: आमच्या क्रिमेटोरियममध्ये उघड्या कबरी नव्हत्या, कारण देह ओव्हनमध्ये जाळले जात; पण तिथे अनेकदा ओव्हन नीट चालत नसत किंवा अपुरे पडत असत. त्यामुळे उघड्या खंदकांमध्ये प्रेतं जाळणं भाग पडत असे.

जेव्हा त्यांना आणखी माणसांची मदत लागत असे, तेव्हा ते माझा कॅपो 'लेम्क'[४] याला काही माणसं घेऊन मदतीला बोलवत असत. मी खूपदा तिथे गेलो, पण मी भावाला भेटण्याच्या इच्छेने तिथे जात असे.

मला आठवतंय, क्रिमेटोरियम-४ मधून परत येताना तो जर्मन कधीकधी माझा कझिन याकोब गब्बाई याला गायला सांगत असे. "ग्रेको! सिंगेन!" तो त्याला म्हणत असे. याकोबचा आवाज छान, दमदार होता आणि मग तो जर्मन लोकांना न समजणारी, देशभक्तीपर ग्रीक गाणी गायला सुरुवात करत असे. कॅम्पभर तुम्ही गाणं ऐकू शकत होता, 'टिन एलिनिकी सिमिया' या शब्दाचा अर्थ होता, 'हे देवा! ग्रीसचा झेंडा मला किती प्रिय आहे म्हणून सांगू! आई, मी माझी मातृभूमी कधीही परकीयांच्या हाती जाऊ देणार नाही. त्यापेक्षा मी मरण पत्करेन!' जणू काही अचानक ग्रीक विजेत्यांनी गर्जत कॅम्पमध्ये प्रवेश केला आहे, असा भास होई.

मी क्रिमेटोरिया-४ आणि ५च्या आत कधी गेलो नाही. म्हणून बाहेरून जेवढं पाहिलं, त्याबद्दलच मी सांगू शकतो. मी मागचा विचार केला, की मला खूपदा विस्मय वाटतो. मी इतका चौकस वृत्तीचा होतो, तरी आत काय आहे, ते पाहण्यासाठी मी कधीही आत शिरायचा प्रयत्न कसा बरं केला नाही? जर मी वाचेन अशी मला क्षणभर जरी शंका आली असती, तरी मी सारं काही नंतर सांगायच्या दृष्टीनं टिपून ठेवलं असतं.

असो! तर मी फक्त ते खंदक पाहिले. ते भल्यामोठ्या पोहायच्या तलावासारखे होते. तिथे देह आणले जात आणि आपल्या कामात वाकबगार असलेले झाँडरकमांडोचे लोक ते देह आत रचत असत. माझ्या आठवणीप्रमाणे, प्रवेशद्वाराच्या पुढे क्रिमेटोरियमच्या बाजूला दोन खंदक होते. मला ठाऊक आहे, की इतिहासकारांचं म्हणणं आहे, की तिथे आणखी खंदक होते; पण मी तिथे गेलो, तेव्हा मी फक्त दोनच वापरातले खंदक बघितले. 'बंकर २'जवळ असलेल्या खंदकाशी ते मिळतेजुळते होते. फक्त एकच फरक होता, क्रिमेटोरियम-५ मध्ये खंदक, ओव्हनना पूरक म्हणून वापरले जात.[५]

---

४. लेम्क (Lemke (chaim) Pilszko) याचा १९१८ मध्ये CZ ER Wony Bor येथे जन्म झाला. त्याला जानेवारी १६, १९४३ मध्ये Lomza Transit Camp मधून हद्दपार केलं गेलं.

५. १९४४ च्या वसंत ऋतूच्या अखेरीस, क्रिमेटोरियम-५ च्या पटांगणात पाच खंदक प्रेतं जाळण्यासाठी वापरले जात होते. सर्वांत मोठ्या गॅस चेंबरकडे तोंड करून असलेल्या पटांगणात तीन खंदक होते आणि दोन खंदक क्रिमेटोरियमच्या बाजूला, इमारत आणि काटेरी तार यांच्या मधोमध होते.

क्रिमेटोरिया-४ आणि ५ हे क्रिमेटोरिया-२ आणि ३ पेक्षा लहान होते. ओव्हन नीट चालत नसत आणि ते पुरेसे प्रभावशाली नव्हते. खंदकांमुळे प्रेतं भराभर जाळणं शक्य होत होतं, कारण इतक्या छोट्याशा ओव्हन्समध्ये सातशे प्रेतं जाळायला खूप वेळ लागला असता. विशेषत: ओव्हन नीट काम करत नसताना तर नक्कीच आणखी वेळ लागला असता. आमच्या क्रिमेटोरियममध्ये अठराशे लोकदेखील येऊ शकत असत.

एक काफिला पूर्णत: नष्ट करण्याच्या प्रक्रियेला सरासरी बहात्तर तासांचा अवधी लागत असे. त्यांना भराभर मारून टाकता येत असे. जास्त वेळ लागत असे, तो प्रेत जाळण्यासाठी. खरं तर जर्मन लोकांपुढे तोच मुख्य प्रश्न होता : प्रेतांची विल्हेवाट लावणं. खंदकांमुळे काम थोडं आणखी भरभर होई.

जेव्हा तू क्रिमेटोरिया-४ आणि ५ येथे जात होतास, तेव्हा तुला मदत करावी लागत होती का?

तत्त्वत: हो. मी मदत करायला हवी होती. उदाहरणार्थ, कॅपो आम्हाला प्रेतं एका जागेवरून खंदकात न्यायला सांगू शकत असत; पण तिथे फर्मानं सोडणारे लोक, माझ्या क्रिमेटोरियममधले नसत. त्यामुळे आम्ही थोडी दिरंगाई केली, आम्ही गोष्टी सावकाश केल्या आणि योग्य रीतीनं केल्या नाहीत तर आम्ही गोत्यात येण्याची फारशी भीती नव्हती. आम्ही तिथले नेहमीचे कामकरी नव्हतो. आम्ही जास्तीचे मदतनीस होतो. आम्हाला वेळेत काम पुरं झालं नाही तर फिकीर करायची आवश्यकता नव्हती किंवा गोष्टी नीट झाल्या नाहीत तर त्याबद्दल बोलणी बसण्याचीही काळजी नव्हती.

मी तिथे असताना घडलेली एक भयानक घटना मला आठवतेय. मोल, सर्वांना घाबरवणारा मृत्यूदूत (Malahamoves), दोन ग्रीक भावांवर, आल्बेर्टो आणि राऊल याशोन यांच्यावर खवळला. त्यानं त्यांना एक बेसिन आणायला लावलं आणि त्यात त्यानं कोणतातरी ज्वालाग्राही द्राव ओतला. मग त्या दुष्ट मोलनं त्यांना त्यांचे बूट काढून टाकून त्या बेसिनमध्ये त्यांचे पाय ठेवायला सांगितलं. त्यानं आत पेटती काडी टाकली आणि तो द्राव लगेच पेटला. अर्थातच भाजू नयेत म्हणून ते दोघे भाऊ बेसिनच्या बाहेर उडी टाकून निघाले. त्यामुळे मोल आणखीच गरम झाला. त्याला स्वत:ची आणखी करमणूक करून घ्यायची होती. म्हणून त्यानं त्यांना काटेरी तारेच्या कुंपणावर चढायची आज्ञा केली आणि त्यांची खोटी समजूत करून दिली की जर ते पलीकडल्या बाजूला पोहोचले, तर ते मुक्त केले जातील. त्या वेळेस त्या काटेरी तारांमध्ये वीज खेळवली जात नव्हती. ते खूप उंचावर चढून जाऊ शकले; पण अर्थातच मोलला दिलेलं आश्वासन पाळण्याची अजिबात इच्छा

नव्हती. त्यानं त्यांना कुत्र्यांप्रमाणे गोळ्या घातल्या आणि खाली पाडलं.

तर, तुझा भाऊ त्या क्रिमेटोरियममध्ये काम करत असे?

हो, पण खरं तर मी त्याला फक्त एकदा क्रिमेटोरियम-४ मध्ये बघितलं. जरी तो कसा काय आहे हे बघण्याच्या इच्छेनं मी तिथे अनेक वेळा गेलो, तरी मला तो दिसला नाही. जेव्हा मी त्याला सरतेशेवटी बघितलं तोवर मला ठाऊक झालं होतं की माझ्या क्रिमेटोरियमपेक्षा त्याच्या क्रिमेटोरियममध्ये काम करणं आणखी दु:खद आणि कष्टप्रद आहे. आम्हाला निदान खंदकांपर्यंत प्रेतं वाहून न्यावी लागत नव्हती.

त्याच्याजवळ असण्याच्या इच्छेपेक्षा, त्या जागी त्यानं काम करू नये ही माझी इच्छा जास्त प्रबळ होती. म्हणून मी त्याला समोरच्या बाजूला (माझ्या क्रिमेटोरियममध्ये) आणण्याची शक्य तेवढी धडपड केली. आणि आमच्या आयुष्याच्या शेवटच्या घटका एकत्र घालवण्याची नाहीतरी माझी इच्छा होतीच! माझी खात्री पटलेली होती की तिसऱ्या महिन्यांनंतर, निवड केली जाईल आणि झाँडरकमांडोमधले लोक मारून टाकले जातील. या तीन महिन्यांपलीकडे मी जगेन असं मला वाटत नव्हतं.

त्यामुळे अखेर जवळ येताना पाहून मी माझ्या झाँडरकमांडोचा कॅपो, लेम्क याला भेटायला गेलो. तो पोलंडचा ज्यू होता, तो वाईट नव्हता. आम्हाला त्याच्याबद्दल आदर वाटत होता. क्रिमेटोरियममधील कॅपो, कॅम्पमधील इतर कॅपोंसारखे नसत. ते सर्वजण ज्यू होते आणि ते कैद्यांना मारहाण करत नसत, ते आमच्यावर विकृत अत्याचार करत नसत आणि सर्वसाधारणपणे इतर थोड्यांच्या मदतीनं, त्यांनीच ऑक्टोबरचं बंड आयोजित केलं होतं.

लेम्क हा थोडासा आतल्या गाठीचा माणूस होता. तो फारसं बोलत नसे आणि त्याच्याशी दोस्ती करणं सोपं नव्हतं. तो आम्हाला फक्त म्हणत असे, "भावांनो, काम करा!" तुम्ही त्याच्या म्हणण्याप्रमाणे केलं नाही, तर पुढल्या निवडीच्या वेळेस तो तुमचं नाव देईल, एवढाच धोका होता; पण मी त्याच्याशी चांगले संबंध जोडले. मी त्याला मैत्रीचे संबंध म्हणणार नाही. पण ते विश्वासाचे संबंध होते. त्यामुळे मी त्याच्यापाशी जाऊन माझ्या मोडक्यातोडक्या जर्मनमध्ये त्याला विचारू शकलो की माझ्या भावाला इकडे आणणं जमेल का?

त्यानं मला विचारलं की माझा भाऊ बळकट आणि नीतिमान माणूस आहे का? मी त्याला उत्तर दिलं की हो, माझा भाऊ तगडा, माझ्याहूनही बळकट आहे आणि मी त्याला असंही सांगितलं की आम्ही बरेचदा बरोबर द्वंद्वगीतं वाजवायचो, मी तोंडानं बाजा वाजवायचो आणि तो नाचायचा. त्यानं हे प्रश्न मला का विचारावेत हे त्या वेळेस मला लक्षात आलं नाही. पण महत्त्वाची गोष्ट होती की त्यानं कबूल

केलं. पुढे माझ्या लक्षात आलं की तो आधीच बंडाचा विचार करत होता आणि त्याला त्याच्यापाशी तगडे आणि इमानदार लोक हवे होते.

माझ्या भावाला क्रिमेटोरियम-४ मधून क्रिमेटोरियम-३ मध्ये आणण्यासाठी आम्हाला स्टूक म्हणजेच 'तुकडा' बदलायचा होता. आम्हाला 'तुकडा' यापलीकडे महत्त्व नव्हतं. लेम्कनं क्रिमेटोरियम-४ च्या कॅपोबरोबर करार केला. जेव्हा एकदा आमच्या क्रिमेटोरियममधले चौघेजण लागर-डी येथे सूपचं भांडं आणायला गेले होते, तेव्हा एका वयस्कर ग्रीक माणसानं त्याच वेळेस क्रिमेटोरियम-४ मधून आलेल्या माझ्या भावाची जागा घेतली. अशा तऱ्हेने तो माझ्याजवळ, क्रिमेटोरियम-३ मध्ये आला. जर्मन लोकांसाठी आणि कॅपोंसाठी ते सारं सारखंच होतं, एक 'तुकडा' इकडे काय किंवा एक 'तुकडा' तिकडे काय! महत्त्वाची गोष्ट होती आकडे तेवढेच जुळले पाहिजेत. त्यांनी आयडेंटिटी नंबरकडे लक्षही दिलं नाही. आम्ही केवळ 'तुकडे' होतो.

तू म्हणतोस की झाँडरकमांडोतले कॅपो मारहाण करत नसत. क्रिमेटोरियममधले सीक्रेट सर्व्हिसचे लोक कसे वागत?

क्रिमेटोरियममध्ये सीक्रेट सर्व्हिसचे फारसे लोक नव्हते. साधारणत: प्रत्येक क्रिमेटोरियममध्ये सीक्रेट सर्व्हिसची दोन माणसं असत. एक दिवसपाळीसाठी आणि एक रात्रपाळीसाठी. काफिला आला की त्यांच्यापैकी जास्तजण असत, पण नेहमी फक्त दोनच गार्ड असत. बहुतेक सर्व वेळ ते त्यांच्या कोपऱ्यात बसून असत आणि आमच्यावर अधूनमधून नजर ठेवत आणि काफिला येऊन पोहोचेपर्यंत ते त्या कोपऱ्यातून बाहेर निघत नसत. पण तत्त्वत: त्यांना फार वेळ नजर ठेवण्याची गरजही नव्हती. ते काम कॅपोचं होतं. जर तीन दिवसांत सारं काही आटपलं नाही तर त्याचा अर्थ असे की आम्ही पुरेसं झटून काम केलं नाही. पण बहुधा कॅपो तत्पूर्वीच हस्तक्षेप करत असे.

ही गोष्ट झाँडरकमांडोपुरतीच अस्तित्वात होती. सर्वसाधारणत: आमच्याकडील सीक्रेट सर्व्हिसचा गार्ड आम्हाला मोकळं सोडत असे. ते आमच्यावर राग काढत नसत. कारण त्यांच्या मते आमचं काम खूपच महत्त्वाचं होतं आणि ते आमच्यावर हुकूमत गाजवायचा प्रयत्न करत नसत. अर्थात सर्व क्रिमेटोरियांचा प्रमुख असलेला मोल याची गोष्ट वेगळी होती. तो नीच 'मृत्युदूत' सर्वांत वाईट होता. ज्या क्षणी तो क्रिमेटोरियममध्ये पाऊल ठेवत असे, त्याक्षणी जगाचा अंत झाल्यासारखं वाटत असे आणि जर्मन गार्डसुद्धा धास्तावून जात असे की साऱ्या गोष्टींचं खापर त्याच्यावर फोडलं जाऊ शकेल.

मोल आरडाओरडा करायला, घाबरवून टाकायला आणि शिक्षा करायला निमित्तच शोधत असे. इतरही असे होते. माझ्या क्रिमेटोरियममधला अगदी

पशूसारखा नीच गार्ड मला आठवतोय. तो खूप उंच होता, त्याचा चेहरा प्रचंड मोठा होता; पण त्याचं नाव मला आठवत नाही. डेव्हिड ओलेरेने काढलेल्या एका सीक्रेट सर्व्हिसच्या माणसाच्या चित्रासारखा तो दिसत असे. हा माणूस स्वत:च्या हातांनी इतरांना मारण्याचा आनंद घेत असे.[६]

सीक्रेट सर्व्हिसमधला माझ्या माहितीचा एकमेव माणूस सोडला तर कोणत्याही जर्मनला रिव्हॉल्व्हरनं कैद्यांना मारून टाकायला काहीही वाटत नसे. तो (अपवाद असलेला) माणूस तर जर्मनही नव्हता. तो खरं तर डच होता आणि इतरांपेक्षा मला त्याच्यात नेहमीच जास्त माणुसकी दिसत असे. मी एकदा त्याच्याशी बोललो आणि त्यानं मला सांगितलं की त्यानं स्वेच्छेने सीक्रेट सर्व्हिसची निवड केली, कारण जर्मन लोकांची शिस्तप्रियता आणि कार्यक्षमता त्याला आवडत असे.

खरोखर काय चाललंय हे त्याला कळेपर्यंत फार उशीर झालेला होता. त्याला चुपचाप, तोंड बंद ठेवून राहणं भागच होतं नाहीतर त्याला रशियाच्या सरहद्दीवर पाठवून ताबडतोब उडवून टाकलं जाण्याचा धोका होता. पण तो स्वत: लोकांना ठार करणं टाळायचा शक्य तेवढा प्रयत्न करत असे. अशी परिस्थिती जेव्हा उद्भवत असे तेव्हा स्वत:वर कुणाला ठार मारण्याची वेळ येऊ नये म्हणून तो दुसऱ्या सीक्रेट सर्व्हिसच्या माणसाला बोलावून आणणं पसंत करत असे.

त्याचं असं कचरणं इतर जर्मन लोकांच्या लक्षात येऊ नये म्हणून त्याला ढोंग करून देखावा उभा करावा लागे की तोदेखील त्यांच्याइतकाच कठोर आहे. त्यांना असं वाटावं म्हणून तो बरेचदा कैद्यांना मारत असे. त्याच्या तावडीतल्या कैद्यांना दुखापत होऊ नये अशी जोरदार यंत्रणा त्यानं शोधून काढली होती. तो मधोमध चिरलेलं बांबूचं दांडकं वापरत असे. जेव्हा तो कुणाला मारत असे तेव्हा अगदी कमी वेदना होत असत, पण बांबूची दोन टोकं एकत्र येताना जो आवाज होत असे तो जोरात ओढलेल्या चाबकाच्या फटक्यासारखा भासत असे. असं वागणारा माझ्या माहितीतला तो एकमेव सीक्रेट सर्व्हिसवाला होता.

बाकी सारे माणुसकीशून्य, दुष्ट जनावरं होती. जेव्हा ठार मारणं आवश्यक असे तेव्हा काहीही दयामाया न दाखवता ते ठार करत. ते लोकांना घाबरवून टाकण्यासाठी खूप गडबड गोंधळ माजवून, लोक आले रे आले की त्यांना भांबावून टाकत असत. ताटातूट झालेली कुटुंबं, मारहाण झालेली आणि घाबरून गेलेली

---

६. बहुधा हा सीक्रेट सर्व्हिस उंटरशारफ्यूरर जोहान गॉर्जेस (SS unterscharfuhrer Johann Gorges) असावा. तो १९४१ चा वसंत ऋतू ते जानेवारी १९४५ पर्यंत ऑश्विट्झ येथे काम करत होता. तो त्याचं गाव Trier येथे जुलै १८, १९७१ मध्ये मुक्त माणूस म्हणून मेला.

झाँडरकमांडो : प्रथमप्रवेश दीक्षा

'सिक्रेट सर्व्हिस एजंट जॉर्जेस याचा फोटो. हा कँपमधला यातनामय छळ करणारा, सर्वांत निष्ठुर माणूस होता.' डेव्हिड ओलेरे, १९४७.
वॉश ॲण्ड चायना इंक ऑन पेपर. खासगी संग्रह.

मुलं- रांगेत उभं राहण्याखेरीज आणखी कशी प्रतिक्रिया व्यक्त करावी हे कुणालाच कळत नसे आणि अशा तऱ्हेनं ते आमच्याशी हवं तसं वागू शकत असत.

या डच माणसाच्या अंगी जास्त माणुसकी होती. मी धुराड्याच्या खोलीत एकटा असताना तो तिथे आला आणि माझं त्याच्याशी संभाषणसुद्धा झालं. तिथे उतरवलेल्या कपड्यांमध्ये मला होनर (Hohner) ची उत्कृष्ट हार्मोनिका (माऊथ ऑर्गन-बाजा) सापडली होती. मी लहान असताना माझ्यापाशी एक हार्मोनिका असल्यामुळे मला ती कशी वाजवायची ते माहीत होतं. वेळोवेळी जेव्हा मी विसावा घेत इतरांना क्षणभर माझ्याशिवाय काम करू देत असे, तेव्हा मी त्या चौकोनी खोलीत जाऊन थोडा विरंगुळा म्हणून तो माऊथ ऑर्गन बाहेर काढत असे किंवा मी फक्त खिडकीच्या कट्ट्यावर रेलून थोडी ताजी हवा अनुभवत असे. ही खोली म्हणजे माझं विसाव्याचं स्थान होतं. ती छोटीशी होती, त्याला एक खिडकी होती आणि मधोमध खोलीभर पसरलेलं धुराड्याभोवतीचं विटांचं आवरण होतं.

एकदा मी तिथे शांतपणे माउथ ऑर्गन वाजवत असताना, दरवाजा उघडला आणि अचानक हा डच माणूस दिसला. मी लगेच उभा राहिलो आणि माझ्या डोक्यावरली टोपी काढली. तो उत्तेजनार्थ हात हलवत खोलीत आला आणि मला जर्मनमध्ये म्हणाला, “वाजव!” मी क्षणभर घुटमळलो, पण त्यानं आग्रह धरला. म्हणून माझ्या डोक्यात सर्वप्रथम आलेली सुरावट मी वाजवली. त्याला ती खूपच आवडली आणि तो म्हणाला की कसं वाजवायचं ते त्यालाही शिकायचंय.

मला स्वरांचं नोटेशन वाचता येत नसे आणि मी त्याला सांगितलं की मी फक्त ऐकूनच वाजवत असे. म्हणून त्यानं मला खूण करून त्याला तो बाजा द्यायला सांगितलं. म्हणजे त्यालाही वाजवून बघता आलं असतं. सर्वांत आश्चर्याची गोष्ट म्हणजे त्याने तो बाजा घेऊन सर्वजण स्वाभाविकत: प्रथम तो पुसतात, तसं न करता तो थेट त्याच्या ओठांना लावला. त्यानं वाजवायचा प्रयत्न केला, पण फक्त अस्पष्ट आवाज आले. त्यानं खांदे उडवले आणि तो मला परत दिला आणि आम्ही बोलू लागलो.

त्याला कधीही झाँडरकमांडोमध्ये 'निवड' करावी लागली नाही का?

नाही. तो फक्त एक गार्ड होता. आणि योगायोगानं मी झाँडरकमांडोत आल्यावर इतकं काम होतं की, माझ्या गटाला कधीही 'निवडीतून' जावं लागलं नाही. त्याउलट ते सतत क्रिमेटोरियामध्ये काम करण्यासाठी अधिकाधिक लोक आणत गेले. पूर्वीच्या लोकांनी 'निवड' कशी केली जात असे याबद्दल आम्हाला सांगितलं. कॅम्पमधील इतर विभागांप्रमाणे इथली परिस्थिती नव्हती. आमच्या इथे जर्मन माणूस, कॅपोला भेटून सांगत असे की किती लोक 'पाठवून' द्यायचे आहेत. 'पाठवायचे' म्हणजेच

‘ठार करायचे’ हे आम्ही जाणून होतो. कुणाला पाठवायचं हे कॅपो ठरवत असे आणि बहुधा तो सर्वांत नवीन आलेल्यांना निवडत असे. मला इथे नमूद केलंच पाहिजे की पोलंडचे ज्यू बहुतेक वेळा एकमेकांना मदत करत असत, तर आम्ही Sephardim ज्यू (स्पेनमधून १४९२ मध्ये हुसकावून लावल्यावर ऑटोमन साम्राज्यातील इस्तंबुल व सालोनिका येथे स्थायिक झालेले ज्यू) कमी सुरक्षित होतो. म्हणूनच मी माझा कॅपो ‘लेम्क’ याचा विश्वास संपादन करण्याचा प्रयत्न केला.

कधीही ‘निवड’ केली जाईल आणि सारं काही संपेल अशाच अपेक्षेने आम्ही कायम वावरत होतो. उदाहरणार्थ, जेव्हा ते अंघोळीसाठी आम्हाला सॉनामध्ये पाठवत असत, हे काही केवळ निर्जंतुकीकरणाच्या हेतूनं पाठवलं जात नसे, कारण झाँडरकमांडोमध्ये आम्ही कृमींनी साथीचे रोग पसरवण्याचा धोका टाळण्यासाठी बरेचदा कपडे बदलू शकत होतो. पण लहान गटांमध्ये अशा सफरींसाठी जायची आम्हाला सवय व्हावी असा त्यांचा हेतू असे. म्हणजे त्यांना आम्हाला संपवायचं असेल, तेव्हा ते आम्हाला सॉनामध्ये नेत आहेत असं भासवणं त्यांना सोपं पडलं असतं.

आणि जेव्हा तुम्ही सॉनामध्ये जात होता, तेव्हा ही शेवटचीच वेळ तर नाही, अशी तुला शंका येत नसे का?

नाही. आम्ही कशाबद्दलच विचार करत नसू. त्याउलट ते आम्हाला मुक्तिदायकच वाटलं असतं. काही लोक मला विचारत असत की हे एकदाचं सारं संपलेलं बरं नाही का? कदाचित! नव्हे, नक्कीच! पण मी त्याबद्दल विचार करत नसे; आम्हाला एक एक दिवस रेटायचा होता, स्वत:ला कोणतेही प्रश्न न विचारता रेटायचा होता. भीषण असलं तरी आयुष्य कंठायचं होतं. माझ्या माहितीनुसार झाँडरकमांडोतील कुणीही आत्महत्या केली नाही. मला ठाऊक आहे, की त्यांच्यापैकी काहीजण म्हणत असत की कोणतीही किंमत मोजून त्यांना जगत राहायचं आहे. व्यक्तिश: मला असं वाटतं की मी मरणं पसंत केलं असतं; पण प्रत्येक वेळी माझ्या आईचे काही शब्द मला आठवत असत, ‘जोवर जिवात जीव आहे, तोवर आशा आहे!’ आम्ही मृत्यूच्या छायेत वावरत होतो, पण आम्ही एक एक दिवस रेटत होतो. मला वाटतं, त्या साऱ्यातून पार पडण्यासाठी आम्हाला एका खास शक्तीची आवश्यकता होती, खास मानसिक आणि शारीरिक शक्तीची.

तरीही झाँडरकमांडोतला एक माणूस अगदी कृश आणि नक्कीच आजारी होता. मला वाटतं की तो पोलंडमधला एक बुद्धिजीवी माणूस होता, आदरणीय होता, कारण सारे लोक त्याला शांतपणे राहू देत होते. लेम्क त्याला संरक्षण देत होता आणि गार्ड काहीही आक्षेप घेत नव्हते. मी त्याला कधीही काम करताना बघितलं नाही. त्याला कधी हजेरीसाठीसुद्धा खाली यावं लागलं नाही; पण एके

दिवशी 'मोल' तिथे आला आणि त्यानं प्रत्येकाला खाली यायला फर्मावलं. या माणसासाठी ही अखेर ठरली; पण ही एक मोठी कहाणी आहे आणि मला ती सुरुवातीपासून सांगायला हवी.

मी झाँडरकमांडोत आल्यावर थोड्याच दिवसांत घडलेली ही घटना आहे. कॅम्पमधले काही कैदी अजूनही रेल्वेबांधणीवर काम करत होते. रॅम्पच्या अगदी टोकाचे, म्हणजेच क्रिमेटोरियमजवळचे कामगार ऱ्होड्सचे ज्यू होते. ते आमच्याप्रमाणेच लॅडिनो बोली बोलत असत. क्रिमेटोरियममध्ये ग्रीक लोक कामावर आहेत आणि त्यांना कशाचीही ददात नाही असं त्यांच्या कानावर आलं होतं. जर्मन गार्ड त्यांना काम करत असताना गाणं म्हणू देत असे. म्हणून त्यांनी एक गाणं रचलं आणि लॅडिनोमध्ये आम्हाला त्यांनी त्यांच्यासाठी थोडं अन्न आणि कपडे पाठवायला सांगितलं. थोडी का-कू केल्यावर आम्ही शेवटी एक छोटंसं गाठोडं बनवलं, शर्टामध्ये पाव गुंडाळाला आणि ते गाठोडं त्यांच्याकडे काटेरी तारांवरून फेकलं. पहिलं गाठोडं पलीकडे पोहोचलं आणि या कैद्यांवर नजर ठेवणाऱ्या जर्मन गार्डनं ते त्यांना घेऊ दिलं; पण आम्ही दुसरं गाठोडं फेकत असताना, मोलची मोटरसायकल अवतीर्ण झाली. तो खाली उतरून क्रिमेटोरियममध्ये आला आणि ते गाठोडं कोणी फेकलं, असा त्यानं प्रश्न केला. त्याला तिथल्या तिथे शोधून काढण्याएवढा वेळ नव्हता, म्हणून त्यानं आम्हाला धमकावलं की तो गुन्हेगाराला शिक्षा करायला दुसऱ्या दिवशी पुन्हा तिथे येईल.

आणि दुसऱ्या दिवशी सकाळीच तो तिथे येऊन पोहोचला. ताबडतोब क्रिमेटोरियमपुढल्या पटांगणात जमण्याचं फर्मान सुटलं, पण हजेरीसाठी दोन माणसं आलेली नव्हती. ज्या माणसाला मी 'बुद्धिजीवी' म्हणतोय, तो आणि... मी. योगायोगानं त्या सकाळी मी इमारतीबाहेर, दूरच्या कोपऱ्यात जिथे राख बारीक केली जाते, तिथे होतो. इतरांपासून दूर, विचारात मग्न असल्यामुळे सर्वांना तिथे येण्याचं कॅपोंचं फर्मान मला ऐकू आलं नव्हतं.

एका कॅपोला मी दिसलो आणि त्यानं मला तिथे ताबडतोब पोहोचायला सांगितलं. 'मृत्यूदूता'चं ओरडणं ऐकताक्षणी मी पळत सुटलो. तो आता माझं काय करणार या विचारानं मी घाबरून गेलो होतो. बंकर-२मध्ये, माझ्यादेखत त्यानं त्या माणसाला ठार मारल्याची आठवण मला सतत होऊ लागली. माझ्या ओठातून अजून सिगरेटचं थोटूक लोंबत होतं आणि जर्मनना पाहताक्षणी डोक्यावरून 'बेरेट' उतरवणं भाग असे. ती अजून माझ्या डोक्यावरच होती. मी पळत होतो आणि अगदी शेवटच्या क्षणी हजेरीच्या पटांगणात वळत असताना मला मोल दिसला. मी सिगरेट थुंकून टाकली, पण ती टोपी उतरवायची मी जवळजवळ विसरतच होतो.

अर्थातच तो ओरडू लागला. मग त्यानं मला ढकललं आणि मी अडखळून

पडावं म्हणून त्यानं त्याचा पाय मध्ये घातला. तुम्ही ताबडतोब उठून उभे राहिला नाहीत, तर आणखी कडक शिक्षा होत असे. त्यानं मला पुन्हा एकदा मारलं. मी खाली पडलो आणि पुन्हा उठून उभा राहिलो. मग त्यानं मला इतरांबरोबर रांगेत उभं राहायला सांगितलं. तो याचा फायदा घेऊन माझ्या पाठीत गोळी मारणार याची मला खात्रीच वाटत होती. मी उडत गेलो की धावलो ते मला ठाऊक नाही; पण मी अगदी त्वरेनं माझ्या जागी पोहोचलो.

गाठोडं फेकणाऱ्यानं गुन्हा कबूल केला. प्रत्येकाला माहीत होतं की कुणीही गुन्हा कबूल केला नाही, तर सर्वांनाच तेवढीच कडक शिक्षा होईल. त्याला चाबकाच्या पंचवीस फटक्यांची शिक्षा झाली. जर्मन लोकांच्या, विकृत आनंद मिळवण्याच्या यंत्रणेनुसार एका कैद्यावरच आपल्या सहकाऱ्याच्या पाठीवर आसूड ओढायचं काम सोपवलं गेलं होतं. फटके पुरेशा जोरानं मारले जात आहेत की नाहीत, यावर जर्मन लोक नजर ठेवून असत. आणि फटके पुरेसे जोरानं मारले नसले, तर दोन्ही माणसांना शिक्षा केली जात असे. मी नशीबवान होतो असं मला कबूल केलं पाहिजे. माझी केवळ दोन फटक्यांवरच सुटका झाली.

आता राहिली त्या 'बुद्धिजीवी' माणसाची कथा. कॅपोनं रदबदली करूनही त्याला खाली येणं भाग पडलं. मी त्यापूर्वी त्याला कधीही बघितलं नव्हतं. तो फिकुटलेला, अशक्त आणि रोगट होता. माझ्या अंदाजानं तो पंचेचाळीसपेक्षा मोठा असावा. खाली येण्यापूर्वी त्यानं त्याच्या कपड्यांमध्ये ब्लँकेट लपवलं, त्यामुळे तो आहे त्याहून कमी लुकडा दिसत होता. वाट पाहावी लागल्यामुळे मोल महाशय त्याच्यावर खवळले आणि त्यानं त्याला फटक्यांची सजा फर्मावली. त्यानं या कामासाठी एका रशियनची निवड केली आणि त्या माणसाला किती जोरानं मारायला हवं ते त्यानं त्याला दाखवलं.

सुरुवातीला ब्लँकेटच्या संरक्षणामुळे त्याला आसूडाच्या तितक्याशा वेदना झाल्या नाहीत; पण वेदना होत असल्याचं ढोंग करायच्याऐवजी तो तिथे नुसता उभा राहिला. कैद्यांची काय प्रतिक्रिया व्हायला हवी याचा अंदाज असण्याएवढी मोलला अशा प्रकारच्या शिक्षेची पुरेशी सवय होती. फार काळ त्याची फसगत झाली नाही आणि त्यानं कैद्याला त्याची पँट खाली करायला सांगितलं. त्याला ते ब्लँकेट दिसल्यावर त्याचा राग आणखीच वाढला आणि त्यानं अक्षरशः मरेपर्यंत त्या गरीब बिचाऱ्याला फटके दिले.

झाँडरकमांडोच्या कुणी सभासदानं निसटायचा प्रयत्न केला?

माझ्या माहितीप्रमाणे मी झाँडरकमांडोमध्ये असताना असं फक्त एकदा झालं. झाँडरकमांडोच्या बाहेर असं अनेकदा झालं आणि काही लोक निसटू शकले हे मला

माहीत आहे.[७] पण त्यांनी जेव्हा त्यांची कहाणी सांगितली तेव्हा कुणीही त्यांच्यावर विश्वास ठेवला नाही. वेगवेगळी सरकारं, चर्चिल आणि इतरांना ज्यूंची काही फिकीर पडलेली नव्हती. त्यांना फक्त लढाई जिंकायची होती. त्यांना जर ज्यूंना वाचवायची इच्छा असती, तर तसं त्यांना आधीच करता आलं असतं. माझ्या क्रिमेटोरियममधून ज्यांनी निसटण्याचा प्रयत्न केला, त्याची त्यांनी पूर्वतयारी केली नव्हती हे मला माहीत आहे. त्यांना संधी मिळताच त्यांनी त्या संधीचा फायदा घेतला.

दोन ग्रीक माणसांनी हा प्रयत्न केला- ह्युगो व्हेनेत्सिया (मी आधी ज्याचा उल्लेख केला आहे, त्या बारुखचा मुलगा) आणि अॅलेक्स एरेरा. त्यांची कहाणी कुणालाही आठवत नाही, पण एरेरा (ग्रीक त्याला अॅलेकोस म्हणून हाक देत.) हा खरा शूरवीर होता. हद्दपार होण्यापूर्वी तो ग्रीक नेव्हीत कॅप्टन होता आणि आम्हाला त्याच्याबद्दल अतिशय आदर वाटत असे. एके दिवशी शोला नदीत टाकण्यासाठी राख न्यायला आलेल्या ट्रकबरोबर जाण्याची, जर्मन लोकांनी या दोघांना आज्ञा केली. या दोघांना पाण्यात राख ओतण्यासाठी साठवणीचं भांडं जमिनीवर ठेवून, फावड्यानं अगदी तळाची राखही एकत्र करून बाहेर काढावी लागे आणि ते भांडं पूर्णपणे स्वच्छ करावं लागे.

त्या दिवशी अलार्म घणघणू लागला, तेव्हा काहीतरी घडलंय हे मला कळलं. कॅम्पमध्ये अनेक प्रकारचे अलार्म सिग्नल वाजत, पण सतत घणघणणाऱ्या सिग्नलचा अर्थ असे, की परिस्थिती गंभीर आहे. जर्मन लोकांच्या दृष्टीनं झाँडरकमांडोचा माणूस निसटणं, हे अत्यंत गंभीर स्वरूपाचं होतं. ज्या माणसानं आतून गॅस चेंबर पाहिलं आहे, अशाला निसटू देणं अशक्य कोटीतलं होतं. त्यांनी ताबडतोब क्रिमेटोरियममधले गार्ड वाढवले आणि कॅम्पभर सतत हजेरी घेत राहण्याचं फर्मान सोडलं. मला नंतर कळलं की काही लोकांची हजेरी रात्रभर चालली होती. पण आमची नव्हे! जर्मन लोकांना जास्त वेळ आमच्या कामात व्यत्यय आणायचा नव्हता.

ह्युगो व्हेनेत्सिया परत आला तेव्हा काय घडलं ते आम्हाला कळलं. त्यानं आम्हाला सांगितलं की त्यांच्यासोबत गेलेला सीक्रेट सर्व्हिसचा माणूस ड्रायव्हरशेजारी बसला आणि ते दोघे राखेच्या पोत्यांजवळ पाठीमागे बसले. नदीवर पोहोचण्यापूर्वीच एरेरानं योजना आखली होती आणि त्यानं ह्युगोला सांगितलं की त्यानं काय करायची जरूर आहे. त्यांच्यासाठी दरवाजा उघडायला येणाऱ्या गार्डला एरेरा खाली पाडणार होता, तर ह्युगोनं नदीत उडी ठोकण्यापूर्वी ड्रायव्हरचा अनपेक्षितपणे समाचार घ्यायचा होता. ट्रक थांबल्यावर सीक्रेट सर्व्हिसचा माणूस येऊन त्यांना खाली उतरायला सांगायची या दोघांनी वाट बघितली. तो दरवाजा उघडत असताना

---

७. झाँडरकमांडोतूनही अनेकांनी निसटण्याचा प्रयत्न केला.

एरेरानं फावड्याचा जोरदार फटका मारून त्याला बेशुद्ध केलं. आवाज ऐकल्यावर पेपर वाचत असलेल्या ड्रायव्हरनं रिअर व्ह्यू मिररमधून बघितलं आणि तो हातात पिस्तूल घेऊन ट्रकमधून खाली उतरला. ह्युगो व्हेनेत्सियानं आम्हाला सांगितलं की पिस्तूल रोखून येणाऱ्या ड्रायव्हरला पाहून तो स्वत: घाबरून जाऊन नुसता जमिनीला खिळून उभा राहिला.

तो केवळ अठरा वर्षांचा बच्चा होता, तर एरेरा जास्त अनुभवी आणि खंबीर होता. वाट न पाहता त्यानं लगेच नदीत उडी ठोकली आणि तो पलीकडच्या किनाऱ्याकडे पोहत जाऊ लागला. ड्रायव्हरनं त्याच्यावर गोळी झाडली, पण त्या पिस्तुलाची गोळी त्याच्यापर्यंत पोहोचू शकली नाही. म्हणून जमिनीवर पडलेली त्या गार्डची रायफल घेऊन तो जर्मन त्या 'डम्-डम्' बुलेट्स झाडू लागला. त्यांच्या शरीरात शिरल्यावर ठिकऱ्या ठिकऱ्या होतील आणि त्या शक्य तेवढी देहाची चाळणी करतील अशा प्रकारे त्या बुलेट्स बनवल्या गेल्या होत्या. एरेराला जांघेवर गोळी बसली, पण तो पैलतीर गाठेपर्यंत पोहत राहिला.

लगेच धोक्याची सूचना घणघणू लागली, त्याला शोधण्यासाठी माणसं पाठवली होती, ती सारी रात्र आणि पुढचा सारा दिवस त्याला शोधत होती; पण ती जखम खोलवर गेलेली असली पाहिजे. एरेराला खूप रक्तस्राव झाला असावा, कारण तो सुटूनही वाचला नाही. त्याचा देह शोधून काढून क्रिमेटोरियम-२ येथे आणला गेला. दरम्यान ड्रायव्हरनं ह्युगोला परत आणलं होतं आणि त्यानं बघितलेलं सारं आम्हाला सांगितलं. दुसऱ्याच दिवशी जर्मन त्याला घेऊन गेले आणि तो पुन्हा कधीही दृष्टीला पडला नाही.

आता राहिला एरेरा. त्याला शवविच्छेदनासाठी परत आणलं गेलं. मग पूर्णपणे चीरफाड केलेला आणि विद्रुप केलेला त्याचा देह क्रिमेटोरियमच्या पटांगणात टेबलावर दाखवण्यासाठी ठेवला गेला. आमच्या जुन्या सहकाऱ्याच्या विद्रुप केलेल्या आणि ओळखू न येणाऱ्या चेहऱ्याकडे बघण्यासाठी त्यांनी आम्हा सर्वांना त्या टेबलापुढून जायला लावलं. जर्मन लोक अत्यंत संतापलेले होते आणि जो कुणी चेहरा फिरवेल त्याला लाठीनं मारत होते. मग आम्ही त्याला ओव्हन असलेल्या खोलीत नेलं आणि त्याचा देह जाळण्यापूर्वी कडिश (Kaddish - ज्यूंची मृतांसाठीची प्रार्थना) म्हटलं. कुणीही कधीच या घटनेबद्दल बोलत नाही, कारण बिर्केनॉमध्ये ग्रीक लोकांचं काय झालं याचा कुणीही शोध लावायचा प्रयत्न केलेला नाही.

झाँडरकमांडो : काम चालू राहिलं

आम्ही क्रिमेटोरियममध्ये काम सुरू केलं त्या क्षणापासून जर्मन लोकांनी आम्हाला तिथेच झोपायला लावलं. विद्युतदाहिन्या असलेल्या खोलीच्या वर, छताखालच्या पोटमाळ्यावर त्यांनी आम्हाला जागा करून दिली होती. त्या टोकाच्या छताला दुहेरी उतार (Mansard) होते, पण छत खूप उंच होतं. पलंगापर्यंत, त्याखाली तुम्ही ताठ उभे राहू शकत होता. कॅम्पमधील इतर बराकींमध्ये कैद्यांना गलिच्छ बंक्सवर पाचा-पाचाच्या संख्येनं, दाटीवाटीनं झोपावं लागत असे. इथे प्रत्येकाला आपापला पलंग होता. पलंगाच्या दोन रांगांच्या मध्ये विभाजनासाठी खोलीभर पसरलेली शेल्फ्स होती. या शेल्फ्सवर एकसारखे कुंभ ओळीनं ठेवलेले होते. या कुंभांमध्ये काय आहे ते मला शोधायचं होतं, म्हणून मी एक कुंभ घेऊन उघडून बघितला. तो अगदी बारीक केलेल्या राखेनं भरला होता आणि त्यावर एक नंबर असलेला बिल्ला होता. तो त्या कैद्याचा आयडेंटिटी नंबर असणार. मला नंतर कळलं की हे कुंभ जर्मन लोकांनी कैद्यांच्या कुटुंबीयांसाठी ठेवलेले होते. हे ज्यूंसाठी कधीच केलं जात नसे. फक्त उपासमार, आजार किंवा आणखी कशानं कॅम्पमध्ये मरण पावलेल्या ख्रिस्ती धर्मीयांसाठी हे केलं जाई. जर्मन लोक कुटुंबीयांना कळवत की, कैदी आजारी पडून मेला आहे आणि दोनशे मार्क भरून त्याची रक्षा मिळवणं शक्य आहे. वस्तुत: या प्रत्येक कुंभामध्ये अनेक लोकांची एकत्र केलेली राख भरलेली होती आणि वर नाव दिलेल्या माणसाची त्यात अजिबात नामोनिशाणी नसे.

तुझ्याबरोबर असलेले झाँडरकमांडोचे कुणी इतर सदस्य तुला आठवताहेत का? उदाहरणार्थ, तुला कुणी फ्रान्समधले ज्यू दिसले होते?

माझ्याबरोबर असलेले काही लोक विशेषत: ग्रीक लोक, मला आठवताहेत. पण झाँडरकमांडोचे बहुतांश लोक पोलंडचे होते. काहीजण पूर्व युरोपातील इतर देशांमधूनही आले होते, पण ते सारेजण यीडिश बोलू शकत. अपवाद होतो आम्ही ग्रीक लोक. आम्ही आपसात लॅडिनो बोलायचो.

मला कोणी फ्रेंच लोक दिसले नाहीत. नाहीतर मी त्यांच्याशी बोललो असतो. डेव्हिड ओलेरेचंच उदाहरण घ्या. तो फ्रान्समधून हद्दपार झाला आहे हे मला माहीत नव्हतं. माझ्या समजुतीनं तो यीडिश बोलणारा पोलंडचा माणूसच होता. मी त्याला कधीही फ्रेंच बोलताना ऐकलं नाही. पण मी आधी म्हटलंच आहे की आम्ही एकत्र फारसं बोलत नसू. बरेचदा मला इतरांची नावंसुद्धा माहीत नसत. आम्हाला काही हवं असेल, तर आम्ही फक्त 'दू' म्हणजे 'तू' असं म्हणत असू. मी थोडं जर्मन बोलायचो. पण यीडिश न बोलू शकणाऱ्या काही ग्रीक लोकांना जर्मनचा एकही शब्द येत नसे. बहुतेक वेळा आम्ही आमच्या हातांनी किंवा पायांनी एकमेकांना जमेल तशा खुणा करत असू.

तुमच्याबरोबर कोणी ज्यू नसलेले लोक होते का?

नाही. झाँडरकमांडोमध्ये काम करणारे सर्वजण ज्यूच होते. माझ्या माहितीप्रमाणे एकमेव अपवाद होता, आमच्या क्रिमेटोरियममध्ये पाठवल्या गेलेल्या काही सोव्हिएत युद्धकैद्यांचा; पण ते तिथे काम करत नसत. निदान मी तरी त्यांना कधीही काम करताना पाहिलं नाही. ते फक्त मृतांच्या कपड्यांतून मिळेल ते लंपास करत असत. क्रिमेटोरियम-२ मध्ये एक ज्यू नसलेला जर्मन कैदी होता. त्याचं नाव होतं कारोल (Karol) आणि तो एक गुन्हेगार कैदी होता. प्रत्येकाची पक्की खात्री होती की जर्मन लोकांचा हेर म्हणून काम करण्यासाठीच त्याला पाठवलेलं होतं. तो नेहमी रुबाबात राही; पण वागे डुकरासारखा! लोक त्याला शक्य तेवढं टाळू पाहत. झाँडरकमांडोतील बंडाबद्दल मी सांगेन, तेव्हा त्याच्याबद्दल मी अधिक सांगणार आहे.

मी वर सांगितलेले रशियन लोक, सुरुवातीला ऑश्विट्झ-१ येथील कॅम्पमध्ये पाठवले गेले. पण तिथे ते खूप सारेजण एकत्र होते आणि ते सतत निसटून जाण्याच्या योजना आखत राहत. हे टाळण्यासाठी जर्मन लोकांनी त्यांना विभागून, कॅम्पच्या वेगवेगळ्या विभागांमध्ये पाठवून दिलं. माझ्या क्रिमेटोरियममध्ये त्यांच्यापैकी सहा ते आठजण होते. ते सारे सैनिक होते. मला त्यातले दोघेजण विशेष चांगले आठवताहेत. एक होता मिका (Micha) आणि दुसरा होता आयव्हान. माझी स्मरणशक्ती मला दगा देत नसली तर तिथे आणखी एक तिसराही होता. त्याचं नाव होतं साका (Sacha). आयव्हान सर्वांत लहान होता. त्याचा चेहरा लहान मुलाप्रमाणे गुबगुबीत होता. आम्ही हाता-पायांच्या खाणाखुणांनी बोलत असू

आणि मला कळलं की आघाडीच्या सैन्याच्या पाठीमागच्या बाजूला, पॅराशूटनं उतरत असताना ते युद्धकैदी म्हणून पकडले गेले होते.

क्रिमेटोरियममध्ये मला ते कधीही काम करताना दिसले नाहीत. कॅपो त्यांना काहीही म्हणत नसे आणि त्यांच्या वाटेला जात नसे. कारण आम्हा ज्यूंप्रमाणे ते तिथे कामासाठी आलेले नव्हते. रशियन आणि पोलिश लोकांमध्ये विशेषत: पोलिश ज्यूंमध्ये खूप द्वेषभाव असे; पण आम्हा ग्रीसच्या ज्यूंबरोबर त्यांचं काही वैर नव्हतं. ते फक्त सारा वेळ व्होडका ढोसत, सॉसेजेस खात आणि सिगरेट्स फुंकत असत. एकदा रशियन्सपैकी एकानं मला त्याच्या मेजवानीचा आस्वाद घेण्यासाठी बोलावलं. तो मला म्हणाला, ग्रेकी, इडी क्यूडा! (Grectci idi cyuda - ग्रीक पोरा, इकडे ये!) मी जायला कां-कू करू लागलो कारण मला अर्थ कळला नव्हता आणि माझी खात्री पटली होती की, सारे रशियन जसे नेहमी सर्वांचा अपमान करतात, तसंच तो करतो आहे. मी त्याच्यापाशी गेलो, तेव्हा त्यानं मला व्होडकाचा ग्लास दिला. मी प्रथमच ती पीत होतो. मी एक घोट घेतला; पण त्यानं एका घुटक्यातच ती मला गिळायला लावली. मी गुदमरून जवळजवळ मरतच होतो. एका रशियननं मला मोठा पाव दिला आणि त्यात जोरात उच्छ्वास करायला सांगितलं. ते केल्यावर जळजळीची भावना दूर झाली.

त्यांना हवी तेवढी व्होडका आणि अन्न मिळवण्यात काहीही अडचण येत नसे. जेव्हा काफिल्यातले लोक येऊन पोहोचत आणि कपडे उतरवत, तेव्हा हे कपडे एकत्र बांधायचं काम ज्या कैद्यांवर सोपवलेलं असे, (हे काम प्रारंभीच्या काळात क्रिमेटोरियममध्ये आमच्यावर सोपवलेलं होतं.) तिथे हे रशियन येऊन पोहोचत. पण कनादा (Kanada) येथे पाठवण्यासाठी कपड्यांची गाठोडी बांधण्याऐवजी त्यांचा एकच हेतू असे. कपड्यांमध्ये धुंडाळून त्यात काही मौल्यवान चीजा लपवलेल्या आहेत का हे शोधणं. प्रत्येक जणच असं करत असे. काहीजण काहीतरी खाद्यपदार्थांच्या शोधात असत, इतर लोक किमती वस्तूंच्या शोधात असत.

अशा प्रकारे आम्ही बऱ्याच गोष्टी हस्तगत करत असू आणि उपासमारीपासून स्वत:ला वाचवत असू. या परिस्थितीचा फायदा घेऊन आमचे कपडे जीर्ण झाले, की ते आम्ही बदलून टाकत असू. आम्हाला फक्त आमचे जुने कपडे कनादामध्ये पाठवायच्या कपड्यांच्या ढिगात फेकायचे असत आणि बळी गेलेल्या लोकांनी मागे ठेवलेल्या कपड्यांमधून हळूच कपडे निवडून घ्यायचे असत. असं करताना आम्ही पकडले जाणार नाही एवढी खबरदारी आम्हाला घ्यावी लागे, पण बहुधा तसं करणं सोपं असे.

रशियन लोक इतर काहीही करत नसत. या गोष्टींच्या बदल्यात कॅम्पबाहेरून व्होडका आणि अन्न मागवायचं तंत्र त्यांनी शोधून काढलं होतं. पोलिश फोरमनच्या

(Vorarbeiter) मदतीनं ऑस्वीकिम् (Oswiecim) या गावातून या गोष्टी कॅम्पपर्यंत पोहोचत. पोलिश लोकांना यात धोका होता; पण या व्यवहारातून त्यांचा फायदा होत असे. उदाहरणार्थ, जुन्या वर्तमानपत्राच्या बदल्यात सोन्याची अंगठी मिळू शकत असे.

बहुतकरून ही धोक्याची देवघेव अनेक हातांतून पुढे सरकत लोकांच्या सूप घेण्याच्या वेळेस हळूच पूर्ण केली जात असे. कॅपो चार लोकांना सूप आणण्यासाठी पाठवत असे (दोन माणसं पुरेशी असली तरीही), कारण फक्त याच वेळेस झाँडरकमांडोतील माणसांचा इतर कैद्यांशी आणि त्यायोगे बाहेरच्या जगाशी संपर्क होऊ शकत असे. पण हे इतकंसं सोपं नव्हतं, कारण असं होणं टाळण्यासाठी जर्मन लोक झाँडरकमांडोच्या लोकांना आधी पाठवत. अशा वेळेस आम्हाला अजिबात ताटकळावं लागत नसे; पण तरीसुद्धा ते संपर्क साधण्यात यशस्वी होत असत.

तर मग एवढी खबरदारी घेऊनही झाँडरकमांडोतील लोकांचा इतर कैद्यांशी संपर्क होऊ शकत असे?

हो. कॅपोनं जी माणसं जाऊन सूप आणण्यासाठी योजली होती, ती हा संपर्क साधू शकत असत. वस्तुत: यामुळेच काही अंशी बंडाचं आयोजन करणं शक्य झालं.

बायकांचा कॅम्प ही दुसरी जागा होती. यासाठी जर्मन गार्डला लाच द्यावी लागे; मग तो कैद्यांना बायकांच्या कॅम्पमध्ये जाऊ देत असे आणि त्याकडे लक्ष नाही अशी बतावणी करत असे. गॅस चेंबरमध्ये गेलेल्या लोकांच्या कपड्यांमध्ये सापडलेलं जवाहीर देऊन त्या बदल्यात छोट्याशा मेजवान्या आयोजित करून त्यासाठी लेम्क जर्मन गार्ड्सना आमंत्रण देत असे आणि ते कायदे शिथिल करतील अशी तजवीज करत असे.

पण अर्थातच बायकांच्या कॅम्पमध्ये जाण्याचा एकमेव हेतू हा काही बंडाचं आयोजन करणं एवढाच नसणार. जरी ही गोष्ट वारंवार होत नसली, तरी काहीजण तरी नक्कीच त्यांच्या मैत्रिणींना भेटायला जात असावेत. आणि एकदा आत गेल्यावर त्यांनी बायकांशी काहीजरी केलं असलं तरी मला ठाऊक नाही. मी तिथे नव्हतो आणि त्यामुळे मी काही म्हणू शकत नाही.

तुझ्या मते ते तसं करत असावेत?

हो. माझ्या समजुतीनं काहीजण करत होते. प्रामाणिकपणे सांगायचं, तर मी तसं करू शकलो नसतो. त्यांना तशी वासना तरी कशी होऊ शकत होती हेसुद्धा मला समजत नाही. माझी सुटका झाल्यानंतर मी काही विचित्र वावड्या ऐकल्या आहेत, की झाँडरकमांडोतील मृत स्त्रियांवर काही केलं जात असे; पण या स्वच्छ

थापा आहेत, झाँडरकमांडोत काम करणाऱ्या लोकांची नालस्ती करण्यासाठी प्रयत्न करणाऱ्या लोकांनी उठवलेल्या विकृत अफवा आहेत. तिथे आठ महिने काम करत असताना मी असं काहीही ऐकलं नाही.

याउलट मला आठवतंय की एकदा गॅस चेंबरमधून बाहेर आणलेल्या प्रेतांमध्ये माणसांना अत्यंत रूपवान बाईचा देह सापडला. प्राचीन शिल्पासारखं तिचं निर्दोष सौंदर्य होतं. ज्यांच्यावर तिला विद्युतदाहिनीत टाकायचं काम आलं होतं, ते इतकं दैवी सौंदर्य नष्ट करू धजत नव्हते. त्यांनी तो देह शक्य तेवढा वेळ त्यांच्याजवळ ठेवला. आणि अखेरीस त्यांना तो इतर देहांबरोबर जाळावाच लागला. मला वाटतं की फक्त त्याच वेळेस मी खरोखर निरखून पाहिलं. नाहीतर प्रत्येक गोष्ट यंत्रवत पार पाडली जात असे. बघण्यासारखं तिथे काहीही नसे. जिथं लोक कपडे उतरवत असत, तिथेसुद्धा कुणी अजिबात लक्ष देत नसे. हेलावून जाणं आम्हाला परवडण्याजोगं नव्हतं.

कधीकधी हे सारं खरं असलं तरीसुद्धा आमचं मन द्रवत असे आणि आम्हाला वाईट वाटत असे. उदाहरणार्थ, एके दिवशी क्रिमेटोरियमच्या पटांगणात लपू पाहणारी एक स्त्री आणि तिचा मुलगा आले. ते लोड्झहून (Lodz) आलेल्या काफिल्यांपैकी होते. या काफिल्यातून आमच्या क्रिमेटोरियममध्ये सतराशे लोक आले होते. सारं काही नेहमीप्रमाणे चाललं होतं. लोकांनी गॅस चेंबरमध्ये प्रवेश केला. जर्मन लोकांनी आत गॅस फेकला. त्यानंतर आमच्यावरलं भीषण काम सुरू झालं. आम्ही निर्विघ्नपणे दिवसभर काम केलं. त्यानंतर रात्रीपाळीवरला गट आला.

दुसऱ्या दिवशी सकाळी आठ किंवा नऊच्या सुमाराला एक माणूस आश्चर्यानं आम्हाला सांगत आला की एक स्त्री आणि बारा वर्षांचा मुलगा क्रिमेटोरियमच्या पटांगणात आहेत. ते तिथे कसे पोहोचले ते कुणालाही कळलं नाही, पण त्यांच्याकडे बारकाईनं पाहिल्यावर आमच्या लक्षात आलं की आदल्या दिवशी गॅस चेंबरमध्ये गेलेल्या लोकांच्या गटातलेच हे दोघे आहेत. आम्ही आश्चर्याने एकमेकांकडे पाहात राहिलो.

मग मी तिच्यापाशी जाऊन माहिती काढण्याचा प्रयत्न केला. ती कुंपणावर चढून गेली की, ती काटेरी तारांचं कुंपण आणि झाडांच्या खोडांमधून गेली ते मला कळलं नाही. तिनं काय आणि कसं केलं ते मला कळत नाही, कारण सारं काही बंद होतं आणि ती चढून आली असली पाहिजे.

वस्तुस्थिती अशी होती की ती मुलाबरोबर लपून राहिली होती. उन्हाळ्याचा महिना होता आणि उंच वाढलेल्या गवतामुळे ते गार्डच्या नजरेला न पडता लपून राहू शकले. पण मग ते काटेरी तारांच्या कुंपणापाशी अडले आणि बाहेर पडायला मार्गच नव्हता. जेव्हा त्या आईला कळलं की बाहेर जाता येत नाही, तेव्हा ती तेथून

निसटण्याच्या आशेनं क्रिमेटोरियमच्या दिशेला आली. ती अव्याहत रडत होती आणि पुन्हा पुन्हा सांगत होती की, घेट्टोमध्ये असताना तिनं जर्मन सैनिकांसाठी शिवणकाम केलं होतं आणि अजूनही ती उपयुक्त ठरली असती.

पहारा करणाऱ्या जर्मनच्या लक्षात आलं की काहीतरी प्रश्न उद्भवलेला आहे. आणि काय चाललंय ते बघायला तो पटांगणात आला. ती बाई आता त्याच्यापुढे गयावया करू लागली आणि आम्हाला सांगितलेल्या गोष्टीच त्याला सांगू लागली. तिला शांत करण्यासाठी तो जर्मन तिला म्हणाला, "तुमचं बरोबर आहे मॅडम, काय करता येईल ते मी बघतो. माझ्यापाठोपाठ या." पण प्रत्येकाला ठाऊक होतं की ते आत गेल्याबरोबर तो त्यांना ठार करणार. त्यानं त्यांना कपडे उतरवून निर्जंतुकीकरणासाठी जायला सांगितलं की नाही हे मला आठवत नाही, पण त्यानं फारसा वेळ घालवला नाही आणि त्यांच्या मानेत, पाठीमागून गोळी घालून त्यानं त्या दोघांना ठार केलं. पुन्हा अशी घटना घडू नये म्हणून जर्मन लोकांनी कुंपण आणि काटेरी तारांमधलं उंच गवत कापून घेतलं.

पोलंडमधील घेट्टोहून शेवटी आलेल्या त्या स्त्रीला, तिला कुठे पाठवलं गेलं आहे हे माहीत होतं, असं तुला वाटतंय का?

तिला नेमकं काय माहीत होतं हे मला ठाऊक नाही; पण ही गोष्ट खरी आहे की घेट्टोमधून हद्दपार झालेल्यांना इतरांपेक्षा खूप जास्त माहीत असे. त्यांच्या मनात कोणतीही वेडी आशा शिल्लक नसे. घेट्टोमध्ये इतकी वर्षं काढून ते मानसिकदृष्ट्या शिणून गेलेले असत. जेव्हा ते येऊन पोहोचत तेव्हा काहीही न समजता किंवा काय चाललंय हे समजण्याचा प्रयत्नही न करता ते निर्जंतुकीकरण करणाऱ्या खोलीकडे बिनविरोध जाऊ लागत.

जे घेट्टोमधून येत आणि जे इतर ठिकाणांहून येत, त्यांच्यात खूपच फरक असे, ही गोष्ट मात्र निश्चित. हॉलंडमधून किंवा हंगेरीहून आलेल्या लोकांकडे अजूनही थोड्या मौल्यवान गोष्टी असत आणि अजूनही इतरांच्या तुलनेनं ते तगडे असत. याउलट घेट्टोंमधून आलेल्यांच्या अंगांवर उवांखेरीज काहीही नसे. बहुतेकांची जगण्याची इच्छादेखील नष्ट झाली आहे, हे आम्हाला जाणवत असे. अजूनही थोडी शक्ती किंवा आशा असलेले फारसे लोक नसत. त्यांना इतकं उमेद हरलेलं पाहून मला बरेचदा प्रश्न पडत असे की, अगदी गरीब स्वभावाचे झालेले आम्ही तरी काही करू शकलो असतो का? आज्ञा पाळायला नकार देऊ शकलो असतो का? पण आमच्यापुढे पर्यायच नव्हता; जे नकार देत त्यांना इतरांसमोर मानेत पाठीमागून गोळी झाडून मारून टाकलं जाई. मामला संपे!

झाँडरकमांडोत यायला नकार देताना कुणी तुला कधी दिसलं का?

हो. एकदा हंगेरीचे तीन धार्मिक प्रवृत्तीचे ज्यू तरुण झाँडरकमांडोत पाठवण्यासाठी एका बाजूला काढले गेले होते. ते अजूनही त्यांचा काफ्तान, हॅट्स आणि लांब केस हाच वेष धारण करून होते. त्यांनी जर्मन लोकांची आज्ञा मानायला नकार दिला. मी त्यांना आत जाताना बघितलं नाही, पण मला माहीत आहे की त्यांना कपडे काढावे लागले. आणि जे लोक रिव्हॉल्व्हरनं ठार केले जात, त्यांच्याप्रमाणे त्यांना तीन पायऱ्या चढून वर जावं लागलं. अशा प्रकारे ते मरण पावले. इतरांना त्यांची जागा भरून काढायला ताबडतोब घेतलं गेलं असलं पाहिजे. तिथे असा तुटवडा अजिबात नव्हता.

तुमच्यामध्ये कुणी धार्मिक प्रवृत्तीचे लोक होते?

काही लोक दररोज प्रार्थना करत. मला ठाऊक आहे, की कॅम्पच्या इतर भागांमध्ये हे अशक्य होतं किंवा अतिशय धोक्याचं होतं; पण आम्हाला ते फारसं धोक्याचं नव्हतं, कारण झाँडरकमांडोचे लोक जिथे झोपत, तिथे जर्मन कधीच येत नसत. तुम्हाला प्रार्थनेचं पुस्तक सहज उचलता येण्याजोगं असे, पण अशा लोकांना त्याची गरजही नव्हती. त्यांना प्रार्थना तोंडपाठ असत.

मी कधीच धार्मिक प्रवृत्तीचा नव्हतो. मी देवावर विश्वास ठेवणाराही नव्हतो. टेन कमांडमेंट्सचं पालन करणं मी पुरेसं समजत असे. मी धार्मिक प्रवृत्तीचा नसल्यामुळे मी स्वत:ला हा प्रश्न कधीच विचारला नाही; या सर्वांपासून मी देवाला दूर ठेवलं. पण ते देवाला 'अडोनाई, अडोनाई' (Adonai, Adonai - ईश्वर, ईश्वर) असं का आळवत राहत हे मात्र मला समजत नसे. त्यांची काय समजूत होती? ईश्वर त्यांना वाचवणार आहे? कसली भ्रामक समजूत! आम्ही सारे प्राणिमात्र सीमारेषा ओलांडून मृत्यूकडे वाटचाल करत होतो.

कैद्यांमध्ये खूप एकजूट असल्याचं लोक बोलतात. याबद्दल तुझा काय अनुभव होता?

आमच्या स्वत:साठी पुरेसं असलं तरच एकजूट असे. नाहीतर जगण्यासाठी तुम्ही स्वार्थी असण्याशिवाय तरणोपाय नव्हता. क्रिमेटोरियममध्ये एकजूट राखणं परवडण्याजोगं होतं. कारण आम्हा प्रत्येकाला पुरेसं मिळत होतं. मी मित्राला मदत करून त्याला विश्रांती घेण्याची संधी मिळवून देण्याबद्दल बोलत नाहीये.

मी खाण्यासाठी पुरेसं मिळवण्याबद्दल बोलतो आहे. ज्यांना पोटभर अन्न मिळत नसे, त्यांना एकजूट परवडण्याजोगी नव्हती. म्हणून जगण्यासाठी कुणाकडून काहीतरी हिसकावून घ्यावं लागलं, तरी अनेकजण तसं घेत असत. आम्हाला

पोटभर अन्न मिळत होतं आणि तसं करण्यात धोका असला, तरी आम्ही इतरांना अन्न देऊ शकत होतो.

उदाहरण द्यायचं झालं तर झाँडरकमांडोतल्या माणसांसाठी सूप आणायला गेलेले लोक वाटेत ते सूप रेल्वे-रूळ टाकणाऱ्या कैदी कामगारांसाठी ठेवून येत. आम्ही आमचं भरलेलं भांडं तिथे ठेवत असू आणि त्यांचं आधीचं रिकामं झालेलं भांडं परत आणत असू. आम्हाला कमी पडत नसे, कारण झाँडरकमांडोतल्या प्रत्येकाला पुरेसा ब्रेड आणि कॅनमधलं अन्न मिळत असे.

जरी हद्दपार झालेले लोक क्रिमेटोरियममध्ये त्यांच्या सुटकेसशिवाय आणि रिकाम्या खिशांनी आलेले असले, तरी ते इतके सारे लोक असत की आम्हाला त्यांच्या कपड्यात काहीतरी सापडत असे. इतर ठिकाणी हे शक्य नसे. एकजूट दाखवण्याची चैन फार थोड्यांना परवडण्याजोगी होती. घासभर अन्न दुसऱ्याला देणं याचाच अर्थ होता की घासभर अन्न तुम्हाला कमी मिळणार आहे.

कॅम्पमधील इतर कैद्यांना झाँडरकमांडोतल्या कैद्यांबद्दल काय वाटत असे?

माझा कॅम्पमधील इतर कैद्यांबरोबर संपर्क येत नसे, म्हणून मी सांगू शकत नाही. मी कधीही सूप आणायला गेलो नाही किंवा मी कधी स्त्रियांच्या कॅम्पमध्येही गेलो नाही. आम्ही कॅम्पमध्ये असताना हा प्रश्न कधीच उद्भवला नाही; परंतु पुढे मला समजलं की आम्हाला कधीकधी जास्त गोष्टी मिळत असत, याबद्दल काही लोकांना मत्सर वाटत असे.

इतर काही लोक क्रिमेटोरियममध्ये जे घडत असे, त्याबद्दल आम्हाला काही अंशी दोषी समजत; पण हे संपूर्ण चुकीचं आहे. फक्त जर्मन लोकच ठार मारत असत. आमच्यावर सक्ती केली जात असे; गुन्ह्यात भागीदार असणारे बहुधा त्यात स्वेच्छेनं सामील होतात. आमच्यापुढे दुसरा पर्याय नव्हता, हे नमूद करणं महत्त्वाचं आहे.

जे आज्ञा पाळत नसत, त्यांना ताबडतोब पाठीमागून मानेत गोळी घालून ठार केलं जात असे. जर्मन लोकांना त्याची अजिबात फिकीर नव्हती. त्यांनी दहाजणांना मारलं तर आणखी पन्नासजण हजर होत असत. आम्हाला जगायचं होतं; पुरेसं अन्न मिळवायचं होतं... आणखी काहीही पर्याय नव्हता. कुणापुढेच नव्हता आणि आमच्यात आता काय चाललं आहे त्यावर विचार करण्याएवढी विचारशक्तीच शिल्लक राहिली नव्हती. आम्ही यंत्रमानव बनलो होतो.

आजकाल मी अनेकदा स्वत:लाच प्रश्न विचारतो की त्यांनी मला स्वत:च्या हातांनी कुणाला ठार मारायला भाग पाडलं असतं तर मी काय केलं असतं? काय केलं असतं, मी सांगू शकत नाही. ते मला जागीच ठार मारतील हे माहीत असताना मी नकार दिला असता?

तू कॅम्पमध्ये असताना कधी हा प्रश्न स्वत:ला विचारलास का?

नाही. कॅम्पमध्ये असताना कधीच नाही. तिथे तुम्ही स्वत:ला असले प्रश्न करण्याची काही शक्यताच नव्हती. फक्त सुटका झाल्यानंतरच ते प्रश्न माझा पिच्छा पुरवू लागले. आम्हाला वृद्ध माणसांना कपडे उतरवण्यासाठी मदत करावी लागत असे, पण त्यांना ठार करायला आम्हाला सांगण्यात आलं असतं तर? आमचा अपमान करण्यासाठी जर्मन लोक विकृत वागण्याची कोणतीही पातळी गाठू शकले असते.

उदाहरण द्यायचं, तर गंमत म्हणून जर्मन गार्ड बापावर त्याच्या मुलाला चाबकाचे फटके मारायची सक्ती करत असे. बापानं नकार दिला, तर तो उलट आज्ञा करून मुलावर बापाला चाबकानं बडवायची सक्ती करे. बापच मुलाला ही आज्ञा पाळायला सांगत असे आणि जर दोघांनी असं करायला नकार दिला, तर बरेचदा ते दोघे मरेपर्यंत त्यांना चाबकानं बडवलं जात असे. अशा प्रकारच्या विकृत गोष्टी घडत असत. अशी परिस्थिती टाळण्यासाठी तुम्ही भाग्यवान असण्याचीच गरज होती आणि अशी परिस्थिती जेव्हा आम्हाला टाळता येत नसे, तेव्हा अत्यंत कठोर निर्णय घेणं आम्हाला भाग पडत असे; आमचा कशावरच ताबा नसे.

आमच्यापुढे एकच पर्याय होता, या साऱ्याची सवय करून घेणं. तीसुद्धा ताबडतोब! त्या साऱ्या प्रेतांना माझ्या हातांनी मी स्पर्श केला आहे, या विचारानं पहिल्या दिवशी माझ्या घशाखाली ब्रेडही उतरत नव्हता. पण आम्ही काय करू शकत होतो? माणसाला अन्नाची गरज होती... आठवडा, दोन आठवड्यांनी आम्हाला त्याची सवय होत असे.

आम्हाला कशाचीही सवय होत असे. त्या उलटी आणणाऱ्या वासाची जशी मला सवय झाली त्याचप्रमाणे! थोड्या काळानं तो वास आमच्या लक्षातही येईनासा होत असे. आम्ही रहाटगाडग्यावर भिरभिरत राहत होतो; पण ते आमच्या लक्षातही येत नसे. कारण थोडक्यात सांगायचं तर आम्ही विचार करणं बंद केलेलं असे.

पहिले दोन-तीन आठवडे या भीषण गुन्ह्याची व्याप्ती पाहून मी अवाक् झालो होतो, पण मग मी विचार करणं बंद केलं. पहिल्या दिवशी मी रात्रभर निजू शकलो नाही. मी या भीषण परिस्थितीवर आणि ज्या पद्धतीनं मी पकडला जाऊन अशा जागी आणलो गेलो- त्यावर सतत विचार करत होतो. आजही तेच प्रश्न माझा पिच्छा पुरवतात.

माझ्याप्रमाणे माझ्या भावाला त्याचे अनुभव शाळेतल्या मुलांना कधीही सांगावेसे वाटले नाहीत. तो मला खूपदा म्हणतो, "असा विचार कर - मी स्वत:ही अनेकदा कल्पना करतो की हे सारं एक दु:स्वप्न होतं आणि असं घडलं असणं शक्यच नाही. म्हणून जे लोक ही कहाणी आता ऐकताहेत, त्यांच्या जागी तू आहेस अशी कल्पना कर!"

पण हे सारं इतकं अतर्क्य कोटीतलं आहे याच कारणानं माझ्या मते जे लोक

त्यांचे अनुभव सांगण्याच्या परिस्थितीत आहेत, त्यांनी ते सांगितलेच पाहिजेत. झाँडरकमांडोतील आमच्यासारख्या लोकांना, तगून जाण्याच्या दृष्टीनं बरी परिस्थिती होती; आम्ही थंडीनं तेवढेसे गारठत नसू, आम्हाला खायला जास्त मिळत असे. आमच्यावर कमी अत्याचार होत - पण आम्ही सर्वांत भीषण परिस्थिती डोळ्यांनी पाहिली, त्यातच दिवसेंदिवस वावरलो! त्या नरकात!

आणि जर कॅम्पमधील इतर कुणाबरोबर तुला जागेची अदलाबदल करता आली असती तर?

ताबडतोब! एक क्षणही न दवडता! मला पुरेसं खायला मिळणार नाही याचा विचारही न करता. क्षणभरही विचार न करता, हळूहळू (भुकेनं) येणारं मरण स्वीकारून मी ताबडतोब ती अदलाबदल स्वीकारली असती. आणि तरीही मी जाणून आहे की भुकेनं व्याकूळ होण्याच्या यातना काय आहेत आणि त्या किती क्लेशकारक आहेत. पण ते सोडा. पण मृत्युयात्रेत चालताना आणि त्यानंतर ज्या कॅम्पमध्ये मला हलवलं गेलं आणि जिथे मी इतर कैद्यांप्रमाणेच हालअपेष्टा भोगल्या, तेव्हाही क्रिमेटोरियममधून बाहेर पडता आलं म्हणून मला हलकं वाटत होतं.

तू गंभीरपणे पळून जायचा कधीही विचार केला नाहीस का?

नाही. ते अशक्य होतं. झाँडरकमांडोमधील माणसासाठी ते अशक्य कोटीतलं होतं. प्रत्येक जण पुन्हा पकडला गेला. आणि मी कुठे गेलो असतो? मी पोलिश भाषा जाणत नव्हतो आणि शेतकरी मला पकडून देतील याचा धोका खूपच होता. मी बिर्केनॉला असताना ज्या लोकांनी निसटण्याचा प्रयत्न केला त्यांनी आधी योजना न आखता, अपूर्व संधी समोर आलेली पाहून तो प्रयत्न केला. मी अर्थातच एरेाबद्दल बोलतो आहे, पण तो पकडला गेला आणि मारला गेला.

तू कधीही भविष्यकाळाबद्दल बोलायचास किंवा विचार करायचा काय?

मी केव्हा मरणार आहे त्या क्षणापर्यंतच माझ्या क्षितिजाचा विस्तार होता. काही लोक म्हणतात की त्यांनी ते टाळलं, कारण त्यांना अजूनही एक दिवस सुटका होण्याची आशा वाटत होती. पण त्या नरकातून मला कधी बाहेर पडता येणार आहे, असं मला अजिबात वाटत नव्हतं. झाँडरकमांडोतील कुणाही माणसाला अशी भाबडी आशा वाटत होती असं मला वाटत नाही. बाहेर पडण्याचा कोणताही मार्ग नव्हता. चमत्कारच घडला असता तर... पण कुणाचाही आता चमत्कारांवर विश्वास राहिला नव्हता. आमची अखेर जवळ येत आहे हे जाणून, आम्ही आला दिवस ढकलत होतो.

कधीकधी असं सारं असूनही क्षीण आशा वाटू लागे. उदाहरणार्थ, हिटलरच्या खुनाचा प्रयत्न झालेला आम्ही ऐकला तेव्हा अशी आशा क्षणभर स्पर्शून गेली. त्या दिवशी जर्मन लोक संतापानं बेभान झाले होते; पण आम्हाला आशेचा अंधुकसा किरण दिसला. किंवा आमचं कोणी कुटुंबातलं अजून जिवंत आहे, हे जेव्हा आम्हाला समजत असे तेव्हा. जसं एकदा मला माझी बहीण दिसली, किंवा ती दिसली अशी माझी समजूत झाली... तेव्हा वाटलं, तसं!

त्या दिवशी मी क्रिमेटोरियम-२ मध्ये गेलो होतो. माझी कामाची पाळी नसेल तेव्हा माझ्या ग्रीक मित्रांना भेटायला मी कधीकधी तिथे जात असे. क्रिमेटोरियम-२ मधून स्त्रियांचा कॅम्प दिसत असे. त्या दिवशी माझ्याच विचारांमध्ये गढून जाऊन मी खिडकीवर रेलून उभा होतो, आणि मला भास झाला की स्त्रियांच्या कॅम्पभोवतीच्या काटेरी तारांच्या कुंपणापाशी, माझ्याकडे तोंड करून उभ्या असलेल्या माझ्या बहिणीलाच मी बघितलं. आता विचार केला की मला प्रश्न पडतो की मी खरंच तिला ओळखलं की तिला बघितलंय अशी मला माझ्या मनाची समजूत करून द्यायची होती.

माझी आई आणि माझ्या दोघी धाकट्या बहिणी मला पुन्हा कधीही दिसणार नाहीत, ही कल्पना मी वस्तुस्थिती म्हणून स्वीकारली होती; पण मला अजूनही आशा वाटत होती की माझी मोठी बहीण, रेचल, कामावर धाडली गेली असेल. त्या दिवशी खिडकीतून स्त्रियांच्या कॅम्पकडे बघताना मी तिचा विचार करत होतो.

तसा मी अनेकदा तिच्याबद्दल विचार करत असे. सूर्य मावळला होता, संधिप्रकाश पडला होता. बिर्केनॉमधलं नेहमीचं धुकं वातावरण धूसर करत होतं आणि अचानक मला ती आकृती दिसली. मला स्पष्ट दिसण्याच्या दृष्टीनं मी फार दूर होतो, पण मला वाटलं, की मी माझ्या बहिणीला ओळखलं.

मी हाक मारली, "रेचल!"

माझ्या आवाजाचा प्रतिध्वनी घुमला आणि तिनं लॅडिनो बोलीत विचारलं, "हो, तू कोण आहेस?"

"श्लोमो!"

"श्लोमो! तू कसा आहेस? तुझा आवाज ऐकून इतकं बरं वाटलं म्हणून सांगू!"

आम्हाला जास्त बोलणं शक्य नव्हतं. म्हणून मी तिला त्याच जागी त्याच वेळेस दुसऱ्या दिवशी यायला सांगितलं आणि म्हटलं, की मी तिच्यासाठी काहीतरी आणणार आहे.

आणि खरोखरच दुसऱ्या दिवशी त्याच वेळेस तीच आकृती समोर आली. खाद्यपदार्थ आणि कॅम्पमध्ये तिला उपयोगी पडतील अशा गोष्टी भरलेलं गाठोडं तिला देण्यासाठी मी आणलं होतं. पुन्हा एकदा आम्ही दुसऱ्या दिवशी भेटण्याचं

ठरवलं. आणि तसंच पुढले पाच-सहा दिवस आम्ही भेटलो; पण एका संध्याकाळी ती आलीच नाही आणि मला वाटलं, की तिला दुसरीकडे हलवलं असावं किंवा त्याहूनही वाईट म्हणजे तिची (मारण्यासाठी) निवड झालेली असावी.

जेव्हा मी सुटका झाल्यावर, बारा वर्षांनंतर, माझ्या बहिणीला अखेरीस एकदाचा भेटू शकलो, तेव्हा ती इस्राइलमध्ये, तिचा पती ॲरॉन याच्याबरोबर राहत होती. मी तिला भेटायला हैफाला गेलो. तिच्या घराकडे नेणाऱ्या टॅक्सीत बसल्यावर मला रडू फुटलं. माझ्या हद्दपारीपासून बारा वर्षांत मी कधीही रडलो नव्हतो... फक्त एकदा संतापानं मला रडं फुटलं होतं.

पण अचानक माझ्या बहिणीला पुन्हा भेटण्याच्या विचारानं उफाळून आलेल्या भावनांमुळे माझ्या अंत:करणात इतकी सारी वर्षं मी जे विष दाबून ठेवलं होतं, त्याचा उद्रेक होऊन निचरा झाला आणि मला बोलणं आणि रडणं दोन्हीही आटोक्यात ठेवता येईना. दरम्यान माझी बहीण काहीच बोलत नव्हती. मी ते सारं दु:ख आतल्या आत दाबून ठेवलं होतं... माझी आई... मी बघितलेलं सारं सारं!!

जेव्हा मी स्वत:वर थोडा ताबा मिळवू शकलो, तेव्हा मी तिच्याकडे फेकलेल्या गाठोड्यांची मी तिला आठवण करून दिली. मी कशाबद्दल बोलतोय याचा तिला अजिबात बोध होईना. ती मला म्हणाली, की ती बिर्केनॉमधील स्त्रियांच्या कॅम्पमध्ये कधीच राहिलेली नव्हती आणि मी, रेचल असल्याची बतावणी करणाऱ्या एका अनोळखी स्त्रीसाठी इतका धोका पत्करला होता.

माझ्या लक्षात आलं होतं, की तिचा आवाज थोडा वेगळा वाटतोय; पण त्या जागी सारंच वेगळं वाटत असे... आणि मला ती स्पष्टपणे दिसलेलीही नव्हती. मला फक्त एक आकृती दिसली होती. पण तरीही, त्या स्त्रीला मदत करता आल्याबद्दल मला आनंदच वाटतोय. माझ्या बहिणीइतकीच, तिलाही त्या मदतीची गरज होती.

तुझ्याबरोबर झाँडरकमांडोत असलेल्या कुणालाही, गॅस चेंबरमध्ये आपल्या कुटुंबातलं कुणी कधी सापडलं का?

हो. माझ्या बाबतीतच तसं घडलं... झाँडरकमांडोत बंड झालं त्यापूर्वी थोडेच दिवस, क्रिमेटोरियममधील शेवटच्या गॅस चेंबरमधील कत्तलींदरम्यान तसं घडलं. कॅम्प हॉस्पिटलमधून 'निवडल्या' गेलेल्या कैद्यांचा समूह आला, तेव्हा कपडे उतरवण्याच्या खोलीत असं घडलं. तिथे दोनशे-तीनशे लोक आलेले होते; तिथे का आणलं गेलं आहे ते सर्वांना माहीत होतं.

अचानक "श्लोमो!" अशी हाक मारलेली माझ्या कानांवर आली. मला आश्चर्य वाटलं आणि मला ओळखणारं कोण आहे ते बघण्यासाठी मी वळलो. मग त्याच आवाजानं पुन्हा विचारलं, "श्लोमो! तू मला ओळखलं नाहीस का?"

मला हाक मारणाऱ्या माणसाकडे निरखून पाहिल्यावर मी शेवटी माझ्या वडिलांचा कझिन, लेऑन व्हेनेत्सिया याला ओळखलं.

त्याचा आवाज बदलला होता आणि त्याचं फक्त हाडं-कातडं शिल्लक होतं. तो आमच्याच काफिल्यातून हद्दपार झाला होता; पण त्याची झाँडरकमांडोसाठी निवड झाली नव्हती. तो मला म्हणाला की पाण्याचे कालवे बांधण्याच्या कामावर तो होता. त्याचा गुडघा आपटला होता. त्याचा गुडघा सुजला आणि त्याला हॉस्पिटलमध्ये नेण्यात आलं.

पण हॉस्पिटल ही तुम्हाला बरं करण्याची जागा नव्हती. तुम्ही काही दिवसांनी आपोआप बरे झाला नाहीत, तर तुमची गॅस चेंबरसाठी निवड होण्याचा धोका असे. त्याच्या बाबतीत दुर्दैवानं असंच घडलं. प्रथमोपचार न मिळाल्यामुळे त्याचे गुडघे सुजले आणि त्याची निवड केली गेली. त्यानं मला सीक्रेट सर्व्हिसच्या पहारा करणाऱ्या उंटरशार्फ्यूरर (Unterscharfuhrer - सबलीडर) बरोबर बोलून लेऑनला झाँडरकमांडोत आणण्याबद्दल त्याचं मन वळवायला सांगितलं. मी त्याला समजावून सांगायचा प्रयत्न केला की त्यात काही अर्थ नाही, कारण आम्ही सारेजण त्याच्याच परिस्थितीत आहोत. म्हणून त्याला शांत करण्यासाठी मी त्या जर्मन गार्डपाशी गेलो. त्यानं हातवारे करून मला बाजूला केलं. तो म्हणाला, "मला काय पडलंय!"

मी लेऑनजवळ गेलो आणि त्याचं मन दुसरीकडे वळवण्यासाठी मी त्याला विचारलं की त्याला भूक लागलीय का? माझी खात्री होती की खूप वेळात त्याला काहीही खायला मिळालेलं नसणार. तो म्हणाला की अर्थातच तो खूप भुकेला आहे.

मी माझ्या पलंगाखालून ब्रेड आणि सार्डिन्सचा कॅन आणण्यासाठी पळत गेलो आणि त्वरेनं परत आलो. मी अन्न घेऊन परत येण्यापूर्वीच त्याला गॅस चेंबरमध्ये नेलं जाऊ नये अशी माझी इच्छा होती. मी त्याला ते सारं दिलं. तो इतका भुकेलेला होता की त्यानं ते चावायची तसदीही घेतली नाही. ते पाणी असल्याप्रमाणे त्यानं ते गिळून टाकलं.

मग गॅस चेंबरमध्ये जायची त्याची वेळ आली. आत जाणाऱ्यांमध्ये तो शेवटचा होता आणि जर्मन गार्ड आरडाओरडा करू लागला होता. मी त्याचा हात धरून त्याला तिथे नेत असताना तो मला क्लेशकारक असे ते सारे प्रश्न विचारू लागला. "जीव जायला किती वेळ लागतो? खूप वेदना होतात का?"

त्याला काय उत्तर द्यावं हे मला समजेना, म्हणून मी थाप मारली की खूप वेळ लागत नाही, वेदना होत नाहीत. वस्तुत: हवा मिळावी म्हणून दहा-बारा मिनिटं तडफडणं हा खूप वेळ झाला, पण त्याचं मन शांत करायला, त्याला दिलासा द्यायला मी थापा मारल्या. तो जर्मन पुन्हा ओरडू लागला. म्हणून आम्ही एकमेकांना मिठी

घातली आणि तो आत गेला. तो आत गेल्यावर त्या जर्मननं दरवाजा बंद केला.

माझ्या सहकाऱ्यांनी मला आधार दिला आणि गॅस चेंबरचा दरवाजा उघडताक्षणी मला पाहावं लागू नये म्हणून ते मला दूर घेऊन गेले. ते त्याला ओव्हनपाशी घेऊन आले, तेव्हा इतरांनी माझ्या भावाला आणि मला हाक मारली. म्हणजे त्याचा देह जाळण्यापूर्वी आम्हाला कडिश (Kaddish) ही मृतांसाठीची प्रार्थना म्हणता आली असती.

मला आणखी एक घटनेबद्दल सांगायचं आहे. एकदा शाळेत मी माझे अनुभव सांगत असताना मला एका लहान मुलीनं प्रश्न विचारला की कोणीही कधी गॅस चेंबरमधून जिवंत बाहेर आलेलं आहे का? तिला काहीही कळलं नाहीये असं वाटून तिचे वर्गमित्र तिला हसू लागले. तो विषारी वायू प्रत्येकाला मारून टाकायलाच काळजीपूर्वक शोधून काढला गेलेला असताना त्या परिस्थितीत कोणी वाचेल हे कसं शक्य होतं? ते केवळ अशक्य होतं. आणि असं असतानासुद्धा त्या मुलीचा प्रश्न कितीही वेडगळपणाचा वाटला, तरी तो महत्त्वाचा प्रश्न होता, कारण खरोखरच असं घडलं होतं.

फारच थोड्या लोकांनी ही घटना प्रत्यक्ष पाहिली आहे आणि त्याबद्दल ते सांगू शकतील, पण तरीही ती सत्यघटनाच आहे! एकदा काफिला येऊन पोहोचल्यावर आम्ही सारेजण नेहमीप्रमाणे कामाला लागलो. गॅस चेंबरमधले देह हलवणाऱ्या माणसांपैकी एकाला एक विचित्र आवाज ऐकू आला. असे वेगवेगळे आवाज कानावर येणं नेहमीचंच होतं, कारण कधीकधी बळी गेलेल्यांच्या देहातून गॅस बाहेर पडत राहत असे.

पण या माणसाचं म्हणणं होतं, की हा आवाज वेगळा होता. आम्ही काम थांबवून आमचे कान टवकारले; पण कुणालाच काही ऐकू येईना. आम्ही स्वत:शीच म्हटलं, की या माणसाला भास होत असला पाहिजे.

काही मिनिटांनी तो पुन्हा थांबला आणि आम्हाला म्हणाला की त्याची खात्री आहे, की त्यानं मृत्यूची लागलेली घरघर ऐकली आहे आणि लक्षपूर्वक, कान देऊन ऐकल्यावर आम्हालाही तसाच आवाज ऐकू आला. तो विलापासारखा आवाज होता.

सुरुवातीला तो आवाज थोड्या थोड्या अंतरानं येत होता. मग तो जास्त सलगपणे ऐकू येऊ लागला आणि शेवटी तो नवजात अर्भकाच्या रडण्याचा सलग आवाज म्हणून आम्हाला ओळखू आला.

हा आवाज प्रथम ज्यानं ऐकला, तो माणूस तो आवाज नेमका कोठून येतो आहे याचा शोध घेऊ लागला. प्रेतांवर पाय देत शोधल्यावर त्याला त्या आवाजाचा उगम सापडला. ती जेमतेम दोन महिन्यांची तान्ही मुलगी होती. अजूनही ती आईच्या

स्तनांना चिकटून दूध प्यायचा फोल प्रयत्न करत होती. दूध यायचं थांबलंय, हे लक्षात येऊन ती रडू लागली होती.

त्यानं ते तान्हं मूल उचललं आणि गॅस चेंबरच्या बाहेर आणलं. तिला आमच्यापाशी ठेवणं अशक्य आहे, हे आम्हाला माहीत होतं. तिला लपवणं किंवा तिचा स्वीकार करायला जर्मन लोकांचं मन वळवणं अशक्य होतं.

आणि खरोखरच त्या बाळाकडे गार्डचं लक्ष गेल्याबरोबर, छोटं बाळ मारून टाकण्याची संधी मिळालेली पाहून तो खूशच झाला. त्यानं एक गोळी झाडली आणि त्या विषारी वायूतही चमत्कारानं जगून वाचलेली ती तान्हुली मरण पावली. कोणीही वाचणं शक्य नव्हतं. प्रत्येकाचं मरण अटळ होतं. आमचंदेखील. प्रश्न फक्त वेळेचाच होता.

काही वर्षांपूर्वी रोममधील सर्वांत मोठ्या मुलांच्या हॉस्पिटलच्या प्रमुखाला या चमत्काराचं स्पष्टीकरण विचारण्याची मला संधी मिळाली. त्यानं मला सांगितलं, की दूध पिणारं बाळ, जो जोर लावून आईचे स्तन चोखत होतं, त्यामुळे तो विषारी वायू भिनण्यापासून त्याचं संरक्षण झालं असणं अशक्य नव्हतं.

तुला इतर कोणी लोक, इतर कोणाचे चेहरे आठवताहेत का, ज्यांना तू मरण्यापूर्वी बघितलेलं होतंस?

हो. मला बेल्जियममधून हद्दपार झालेल्यांच्या काफिल्यातला चाळिशीचा माणूस आठवतोय. तो शवविच्छेदनाच्या खोलीत एका मोठ्या दगडी शिळेवर बसलेला होता. त्या खोलीचा दरवाजा उघडा राहिला होता आणि त्या खोलीवरून जाताना तो माझ्या नजरेस पडला. मला लगेच लक्षात आलं की त्याच्या चेहऱ्याची आणि मानेची एक संपूर्ण बाजू जखम होऊन फाटून रक्तबंबाळ झालेली आहे. मला बघताक्षणी तो फ्रेंचमध्ये म्हणाला, “मला मरायचंय.” त्याच्या चेहऱ्याकडे निर्देश करून मी प्रश्न केला, “तू हे काय करून घेतलं आहेस?” त्यानं मला सांगितलं की आगगाडीत असताना त्यानं रेझर-ब्लेड वापरून आत्महत्येचा प्रयत्न केला होता. त्याची कॅरोटिड् (Carotid) डोक्याकडे रक्त नेणारी मोठी रक्तवाहिनी दिसू शकत होती; पण त्याने योग्य ती रक्तवाहिनी कापली नव्हती, त्यामुळे त्याला मरण आलं नव्हतं. त्याचं काय करायचं याचा निर्णय होईपर्यंत जर्मन लोकांनी त्याला इथे ठेवलं होतं. माझ्या समजुतीनं, त्यांनी त्याला नंतर लगेचच मारून टाकलं असलं पाहिजे. मी त्याला पुन्हा कधीही बघितलं नाही.

तू क्रिमेटोरियम-२ मधील शवविच्छेदनाच्या खोलीबद्दल बोलत आहेस का?

नाही. ही गोष्ट खरी आहे की शवविच्छेदनाची खोली क्रिमेटोरियम-२ मध्येच

होती. क्रिमेटोरियम-३ हे क्रिमेटोरियम-२ ची मिरर इमेज होतं, पण ३ मधली शवविच्छेदनाची खोली नेहमी सोनं वितळवण्यासाठी वापरत असत. तिथे एक टेबल होतं आणि झेकोस्लोव्हाकियातील दोन ज्यूंची सोनं वितळवण्यासाठी खास नेमणूक केलेली होती. बळी गेलेल्यांचे सोन्याचे दात आणि त्यांच्यापाशी सापडलेले दागिने यांपासून ते सोन्याच्या लगडी बनवत असत. त्याच खोलीत मला हा माणूस दिसला.

मी क्रिमेटोरियम-२ मधील शवविच्छेदनाच्या खोलीत कधीच गेलो नाही, कारण तिथे जाण्याची मला कधी गरज पडली नाही; पण एकदा मी क्रिमेटोरियम-२ मध्ये गेलेलो असताना तिथे एका रशियन ऑफिसरचा देह पृथक्करणासाठी मेंगेलेचे मदतनीस असलेले हंगेरीचे ज्यू डॉक्टर, डॉ. न्यिझली (Dr. Nyiszli) यांनी आणला होता. ते शवविच्छेदन बघण्यासाठी तिथे सीक्रेट सर्व्हिसचे अनेक ऑफिसर्स हजर होते. मला वाटतं, त्यातले एक डॉ. मेंगेले असणार, पण मी त्यांना ओळखू शकलो नसतो.

त्यांचं काम आटोपल्यावर तो देह ओव्हनमध्ये टाकण्याची गरज होती. त्या बिचाऱ्यांचं फाडलेलं पोट अजून उघडंच होतं आणि त्याची आतडी बाहेर लोंबत होती. आम्हाला आता कसलाही धक्का बसण्याच्या पलीकडे आम्ही पोहोचलो होतो. तरीही जमिनीपर्यंत लोंबणारी त्याची आतडी सात-आठ मीटर अंतरापर्यंत फरपटत जात असलेलं दृश्य माझ्या स्मृतीवर कोरलं गेलं आहे.

मला एक इटालियन लोकांचा वेगळाच काफिलासुद्धा लक्षात राहिला आहे. मला वाटतंय की ते इटालियन होते, पण ते रॅम्पवर उतरल्यावरच माझ्या नजरेला पडले. त्यांना माझ्या क्रिमेटोरियममध्ये पाठवलं गेलं नव्हतं. हे माझं नशीबच होतं, कारण माझ्या क्रिमेटोरियममध्ये गॅस चेंबरमध्ये इटालियन किंवा ग्रीक लोकांना पाठवताना बघणं, हा माझ्यादृष्टीनं भीषण अनुभव ठरला असता.

ते इटालियन असावेत असं मी अनुमान केलं, कारण त्या काफिल्यासोबत आलेल्या सैनिकांनी इटालियन मिलिटरी युनिफॉर्मसारख्या गोंड्याच्या फेझच्या (Fez) टोप्या आणि युनिफॉर्मवरल्या रिबिनी (Pompon) घातलेल्या होत्या, आणि त्यांच्या हाती रायफल्स होत्या. ट्रेन येऊन पोहोचल्यावर जर्मन लोकांनी हद्दपारांना बाहेर काढण्यासाठी दरवाजे ताबडतोब उघडले नाहीत. ज्यू ट्रेनमध्येच थांबलेले होते आणि जर्मन लोकांनी वीस ते पंचवीस इटालियन सैनिकांना दोघा-दोघांच्या रांगेत एकत्र आणलं. सीक्रेट सर्व्हिस गार्डनं त्यांना लागर स्ट्रासवरून नेलं.

त्याचं पुढे काय झालं ते मला कळलं नाही, पण त्यांना मारून टाकण्यात आलं नसलं, तर ते युद्धकैदी म्हणून डांबले गेले असावेत. त्यांच्याबद्दल मी पुन्हा कधीच

काही ऐकलं नाही. इटालियन निघून गेल्यानंतरच ज्यू हद्दपारांना ट्रेनबाहेर काढून कोणत्यातरी क्रिमेटोरियममध्ये मारून टाकण्यासाठी पाठवण्यात आलं.[१]

तुला तुझ्या क्रिमेटोरियममध्ये कोणी जिप्सी लोक दिसले का?

नाही. त्यांना माझ्या क्रिमेटोरियममध्ये पाठवलं गेलं नाही. मला वाटतं की जिप्सी कॅम्प बंद करताना त्यांना क्रिमेटोरियम-४ च्या गॅस चेंबर्समध्ये पाठवलं गेलं.[२]

मी कधीच कुणी ज्यू नसलेल्याला गॅस चेंबरमध्ये जाताना बघितलेलं नाही. जिप्सींना गॅस चेंबरमध्ये पाठवण्यात आलं हे मला माहीत आहे; पण मी त्यांना पाहिलं नाही. मी क्रिमेटोरियममध्ये पाहिलेले ज्यूव्यतिरिक्त लोक फक्त रशियन होते; पण ते तर कामसुद्धा करत नसत. आणखी एकदा मी क्रिमेटोरियममध्ये ज्यू नसलेली एक पोलिश स्त्री बघितली. ट्रेनला बाँबनं उडवल्यामुळे किंवा तसा प्रयत्न केल्यामुळे कैद झालेली ती एक रेझिस्टन्स फायटर (विरोधक सैनिक) होती. तिला जिवंत पकडून क्रिमेटोरियममध्ये आणलं गेलं होतं. तिचं पुढे काय करायचं ते ठरवेपर्यंत जर्मन लोकांनी तिला धुराड्याच्या खोलीत ठेवलं होतं.

मी योगायोगानं तिथे गेलो असताना ती मला खिडकीपाशी दिसली. मला पाहताच तिनं घाबरून पोलिश भाषेत किंचाळायला सुरुवात केली 'Zyd!' माझ्या लगेच लक्षात आलं की तिला ज्यूंबद्दल विशेष प्रेम नाही... म्हणून मी तिच्या फंदात न पडता तिला आत एकटीला सोडलं आणि दरवाजा लोटून बाहेर पडलो.

---

१. काफिल्यावर नजर ठेवण्यासाठी नेमलेल्या इटालियन गार्डस्ना बाबुरॅम्पेवरून आत पाठवण्यात आल्याची नोंद इतर वाचलेल्या इटालियन लोकांच्या प्रत्यक्ष पाहिल्याच्या नोंदीत आढळते. विशेषत: रॅम्पेवर काम करणाऱ्यांनी ही नोंद केली आहे.

२. ऑश्विट्झ-बिर्केनॉ येथे हद्दपार होऊन आलेले पहिले रोमा (Roma) आणि सिंटी (Sinti) जिप्सी इथल्या कॅम्पमध्ये डिसेंबर १९४२च्या सुरुवातीला आले. हिमलरने १६ डिसेंबर १९४२ रोजी इथल्या कॅम्पमध्ये जिप्सींची कशी व्यवस्था लावायची यावर फतवा जाहीर करण्यापूर्वीच ते इथे आले. फेब्रुवारी १९४३ पासून त्यांना 'निवडी'तून न जावं लागता सेक्टर बी२(इ) येथील कॅम्पमध्ये ठेवलं जाऊ लागलं. मार्च २२, १९४३ रोजी प्रथमच १७०० जिप्सींना टायफस झाल्याच्या शंकेमुळे, गॅस चेंबरमध्ये धाडण्यात आलं. मे महिन्यात आणखी ५०० गॅस चेंबरमध्ये गेले. मे ते ऑगस्ट १९४४ दरम्यान अनेक जिप्सींना राइशमधील इतर कँप्समध्ये धाडण्यात आलं. उरलेले (२८९७) बिर्केनॉ येथे २-३ ऑगस्ट १९४४ रोजी गॅस चेंबरमध्ये पाठवण्यात आले व त्यांचा कॅम्प बंद केला गेला.

तिला मदत करण्याची माझी इच्छा होती, पण तिला माझ्याकडून मदत नको होती असं मला वाटलं. त्यानंतर तिचं काय झालं ते मला कळलं नाही, पण बहुधा पाठीमागून, मानेत गोळी झाडून तिला ठार मारण्यात आलं असावं.

ज्यू नसलेल्या पोलिश कैद्यांशी एकूण संबंध कशा प्रकारचे असत?

बिर्केनॉमध्ये क्वारन्टाईनमधला भयंकर कॅपो सोडला, तर माझा खरा कुणाशीच संबंध आला नाही; पण मला माहीत आहे की झाँडरकमांडो बंडाची तयारी, कॅम्पच्या आत असलेल्या आणि कॅम्पबाहेर असलेल्या पोलिश रेझिस्टन्सच्या (पोलिश क्रांतिकारक विरोधक) परस्पर मदतीमुळे घडू शकली. पण अशी अफवा उठलेली होती की बाहेर असलेले क्रांतिकारी विरोधक शक्य तेवढा विलंब लावू बघत होते आणि परिस्थितीचा फायदा घेऊन शस्त्रं विकत आणण्यासाठी आणखी आणखी पैशांची मागणी करत होते.

एक गोष्ट मात्र नक्की! बाहेरचे क्रांतिकारी बंडाची सुरुवात सतत पुढे ढकलू पाहत होते. आमच्यादृष्टीनं वाया गेलेला प्रत्येक दिवस म्हणजे शेकडो आणखी बळी गेलेले लोक आणि आमच्या अटळ मरणाचा जवळ येत असलेला समय. त्यांच्या दृष्टीनं त्यांनी पुढे ढकललेल्या प्रत्येक दिवसाचा अर्थ असे - शस्त्रांसाठी आणखी पैसे आणि पुढे चाल करून येत असलेल्या सोव्हिएत सैन्यामुळे त्यांचा बचाव होण्याची वाढती आशा.

पण आम्ही रशियन लोकांची वाट पाहत थांबलो असतो, तर डिसेंबरपूर्वी बंड होऊ शकलं नसतं. तेव्हाच जवळ येणाऱ्या सैन्याचे आवाज आम्हाला ऐकू येऊ लागले होते.

झाँडरकमांडोचं बंड आणि क्रिमेटोरियमचं निकामीकरण

झाँडरकमांडोचं बंड आणि क्रिमेटोरियातील सर्व सामान काढून घेऊन क्रिमेटोरिया निकामी करणं...

मी कॅम्पमध्ये येण्यापूर्वीच खूप काळ, बंडाची कल्पना विचारात घेतली गेली होती. अनेक 'निवडी' केल्या जाऊनही ती कल्पना तगून राहिली होती आणि त्याचं श्रेय होतं तिथे दीर्घ काळ असलेल्या आणि बंडाचं आयोजन हाती घेणाऱ्या लेम्क आणि कामिन्स्कीसारख्या कॅपोंकडे.

कामिन्स्की हा क्रिमेटोरियामधील कॅपोंचा प्रमुख होताच आणि तो या बंडामागचा मुख्य विचारवंतही होता आणि त्याच्याबद्दल सर्वांना आदर होता. त्यानं आणि इतर थोड्या लोकांनी बाहेरच्या लोकांशी संधान बांधणं साधलं आणि बंडाचं आयोजन करणाऱ्या छोट्या गटाचं नेतृत्वही केलं.

मी आधीच म्हटल्याप्रमाणे सूप आणण्याच्या वेळेस संपर्क साधता येत असे किंवा क्वचित कधी झाँडरकमांडोतील काही लोकांना स्त्रियांच्या कॅम्पमध्ये जाता येत असे आणि तेव्हा संपर्क साधला जात असे. या लोकांचं काम होतं पैसे पोहोचवणं आणि ते पैसे हस्ते-परहस्ते अनेक हातांतून पुढे सरकवत अखेरीस कॅम्पबाहेरच्या क्रांतिकारी विरोधकांपर्यंत पोहोचवणं.

असे संपर्क साधणाऱ्यांपैकी एका माणसाचं नाव होतं ऑल्टर (Alter). तो पोलंडचा ज्यू होता. तो खूप उंच होता आणि थोडा अहंमन्य होता.

एकदा माझ्या एका मित्राची टोपी तो परत देईना, तेव्हा माझं त्याच्याशी भांडणही झालं होतं. मला नंतरच कळलं की तो इतके वेळा स्त्रियांच्या कॅम्पमध्ये

किंवा किचनमध्ये जातो, त्यामागे खरा हेतू काय आहे? खरं तर कॅम्पजवळच्या फॅक्टरीत काम करणाऱ्या ज्यू कैदी स्त्रियांनी त्याच्यासाठी मिळवलेली स्फोटक पावडर तो घेऊन येणार होता.[१]

या पूर्वतयारीबद्दल सांगण्याच्या दृष्टीनं मी फारच लहान होतो आणि अगदी नव्यानंच तिथे आलो होतो. झाँडरकमांडोमधील इतर साऱ्या लोकांप्रमाणेच, मलाही अगदी ऐन वेळेसच सांगण्यात आलं होतं. मला कशाबद्दलही शंकादेखील आलेली नव्हती. प्रत्येक गोष्ट अगदी गुप्त ठेवणं अत्यावश्यक होतं, नाहीतर आमच्यापैकी कुणी गळाठून जाऊन, स्वत:ची कातडी बचावण्यासाठी जर्मन लोकांजवळ जाऊन माहीत असलेल्या गोष्टी सांगेल अशी शक्यता होती. प्रत्येक गोष्ट अगदी पूर्ण विचारान्ती केली जात होती आणि कॅपो फक्त अनुभवी लोकांवरच विश्वास टाकत असत. बंडापूर्वी केवळ दोनच दिवस, काहीतरी घडणार आहे असं आम्हाला जाणवलं; पण कुणाचीही त्याबद्दल उघडपणे बोलण्याची प्राज्ञा नव्हती. तशी आवई उठली होती पण तिला दुजोरा मिळालेला नव्हता.

बंडापूर्वीच्या दिवशी (मला वाटतं शुक्रवारी बंड होणार होतं, पण मला ठाऊक आहे की इतर लोक म्हणतात की तो शनिवार होता), आम्हा प्रत्येकाला कॅपोनं सूचना दिली होती. बंडाचा मुख्य भाग क्रिमेटोरियम-२ मध्ये घडणार होता. दररोज संध्याकाळी सहाच्या सुमाराला सीक्रेट सर्व्हिस गार्डस् क्रिमेटोरियम-२ च्या मुख्य प्रवेशद्वारावरून जाऊन ते जिथं रात्री पहारा करत, त्या बंद बुरुजांकडे जाऊन स्थानापन्न होत असत. ते अगदी आरामात सावकाश बंदुकी दस्त्यात ठेवून चालत जात असत आणि कधीकधी त्यांचं हसणं आणि आपसात विनोद करणं आमच्या कानी पडत असे. योजना अशी आखण्यात आली होती, की ते तेथून जात असताना काही लोक मोठं गेट उघडून जर्मन लोकांवर झडप घालून त्यांना ठार मारतील आणि त्यांची शस्त्रं पळवतील. हा क्षण म्हणजे इतर क्रिमेटोरियात बंडाला प्रारंभ करण्याची निशाणी ठरणार होता.

अगदी बारीकसारीक तपशिलासकट सारी योजना बारकाईनं आखली गेली होती. सरतेशेवटी कॅम्पबाहेरच्या क्रांतिकारी विरोधकांवर अवलंबून न राहण्याचा निर्णय घेतला गेला, कारण ते कोणतीही तारीख कबूल करायला तयार होत नव्हते.

माझ्या समजुतीप्रमाणं झाँडरकमांडोच्या लोकांनी तेव्हाच बंड सुरू करायचा

---

१. रोझा रोबोटा, एला गार्टनर एस्टर वाजक्ब्लुम आणि रेजिना साफिरस्टाइन या कनादा (Kanada) आणि विच्सी युनियन (Weichsel Union) मध्ये काम करणाऱ्या स्त्रियांना नाझींनी ६ जानेवारी १९४५ रोजी झाँडरकमांडोंच्या लोकांपर्यंत गनपावडर पोहोचवल्याच्या गुन्ह्याबद्दल जाहीरपणे फासावर चढवलं होतं.

निर्णय घेतला. कारण अगदी उघडउघड दिसत होतं की हंगेरीहून शेवटचे काफिले येणार आहेत आणि लवकरच गॅस चेंबरमध्ये धाडायला कुणीही उरणार नाही. त्या वेळेस आमची वेळ येईल. आम्हाला एक शेवटचा प्रयत्न करायचा होता. जरी आशेला फारशी जागा नव्हती, तरी आम्हा सर्वांची खात्री पटली होती की प्रयत्न करून मारलं जाणं हे प्रयत्न न करता मरण्यापेक्षा केव्हाही अधिक श्रेयस्कर आहे.

लेम्कनं आम्हाला तयारीत राहायला सांगितलं होतं, पण त्यानं 'बंड' हा शब्द वापरला नव्हता. तो फक्त म्हणाला होता, "तयारीत राहा. इथून बाहेर पडण्यासाठी आपण काहीतरी प्रयत्न करणार आहोत."

म्हणून सुटून बाहेर पडल्यावर कामाला येईल अशी पँट आणि कोट मी बाजूला काढून ठेवला होता. नेहमी आम्हाला पँटच्या पाठीमागे आणि बाजूला एक छिद्र पाडून त्या जागी आमचा नंबर असलेलं रेघांचं कापड शिवावं लागत असे; पण या वेळेस मी छिद्र पाडलं नाही. मी फक्त रेघांचं कापड शिवून टाकलं म्हणजे कॅम्पबाहेर पडल्यावर मला ते सहजपणे फाडून टाकून लक्ष वेधून न घेता निसटता आलं असतं. कोळसे ठेवायच्या खोलीत मी ते कपडे लपवून ठेवले.

ही योजना यशस्वी होईल असं तुला वाटत होतं का?

हो. अर्थात. प्रत्येकालाच तसं वाटत होतं. बचावण्याच्या आशेपेक्षा यामागचा हेतू होता काहीतरी हातपाय हलवणं, प्रयत्न करणं आणि हातपाय न हलवता निष्क्रीय न बसणं. आमच्यापैकी काहीजण या प्रयत्नात मरण पावतील हे उघड होतं; पण आम्ही मेलो किंवा न मेलो, तरी बंडाखेरीज तरणोपाय नव्हता. प्रयत्नांना यश मिळेल की नाही याबद्दल कुणीही फिकीर करत नव्हतं, महत्त्वाचं होतं काहीतरी करणं!

बंडाची सुरुवात संध्याकाळी सहा वाजता होणार होती. त्याच दिवशी दुपारी दोनच्या सुमाराला हद्दपारांचा काफिला फलाटावर उतरला. त्यात खूप सारेजण होते. नेहमी काफिला येऊन पोहोचल्यानंतर अर्ध्या तासाच्या आतच ट्रेनगार्डस्ची जागा सीक्रेट सर्व्हिसचे गार्ड घेत आणि ते ट्रेनचे डबे उघडून कैद्यांना सॉना किंवा क्रिमेटोरियाकडे घेऊन येत; परंतु या वेळेस काहीही हालचाल झाली नाही. कुणीही आलं नाही.

या काफिल्याकडे कुणीही लक्ष का देत नाहीये आणि त्यांना तिथे तसंच का थांबवून ठेवलं आहे हे आमच्या लक्षात येईना. पुढे आम्हाला कळलं की याच वेळेस एक सीक्रेट सर्व्हिस ऑफिसर आणि दोन नॉन कमिशन्ड ऑफिसर्स क्रिमेटोरियम-४ मध्ये गेले होते आणि त्यांनी त्यांच्या नंबरांचा पुकारा करून दोनशे झाँडरकमांडोतील लोकांना खाली उतरायची आज्ञा फर्मावली होती. बंड पुकारण्यासाठी सज्ज होत असलेल्या लोकांची समजूत झाली की जर्मन लोकांच्या मनात शंका आली आहे आणि बंडाची सुरुवात होण्यापूर्वीच त्यांना मारून टाकायचा जर्मन लोकांचा विचार

आहे. खाली यायला कुणीही होकार दिला नाही.

हे सारं आम्हाला तिथे असलेल्या आयझॅक् व्हेनेत्सिया (हा आणखी एक व्हेनेत्सिया होता, पण हादेखील आमचा नातेवाईक नव्हता.) याच्याकडून नंतरच कळलं. तो निसटून आमच्या क्रिमेटोरियममध्ये येऊ शकला होता. मी स्वत: त्याला भेटलो नाही, पण माझ्या भावानं जे ऐकलं ते त्यानं मला स्वत: सांगितलं. तो म्हणाला की क्रिमेटोरियम-५ च्या लोकांनी गाद्यांना आग लावून दिली होती आणि अशा प्रकारे ठरल्या वेळेच्या आधीच त्यांनी बंड सुरू केलं होतं. कारण त्यांची खात्री पटली होती की कुणीतरी फितुरानं त्याचं नाव सांगितलं आहे. आणखी कुमक येऊन पोहोचण्यापूर्वी त्यांना त्या तीन जर्मनना ठार मारायला वेळ मिळाला. त्यांनी क्रिमेटोरियमला आग लावून दिली आणि पळून जाण्याचा प्रयत्न केला. पण जवळजवळ सारेच, जागच्या जागी मारले गेले.

आमच्या क्रिमेटोरियममधून आम्हाला धुराचा एक विचित्रसा ढग क्रिमेटोरियम-४ मधून वर येताना दिसला होता; पण आम्ही खूपच दूर होतो आणि काय चाललंय याबद्दल जाणून घ्यायचा आमच्यापुढे कोणताच मार्ग नव्हता. एका जर्मननं धोक्याची घंटा वाजवायला सुरुवात केली. लगेचच आम्ही सर्वजण आम्ही काम करत असलेल्या क्रिमेटोरियममध्ये कोंडले गेलो. क्रिमेटोरियम-२ मध्ये अशीच परिस्थिती होती. फक्त तेथून अनेक लोकांनी पळून जाण्याचा प्रयत्न केला. दुर्दैवानं ते फारसा पल्ला गाठू शकले नाहीत.

मला स्वत:ला काय चाललंय ते लगेच पाहता आलं नाही. लेम्कनं मला एका रशियनबरोबर तळघरात जाऊन जर्मन गार्डसाठी दबा धरून बसायला सांगितलं होतं. सारं ठरल्या वेळेबरहुकूमच घडत होतं, पण मी नेमकं काय करायचं आहे ते त्यानं मला सांगितलं नव्हतं.

आम्ही खाली गेलो. त्या रशियननं सिगरेट शिलगावली आणि अचानक त्यानं कपड्यात लपवलेला सुरा आणि कुऱ्हाड बाहेर काढली आणि त्यातून एक निवडायची त्यानं मला खूण केली. काय घडणार आहे हे माझ्या ताबडतोब लक्षात आलं आणि मी कुऱ्हाड उचलली. कुऱ्हाडीनं घाव घालणं मला अधिक सोपं वाटलं. मी असं कधीच केलेलं नव्हतं, पण मला ते करणं क्रमप्राप्तच होतं. म्हणून मी विचार केला की ज्याच्यावर घाव घालायचाय त्याच्यापासून कुऱ्हाड तुम्हाला सुऱ्यापेक्षा जास्त अंतरावर ठेवते. ही कुऱ्हाड घट्ट धरून, भीतीनं थरथरत मला जर्मन खाली येईपर्यंत वाट बघायची होती.

त्या दिवशी ड्यूटीवर असलेल्या गार्डला लोकांना ठार मारण्यात आसुरी आनंद मिळत असे. आमचा कॅपो त्याला सांगणार होता की तळघरातला पाण्याचा पाईप तुंबला आहे आणि त्यानं खाली येऊन त्यावर नजर टाकावी; पण तो कधीच खाली

आला नाही; कारण क्रिमेटोरियम-४ मध्ये काय चाललंय याची त्याला पूर्वसूचना मिळालेली असणार आणि आम्ही त्याच्यासाठी सापळा रचला आहे अशी त्याला शंका आली असावी.

म्हणून हाती शस्त्र धरून आम्ही तिथे दोन तासांहून जास्त वेळ ताटकळत बसलो. शेवटी शीळ घालत आमच्या मित्रांपैकी एकजण खाली आला. शीळ ही आम्ही त्याला गार्ड समजू नये म्हणून ठरवली गेलेली खूण होती. त्यानं आम्हाला सांगितलं की योजना फिसकटली आहे आणि त्यानं आम्हाला इतर लोक होते, तिथे जायला सांगितलं. सगळीकडे खळबळ माजली होती. जर्मन लोकांनी आधीच पटांगणाचा ताबा घेतला होता.

याच वेळेस क्रिमेटोरियम-४ मध्ये जे काही घडत होतं, त्याबद्दल तुला काय कळलं होतं?

काहीच नाही. काय घडलं ते आम्हाला दुसऱ्या दिवशीच समजलं, कारण सीक्रेट सर्व्हिस गार्डस्नी आमच्या क्रिमेटोरियमला वेढा घातला होता आणि ते कुणालाही बाहेर सोडत नव्हते. त्यांनी युद्धाचा गणवेश चढवला होता आणि लढाईसाठी ते नेत असत तशा वजनदार मशीनगन्स घेऊन ते फिरत होते. अजिबात हलू नका असं सांगून लेम्कनं आमचा जीव वाचवला. क्रिमेटोरियम-२ मध्ये ज्या साऱ्यांनी पळून जाण्याचा प्रयत्न केला, ते सारे मारले गेले. त्यानं इतकं निक्षून सांगितलं नसतं, तर आमच्याकडेही काही माणसांनी दरवाजा जोर लावून उघडायचा प्रयत्न केला असता; पण आम्ही स्तब्ध राहिलो.

आमच्या क्रिमेटोरियममध्ये जो सीक्रेट सर्व्हिस गार्ड ड्यूटीवर होता आणि मारला जाईल या भीतीनं जो पळून गेला होता, तो आणखी कुमक घेऊन परत आला. जो रशियन नेहमी त्याच्या सायकलीची डागडुजी करत असे, त्याला त्यानं खाली बोलावलं. बंड होईल हे लक्षात ठेवून, रशियननं त्याच्या सायकलीची चाकं पंक्चर केली होती, म्हणजे तो त्याच्या कमांडरला सांगायला गेला असता, तर त्याचा वेग मंदावला असता, हे लक्षात आल्यावर तो जर्मन वेडापिसा झाला आणि त्यानं आमच्यादेखतच त्या रशियनला मरेपर्यंत मारलं.

मला निदान एका गोष्टीचा आनंद वाटला. तळघरातून वर आल्यावर क्रिमेटोरियमला वळसा घालून कोळशांच्या साठवणीच्या खोलीत मी लपवलेले कपडे मला परत आणता आले होते. त्यावर शिवलेला नंबर मी लगेचच फाडून टाकला; कारण जर त्यांना भोकाशिवाय नुसता टाचलेला नंबर असलेले माझे कपडे सापडले असते, तर त्यांच्या लक्षात आलं असतं की मी निसटण्याचा प्रयत्न करत होतो.

आम्ही अजिबात हालचाल न करता, सारी रात्र घालवली. ते आत आले नाहीत.

दुसऱ्या दिवशी क्रिमेटोरियम-२ मध्ये अपुरं राहिलेलं काम संपवण्यासाठी जर्मन लोकांनी तीस जणांना बाहेर यायला सांगितलं. मी या तिसांच्या गटात सामील व्हायचं ठरवलं, कारण एरवी मला जगू शकेन अशी अजिबात आशा वाटत नव्हती. सैनिक अजूनही क्रिमेटोरियमला वेढा घालून बसले होते आणि आम्ही स्वेच्छेने बाहेर निघालो नसतो, तर काही वेळानं त्यांनी नक्कीच हल्ला केला असता. मला वाटत होतं, तसं त्यांनी आम्हाला जागीच ठार केलं नाही.

आम्हाला त्यांनी क्रिमेटोरियम-२ मध्ये पाठवलं. तिथे पळून जायचा प्रयत्न न करणारे दोन-तीन कैदी अजूनही जिवंत होते आणि काय घडलं ते त्यांनी आम्हाला सांगितलं. त्या वेळेस आम्हाला अजूनही माहीत नव्हतं की पळून जायचा प्रयत्न करणारे सारेजण पकडले गेले आहेत आणि त्यांना ठार केलं गेलं आहे.

कारोल नावाचा जर्मन कॅपो हा एक सर्वसाधारण गुन्हेगार कैदी होता आणि त्यानंच योजलेल्या बंडाला विरोध करून त्याबद्दल चहाडी केली होती; कारोलचं त्यांनी काय केलं हे आम्हाला या कैद्यांकडून कळलं. कैद्यांनी त्याला पिटून काढलं आणि त्यांनी कारोलला तो होता तसाच कपड्यांसकट ओव्हनमध्ये टाकून दिला.

गॅस चेंबरमध्ये उरलेली प्रेतं जाळण्याचं काम आम्ही सुरू केलं. त्या संध्याकाळी रात्रपाळीच्या लोकांनी येऊन आमची सुटका करायला हवी होती; पण आम्ही छत्तीस तास काम करत राहिलो आणि कुणीही आमची पर्वा केली नाही. अखेरीस त्यांनी आम्हाला जाऊन थोडी विश्रांती घ्यायची परवानगी दिली.

त्याच वेळेस क्रिमेटोरियमच्या पटांगणात पळून गेलेल्या कैद्यांचे मृतदेह जाळण्यासाठी ओव्हनमध्ये नेण्यापूर्वी ओळीनं ठेवण्यात आले होते; पण हे काम इतर कैद्यांनी केलं. त्यांना झाँडरकमांडोच्या लोकांनी त्यांच्याच सोबत्यांचे देह जाळायला नको होते; कारण त्यामुळे कदाचित आणखी एका बंडाची त्यांना प्रेरणा मिळाली असती. यानंतर आमच्याबरोबर क्रिमेटोरियम-३ सोडायला ज्यांनी नकार दिला होता आणि जे आतच दडी मारून बसले होते, त्यांना अखेरीस क्रिमेटोरियम-२ येथे हलवलं गेलं आणि ते आमच्यासोबत राहायला आले.

त्यानंतर क्रिमेटोरियम-३ कधीच वापरलं गेलं नाही आणि बंडानंतर थोड्याच दिवसांत जर्मन लोकांनी ते निकामी करायला सुरुवात केली. क्रिमेटोरियम-४ आधीच निकामी झालं होतं. कारण बंडाच्या वेळेस तेथील झाँडरकमांडोच्या माणसांनी ते उडवून देणं जमवलं होतं. ही ऑक्टोबर १९४४ची सुरुवात होती आणि फक्त क्रिमेटोरियम-२ अजून काम देत होतं; पण पूर्वीएवढं सतत नाही, कारण काफिले आता इतके सातत्यानं येत नव्हते.

तर मग तुम्हाला खऱ्याखुऱ्या सुडाच्या परतफेडीला सामोरं जावंच लागलं नाही?

सुडानं प्रत्युत्तर मिळणार अशी आमची खात्री होती. आमची खात्री होती की गरज आहे म्हणून जर्मन आमचा अजून उपयोग करून घेत आहेत; पण त्यांना फार काळ गरज पडणार नाहीये. क्रिमेटोरियम-४ आणि ५ मध्ये किती माणसं अजून जिवंत राहिली होती ते मला माहीत नव्हतं; पण फारशी जिवंत नसावीत. फक्त आम्हीच अजून जिवंत होतो.

जर्मन लोकांनी जिवंत आणि मृतांच्या याद्या बनवल्या आणि निष्कर्ष काढला की दोन माणसांचा पत्ता लागत नाहीये. क्रिमेटोरियमचा प्रमुख कॅपो कामिन्स्की याला त्यांनी बोलावलं आणि कुठे आणि कोण बेपत्ता आहे याचा शोध घ्यायचा प्रयत्न केला. एक होता आयव्हान - रशियन आणि दुसरा होता कारोल - जर्मन. कारोलचं काय झालं ते कामिन्स्कीला सांगावं लागलं आणि त्याला जाळून टाकलंय हेही सांगावं लागलं. जर्मन लोकांचा त्यावर विश्वास बसेना. मग हे खरं आहे हे सिद्ध करण्यासाठी राखेत शोधाशोध करून धुंडाळावं लागलं. अखेरीस कारोलनी धातूची बटणं त्याच्या जॅकेटवर लावलेली होती, ती शोधणाऱ्यांना सापडली. त्यानंतर आम्हाला समजलं की पहाटे चार वाजता येऊन जर्मन गार्ड कामिन्स्कीला घेऊन गेले. त्यानंतर तो आम्हाला कधीच दिसला नाही.

आयव्हानचा अजूनही पत्ता लागत नव्हता. आणि तो सापडेपर्यंत धोक्याची घंटा सतत घणघणत राहिलेली होती. अखेरीस आयव्हान दोन आठवड्यांनी एका छोट्याशा खेड्यात सापडला. त्याला जिवंत परत आणून क्रिमेटोरियममध्ये मारून टाकण्यात आलं. इतर साऱ्या रशियन्सना इतरत्र हलवण्यात आलं.

आम्ही क्रिमेटोरियममध्ये एकटेच होतो आणि जर्मन लोक आमच्यावर कडक पहारा ठेवू लागले होते. एकेकाळी क्रिमेटोरियमच्या आत आम्हाला मिळणारी थोडीशी मोकळीकही नाहीशी झाली. त्यांनी आमच्यावर पहारा ठेवण्यासाठी जर्मन सैनिकांची आणखी कुमकही आणली.

या सैनिकांनी क्रिमेटोरियमच्या पटांगणात प्रथमच प्रवेश केला होता. त्यांच्यापैकी एका सीक्रेट सर्व्हिसच्या माणसाला आत काय आहे याबद्दल कुतूहल वाटत होतं. त्याला बहुधा तशी परवानगी नसावी, म्हणून तो थोडा घुटमळला. तरीदेखील तो तिथे खाली उतरला आणि लगेच वर परत आला. मला वाटतं, कपडे उतरवण्याच्या खोलीपलीकडे तो गेला नसावा. त्याला काहीही प्रेतं दिसली नाहीत. त्याला जाणून घ्यायचं होतं, पण त्याला काहीही दिसलं नाही.

तुमच्यावर कडक पहारा ठेवण्यापलीकडे त्यांनी तुम्हाला इतर काही शिक्षा केली नाही?

काही दिवसांनी एक ऑफिसर आणि दोन सैनिक आमच्या क्रिमेटोरियममध्ये

आले. त्यांनी सर्वांनी एकत्र जमावं अशी सूचना करणारी घंटा वाजवली आणि त्यांनी आम्हाला पाचा-पाचांच्या गटानं ओव्हन असलेल्या खोलीत जायला लावलं. आम्ही दरवाजाशी वाट पाहत उभे होतो तेव्हा आम्हा सर्वांची खात्री पटली होती की ते आम्हाला मारून टाकणार आहेत. आत काय चाललंय ते आम्हाला ऐकू येत नव्हतं आणि बाहेर येतानाही कोणी दिसत नव्हतं.

मी रांगेत अगदी शेवटी उभा राहिलो. मी असं नेहमीच करत असे. कारण अशा वेळेस काय चाललंय त्याचा अंदाज घेऊन मला काय पवित्रा घ्यावा ते ठरवायला पुरेसा वेळ मिळत असे. मी काळजी आणि निराशेपोटी शेवटच्या सिगरेट्सही ओढून टाकल्या. आत प्रथम जाणाऱ्यांबरोबर आम्ही करार केला होता की त्यांना मारून टाकणार आहेत असं त्यांना दिसलं, तर ते ओरडून आम्हाला सावध करतील. मग आम्ही काहीतरी हालचाल केली असती. निराशेपोटी, सुटण्याची अजिबात शक्यता नसताना! पण निदान आमची मेंढरांप्रमाणे कत्तल तरी झाली नसती.

आमची आत जाण्याची वेळ आली, तेव्हा त्यांनी आम्हाला पाच-पाच कैद्यांचे चार गट बनवून ओव्हनपुढे उभं राहायला सांगितलं. आमच्या पुढल्या दोन कोपऱ्यांमध्ये दोन सीक्रेट सर्व्हिसची माणसं उभी राहिली. ऑफिसर मधोमध राहून आज्ञा करत होता. त्यानं आम्हाला कपडे काढायला सांगितलं. मी स्वत:शीच म्हणालो, "वेळ आलीय. सारं काही संपलंय." मग त्यानं आमच्या वस्तूंचं गाठोडं आमच्यापुढे एक-दोन यार्डांवर ठेवायला सांगितलं. म्हणून आम्ही तिथे अगदी स्तब्ध, नागवे, घामाघूम होऊन तो काय करतोय याची वाट पाहत उभे राहिलो. दोन जर्मन खोलीत आले आणि त्यांनी सारे कपडे तपासले. मग जेव्हा त्यांच्या लक्षात आलं की आमच्याजवळ सुऱ्या, पिस्तुलं किंवा तत्सम काहीच नाही, तेव्हा त्यांनी आम्हाला पुन्हा कपडे चढवायला सांगितलं. आणि आम्ही आमचं काम सुरू केलं.

तू म्हणालास की काफिले येणं जवळजवळ बंद झालं होतं. तू तेव्हा काय काम करत होतास?

ऑक्टोबर अखेरीला क्रिमेटोरिया निकामी करण्याचं फर्मान सुटलं. तरीही क्वचित एखादा काफिला येऊन पोहोचलाच, तर आम्ही क्रिमेटोरियम-२ मध्ये कधीकधी काम करत असू. हेच क्रिमेटोरियम सर्वांत जास्त वापरलं गेलं. अगदी शेवटची प्रेतं जाळली जाईपर्यंत; पण आम्ही मुख्यत: इतर क्रिमेटोरिया निकामी करण्याच्या कामात व्यग्र होतो. याला खूपच वेळ लागला. कारण जर्मन लोकांनी आम्हाला सारं काही अगदी तुकड्या तुकड्यांनी अलग करायची आज्ञा केली होती. बांधकाम भक्कम होतं आणि दीर्घकाळ टिकावं अशा उद्देशानं बांधलं गेलं होतं.

त्यांना डायनामाइट वापरूनही हे साध्य करता आलं असतं, पण त्यांना आतलं

सारं बांधकाम पद्धतशीरपणे वेगळं करायचं होतं. ओव्हन, गॅस चेंबरचे दरवाजे आणि इतर सारं. आणि हे झॉंडरकमांडोच्या माणसांकडूनच करून घेणं आवश्यक होतं. कारण फक्त आम्हालाच गॅस चेंबर्सची आतली बाजू बघण्याची परवानगी होती.

परंतु जेव्हा बाहेरची इमारत तोडण्याचं काम असे, तेव्हा बिर्केनॉमधील कैदी स्त्रिया आणि ऑश्विट्झ-१ मधील कैद्यांसकट इतर कैदीही त्या कामासाठी जुंपले जात असत.

अधूनमधून बाहेरची इमारत पाडण्याचं काम करत असलेल्या गटात मी हळूच मिसळून जाऊ शकत असे. असं केलं की मला थोडी ताजी हवा मिळत असे आणि माझ्या ओळखीच्या लोकांची बातमी काढणंही शक्य होत असे. एकदा पहारेकऱ्यांचा बुरूज पाडणाऱ्यांबरोबर मी बाहेर असताना एक गंजलेला खिळा माझ्या हातात घुसला. सुरुवातीला दु:ख सहन होण्याइतपत होतं; पण जखमेला भराभर जंतुसंसर्ग झाला. वेदना माझ्या पूर्ण हातातून काखेपर्यंत पोहोचू लागल्या आणि तिथल्या ग्रंथी सुजून असह्य ठणका लागला. माझ्या अंगात ताप भरला होता.

पण झॉंडरकमांडोतले लोक इतरांप्रमाणे हॉस्पिटलमध्ये जाऊ शकत नसत. झॉंडरकमांडो गटातला एक ज्यू डॉक्टर मला म्हणाला की पू काढून टाकण्यासाठी त्याला जखम उघडी करावी लागेल. म्हणून त्यानं सुरी (Scalpel) घेऊन मला एका खुर्चीत बसवलं. ॲनेस्थेशियाची (भूल देण्याची) अर्थातच काहीही सोय नसल्यामुळे तीन-चार माणसांनी मला घट्ट धरून ठेवलं. डॉक्टर शस्त्रक्रियेला सुरुवात करणार, तोच क्रिमेटोरियमच्या पटांगणातून बंदुकीच्या गोळ्या झाडल्याचे आवाज येऊ लागले.

ज्यांना शक्य झालं ते खिडकीपाशी गेले आणि ऑश्विट्झ-१ मधून आमच्या क्रिमेटोरियममध्ये सहा-सात रशियन लोकांना आणणारी व्हॅन त्यांच्या नजरेस पडली. आपल्याला मारलं जाणार आहे असं वाटून रशियन लोकांनी व्हॅनमधून उतरताना जर्मन सैनिकांवर हल्ला चढवला; पण जर्मन लोकांच्या तुलनेनं, त्यांची संख्या अगदी कमी होती आणि कुत्र्यांना कापून काढावं तसं त्यांना कापून काढलं गेलं.

मला आठवतंय की माझ्या मनात विचार आला होता, 'मी आजारी आहे, पण मी बरा होणार आहे आणि त्या लोकांची तब्येत उत्तम असूनही त्यांना जनावरांप्रमाणे कापून काढण्यात आलं आहे.'

डॉक्टरनं शस्त्रक्रिया सुरू केली. त्यानं माझा हात कापला आणि माझ्या डोळ्यांपुढे काजवे चमकले! खूप पू बाहेर निघाला. जखमेवर गुंडाळायला बँडेज उपलब्ध नव्हतं, पण बळी गेलेल्या लोकांच्या सामानात त्यांना थोडा टॉयलेटपेपर सापडला. त्याचा बँडेजसारखा उपयोग केला गेला आणि जंतुनाशक म्हणून यु-डी कोलनचं अल्कोहोल वापरण्यात आलं. मी अजूनही चांगला सशक्त असल्यामुळे

थोड्याच दिवसांत बरा झालो. अर्थातच मी आजारी आहे असं मला म्हणता येणं अशक्य होतं. नशिबानं त्या सुमाराला काम इतकं शिणवणारं नव्हतं म्हणून मी माझा हात वापरणं टाळू शकलो आणि त्यामुळे माझी परिस्थिती लपवू शकलो.

तुझ्या ओळखीच्या लोकांची तुला काही बातमी लागली का?

क्रिमेटोरिया पाडण्यासाठी आलेल्या कैद्यांमध्ये मला माझा मेहुणा भेटला. तो ऑश्विट्झ-१ मधील कैद्यांना घेऊन आला होता. तो एक कुशल सुतार होता आणि तो कॅम्पमध्ये खूप काळ असल्यामुळे अनेक फायदे मिळवून देणारं काम त्याला मिळवता आलं होतं. त्याला या कामापासून दूर राहता आलं असतं, पण या इमारतींमध्ये काय चालायचं ते जाणून घ्यायची त्याला इच्छा होती आणि त्याला आमच्याबद्दल बातमीही काढायची होती. त्यानं आधीच माझ्या बहिणीला शोधून काढलं होतं आणि शिवणकाम करणाऱ्या स्त्रियांच्या तुकडीत, तिला सुरक्षित जागी कामही मिळवून दिलं होतं. मी त्याला भेटल्यावर मी त्याच्याजवळ माझ्या बहिणीला देण्यासाठी मला सापडलेली एक छोटीशी पिशवी दिली. त्यात अनेक सोन्याचे दात होते...

क्रिमेटोरियमच्या पटांगणात शोधाशोध करताना मला ते सापडले होते. सर्वांना माहीत होतं की झाँडरकमांडोतले लोक अनेक मौल्यवान गोष्टी सुरक्षित राहाव्यात म्हणून पुरून ठेवत असत. आमच्याकडे फारसं शिल्लक नव्हतं, कारण काफिले येणं जेव्हा बंद झालं होतं आणि आम्हाला पुरेसं अन्न बाजूला राखून ठेवता येत नव्हतं, म्हणून मी सालोनिकातल्या एका शाउल हाझन नावाच्या ग्रीक माणसाबरोबर करार केला होता. तो माझा भागीदार (Shutaf) होऊन शोध घेणार होता. जे काही सापडेल ते आम्ही लगेचच दोघांमध्ये वाटून घेत होतो. जेव्हा एकजण शोधाशोध करत असे, तेव्हा दुसरा लक्ष ठेवत असे. अशा प्रकारे जमिनीत उकरल्यावर आम्हाला सोन्याचे दात असलेली पिशवी मिळाली होती. आम्ही ती ताबडतोब दुसऱ्या जागी लपवली. अधूनमधून आम्ही त्यातला एखादा दात घेऊन येऊन तो ब्रेडच्या बदल्यात देत असू.

माझी शोधाशोध लाभदायक ठरत असे. मला आठवतंय की क्रिमेटोरियम-२ च्या जर्मन गार्डपाशी अजूनही एक कुत्रा होता. एके दिवशी तो कुत्रा विद्युतप्रवाह सोडलेल्या काटेरी तारेच्या कुंपणाच्या फार जवळ गेला आणि मेला. त्या जर्मन गार्डच्या दृष्टीनं त्या कुत्र्याचं मरण अत्यंत दु:खदायक होतं- त्याच्या दृष्टीनं एका कुत्र्याचं आयुष्य हजार ज्यूंच्या आयुष्याहूनही अधिक मोलाचं होतं. त्या दिवशी त्यानं तो राग आमच्यावर काढला. त्यानं आम्हाला क्षणाचीही उसंत दिली नाही. त्यानं अखेरीस त्या कुत्र्याला पुरण्याचं काम रशियन लोकांवर सोपवलं. त्या कुत्र्याचं

सारं मांस काही कचऱ्यात गेलं नाही. मला माहीत आहे की अनेक कैद्यांनी ते खाल्लं. माझ्या भावानंसुद्धा ते चाखलं.

त्या जर्मननं या कुत्र्यासाठी क्रिमेटोरियम-२ च्या पटांगणात एक छानसं छोटुकलं घर (Kennel) बांधलं होतं. ते छोट्याशा विटांच्या घरासारखं दिसत असे. त्याच्या प्रवेशद्वाराशी एक लहानसा गालीचा होता. पूर्ण क्रिमेटोरियमच पाडायचं असल्यामुळे हे कुत्र्याचं घरही पाडायचं होतं. ते पाडताना मला आसुरी आनंद झाला. मी छोटीशी कुऱ्हाड घेऊन आत शिरलो. मला सर्वांना ठार करायचं होतं, साऱ्याची तोडफोड करायची होती. त्या जागी काहीही नष्ट करता आलं तरी मला आनंद होत होता, ती जागा मला पुन्हा कधीही बघायची नव्हती. शक्य तेवढं नष्ट करणं... ते आमचं अजूनही काय करू शकतील हे आम्हाला माहीत नव्हतं. म्हणून आम्हाला जितकी जास्त तोडफोड करता येत होती, तेवढंच आम्हाला जास्त बरं वाटत होतं. आमच्यापेक्षाही त्या कुत्र्याला जास्त मान आणि सुखसोयी लाभल्या होत्या. त्याचं घरकुल तोडताना मला आनंद झाला. त्या घरकुलातली जमीन विटांनी मढवलेली होती. मी त्या एक-एक करून फोडल्या.

मग अचानक मला काहीतरी आत लपलेलं चमकताना दिसलं. मी विटा बाजूला काढल्यावर मला एक अतिशय सुंदर सोन्याची सिगरेट-केस सापडली. एका बाजूच्या यंत्रणेनं सिगरेट केसचं लायटरमध्ये परिवर्तन होत होतं. मी ती केस उघडली. आत मला घडी केलेली एक हजार डॉलर्सची नोट सापडली. मी अशी चीज आयुष्यात बघितली नव्हती. मी ताबडतोब जाऊन ती माझ्या भागीदाराला दाखवली आणि आम्ही ती पटांगणात आणखी कुठेतरी लपवून ठेवली.

ज्या दिवशी मला माझा मेहुणा भेटला, त्या दिवशी त्या खजिन्याचा माझा हिस्सा, माझ्या बहिणीला मदत व्हावी म्हणून त्याच्याजवळ देण्याचं मी ठरवलं. मी जाऊन ते शाउलला सांगितलं. त्यानं मला परावृत्त करण्याचा प्रयत्न केला. त्याला काळजी वाटत होती, की कोणीतरी आम्हाला बघेल आणि आमची लपवण्याची जागा त्यांना कळेल. मी हेका सोडला नाही आणि अखेरीस त्याला ऐकावंच लागलं. दुर्दैवानं त्याची भीती खरी ठरली. कारण कुणीतरी खरोखरच आम्हाला बघितलं आणि जेव्हा काही दिवसांनी तो लुटीचा त्याचा वाटा आणायला गेला, तेव्हा तिथे काहीही उरलेलं नव्हतं.

माझ्या वाट्याचे सोन्याचे दात मी माझ्या बहिणीला दिले. तिला पुरेसं अन्न मिळावं आणि तिला पुरेशी शक्ती मिळून तिनं आजारी पडू नये, म्हणून तिला मदत करण्याची माझी खरीखुरी इच्छा होती. मी आधीच ती सिगरेट केस देऊन त्याच्या बदल्यात दोन ब्रेड रोल आणि सॉसेजचा तुकडा, फक्त एवढंच मिळवलं होतं. यावरून तुमच्या लक्षात येईल, की कॅम्पमध्ये जेवण किती महाग होतं!... निदान

त्यामुळे आम्ही आणखी काही दिवस तग धरू शकलो.

त्या सुमारास झाँडरकमांडोच्या उरलेल्या माणसांना पुरुषांच्या कॅम्पमध्ये झोपायला जाणं भाग पडलं. कारण क्रिमेटोरियमचं छतही तोडलं गेलं होतं. म्हणून ज्या एका बाजूच्या बराकीत आम्ही झाँडरकमांडोचे सभासद म्हणून आमच्या सुरुवातीच्या रात्री घालवल्या होत्या, त्या बराकीत आम्ही परत गेलो. त्या बराकीत आम्ही जेमतेम सत्तर लोक होतो, म्हणून आमच्या गोष्टी ठेवण्यासाठी आम्हाला जागेची कमतरता नव्हती.

अजूनही इतर कैद्यांशी कोणताही संपर्क साधण्याची आम्हाला सक्त मनाई होती. बहुधा सीक्रेट सर्व्हिसचा माणूस आम्हाला पुरुषांच्या कॅम्पच्या विभागात घेऊन येत असे आणि कुणीही बराकीबाहेर जात नाही हे पाहण्याची जबाबदारी आमच्यापैकी एकावर सोपवत असे. आणि जर असं असताना कुणीही बाहेर गेलं, तर पहाऱ्याची जबाबदारी असलेल्या माणसालाही कडक शिक्षा होत असे.

नेहमीपेक्षा अगदी वेगळ्या प्रकारे १७ जानेवारीच्या संध्याकाळी सीक्रेट सर्व्हिसचा गार्ड बराकीपर्यंत आमच्याबरोबर आला आणि त्याने आम्हाला बजावून सांगितलं की आम्ही अजिबात बाहेर जाता कामा नये. जणू काही हे आम्हाला आधीच माहीत नसल्याप्रमाणे त्याने पुढे पुस्ती जोडली, "जो कोणी प्रयत्नही करेल, तो खरोखरच संकटाला आमंत्रण देईल!"

आम्हा सर्वजणांना जी गोष्ट पूर्णपणे माहीत होती त्यावरच तो भर देत असलेला पाहून आम्हाला शंका आली. शंका येण्याचं आणखी कारण म्हणजे त्या दिवशी आम्ही बराकीत परत येत असताना कॅम्प सोडून बाहेर जात असलेल्या कैद्याच्या अनेक रांगांमधून आम्हाला वाट काढावी लागली. ती वेळ संध्याकाळी सहाची असूनही आणि रात्र पडू लागलेली असूनही कामावर निघाल्याप्रमाणे हे कैदी निघाले होते.

वाटेत मी हळूच कुणाला तरी विचारलं, "काय चाललंय?" त्याने हळूच कुजबुजून मला उत्तर दिलं, "कॅम्प रिकामा करताहेत."

झाँडरकमांडोखेरीज इतर सारे बाहेर पाठवले जात होते आणि आम्हाला मात्र अजिबात न हलण्याची कडक आज्ञा दिली गेली होती. याचाच अर्थ ते आम्हाला उंदरांप्रमाणे सापळ्यात पकडून मारून टाकणार हा निष्कर्ष काढणं मला अजिबात अवघड नव्हतं. आम्ही बराकीत शिरलो पण तो जर्मन निघून गेल्यावर लगेचच आम्ही बाहेर पडलो आणि कॅम्प सोडून जाणाऱ्यांच्या गटांमध्ये हळूच मिसळून गेलो...

एकेका गटात अनेक हजार कैदी असलेले अनेक गट बनवले गेले होते. कारण प्रत्येकाला एकाच जागी पाठवणं अशक्य होतं. सुरुवातीला ऑश्विट्झ-१ येथे आम्हाला पाठवण्यात आलं. इथे बाहेर जाण्याच्या तयारीत ठेवलेले आणखी इतर कैदी होते. त्यांच्यात आम्ही सामील झालो. रात्र खूप झाली होती. ऑश्विट्झ-१

मध्ये मला माझा मेहुणा भेटला. माझ्या मेहुण्याचा कझिन जोसेफ मानो आणि असेच इतरही ओळखीचे कैदी भेटले. प्रत्येकाला ब्रेडचे तीन वाटे आणि थोडंसं मार्जरिन रस्त्यात खाण्यासाठी दिलं गेलं होतं. कुणीही माझा वाटा चोरू नये, म्हणून मी तो सारा शिधा ताबडतोब खाऊन टाकला म्हणजे तो निदान माझ्या पोटात गेला असता.

हिवाळ्याचा मध्य होता. बाहेर सारं काही गोठलं तरी होतं किंवा हिमानं आच्छादलेलं तरी होतं. भयानक थंडी होती. पण ती जागा सोडून जाता आल्याचा आणि मुख्यत: त्यांनी योजलेल्या झाँडरकमांडोंच्या कत्तलीतून निसटून बाहेर सटकता आल्याचा मला अतिशय आनंद वाटत होता. रात्रभर वेळोवेळी एक जर्मन कैद्यांपाशी येऊन ओरडत होता, "झाँडरकमांडोत कोण काम करत होतं?" अर्थात कुणीही उत्तर देत नव्हतं.

पुढे रस्ताभर ते आम्हाला सतत तो प्रश्न विचारत राहिले. कारण आम्हाला ओळखण्याचा त्यांच्यापाशी आणखी कोणताही मार्ग नव्हता. त्या रात्री ज्याला 'मृत्युयात्रा' (the death march) असं नाव मिळालं त्याच्या आदल्या रात्री मला अजिबात झोप आली नाही. प्रत्येकाला पुरेल एवढी जागा नव्हती आणि मी सारी रात्र उभ्यानं, इतरांच्या गर्दीत घालवली. आणि तरीही मी नशीबवानच ठरलो, कारण मी निदान एका इमारतीच्या आत तरी शिरू शकलो. काही लोकांना बाहेर, उघड्यावर रात्र घालवावी लागली.

दुसऱ्या दिवशी सकाळी आम्ही ऑश्विट्झ सोडलं. आमच्या तुकडीत निदान पाच हजार ते सहा हजार लोक असावेत. आम्ही पाचा-पाचांच्या तुकड्यांमध्ये त्या बर्फील्या थंडीत अनेक दिवस चालत राहिलो. रात्री आम्ही एका खेड्यात पोहोचलो किंवा गोठ्यात पोहोचलो आणि आम्हाला थोडा वेळ विश्रांती मिळेल अशी जागा शोधायची खटपट करावी लागली. ज्या लोकांच्या अंगी व्यवहारचातुर्य होतं, त्यांनी निवाऱ्याची जागा शोधून काढली; इतरांना उघड्यावरच राहावं लागलं. अनेक लोक रात्री थंडीनं मरण पावले किंवा त्यांचे पाय गोठले. जर त्यांना चालता येणं अशक्य झालं, तर त्यांना जागेवरच गोळी घालून ठार केलं जात असे.

आम्ही पावलं ओढत कसंबसं चालत होतो, आम्ही तहान, थंडी, भूक यांनी तळमळत होतो... पण आम्हाला पुढे पुढे आणखी पुढे चालत राहणं भाग होतं. जे थकव्यानं कोसळून पडत असत, आणि मागे राहत असत, त्यांना सर्वांत पाठीमागून येत असलेले सीक्रेट सर्व्हिसचे लोक गोळी घालून ठार करत असत. इतर कैद्यांना त्यांची प्रेत खड्ड्यांमध्ये फेकून द्यावी लागत असत.

हे असं दहा ते बारा दिवस चालू राहिलं.

तुम्हाला रस्त्यात कोणी इतर नागरिक दिसले का?

जरी जर्मन लोक आम्हाला गावातून नेणं टाळून, पाठीमागच्या रस्त्यांनी नेणंच पसंत करत असले आणि आम्हाला फक्त एका बाजूला असलेली शेतंच दिसत असली तरी खूपदा आम्हाला सर्वसामान्य नागरिक दिसले. तिथले लोक आम्हाला जात असताना बघत असत. तेही नक्कीच घाबरून जात. दुसऱ्या दिवशी आम्हाला भेटलेल्या वृद्ध पोलिश स्त्रीचे आणखी कृतज्ञतेने आभार मानण्याची माझी इच्छा होती. तिनं आमच्याकडे तीन-चार मोठाले पाव फेकले. मी नशीबवान होतो आणि माझ्या हाती एक पाव लागला. असं करण्याला जर्मन लोकांचा सक्त विरोध होता; पण जोवर शक्य झालं तोवर ती आमच्याकडे पाव फेकत राहिली. मग ती दूर निघून गेली.

बरेचदा मला वाटेत गोष्टी सापडत असत. नाहीतर मी जिवंत राहू शकलो नसतो. उदाहरणार्थ, एका संध्याकाळी आम्ही एका धान्याच्या साठवणीच्या कणगीसारख्या ठिकाणी थांबलो. मी आत शिरल्यावर मला जमिनीत एक झडपेसारखा दरवाजा दिसला. मी तो तोडून उघडला आणि आतल्या विवरात शिरू शकलो. मला खाली उतरायचं होतं पण मला काहीच दिसेना. मी, माझा भाऊ आणि कझिन याकोब यांना माझे हात धरून मला हळूच आत सोडून द्यायला सांगितलं. ते विवर फारसं खोल नव्हतं आणि माझ्यापाठोपाठ इतर लोकही उतरले. शेतकऱ्यानं जमिनीखाली छोटंसं तळघर बनवून थोड्या वाळूखाली बटाटे साठवले होते. आम्हाला बटाटे दिसताक्षणी आम्ही त्यांच्यावर झडप घातली आणि ते खाऊन टाकले.

दुसऱ्या एका वेळी मी एका गोठ्यात वाळलेल्या गवतावर झोपलो होतो. ती जागा चांगली प्रशस्त होती आणि त्या वाळलेल्या गवतामुळे आम्हाला थोडी ऊब मिळत होती. आम्ही थकव्यानं गलितगात्र झालो होतो आणि आमच्यात अजिबात शक्ती उरलेली नव्हती; पण जर्मन लोकांनी आम्हाला काही तासच झोपू दिलं आणि पहाटेसच पुढे निघायला लावलं. या वेळेस आमच्यापैकी काहीजणांनी त्या वाळलेल्या गवतातच लपून राहायचं ठरवलं होतं; पण जर्मन लोकांनी ओरडून प्रत्येकाला सूचना केली की निघताना ते गोठ्याला आग लावून देणार आहेत. आम्ही धावतच इतरांना सामील झालो आणि रांगेत आपापल्या जागी गेलो.

तीन-चार दिवसांनी आम्ही एका खेड्यातल्या स्टेशनवर पोहोचलो. तिथे कोळसा वाहून न्यायला वापरतात तशा उघड्या डब्यांची आगगाडी आमची वाट पाहत होती. गाडीत आम्ही इतके खचाखच भरले गेलो होतो, की कुणालाही अजिबात हलता येत नव्हतं. खाली बसणं अशक्य होतं. गाडी पुढे जात असताना आमच्या चेहऱ्यांवर बर्फाचे शिपकारे बसत होते. अजिबात न थांबता, न खाता पिता असं दोन दिवस चालू राहिलं.

आम्हाला सर्वांना अगदी स्पष्टपणे दिसू लागलं होतं की अखेरीस जर्मन लोक आम्हा सर्वांना कुठेतरी नुसतं सोडून देतील म्हणजे त्यांना त्वरेनं पळ काढता येईल.

मला वाटतं, त्यामुळेच आमच्यापैकी थोड्याच लोकांनी जर्मन लोकांच्या तावडीतून निसटण्याचा प्रयत्न केला. संधी सापडली तेव्हा काहीजणांनी निसटण्याचा प्रयत्न केला. ट्रेन थांबली होती तेव्हा एका जर्मन माणसानं काहीजणांना लघवी करण्यासाठी गाडीतून उतरू दिलं होतं. अनेकांनी निसटण्याच्या या संधीचा लाभ घेतला, पण ते किती दूर पोहोचू शकले ते मला माहीत नाही.

मी स्वत: तसा काहीच प्रयत्न केला नाही. कारण माझी अगदी पक्की खात्री झालेली होती की ते आम्हाला उघड्या माळरानावर सोडून देतील, म्हणजे चाल करून येणाऱ्या रशियन सैन्यापासून त्यांना चटकन दूर पळता येईल आणि माझी अगदी खात्री होती की आम्हाला नेण्याजोगी त्यांच्याजवळ कोणतीही जागा नाही. जर्मन लोकांनी आम्हाला मोकळं सोडण्यापूर्वीच निसटायचा प्रयत्न करून गोळी लागून मरायचा धोका मला पत्करायचा नव्हता; पण अशी वेळ कधी आलीच नाही आणि मी आणखी चार महिने कॅम्पमध्ये घालवले.

कॅम्प मोकळा केल्यानंतरच्या या पायपिटीत खूप लोक मेले का?

हो. खूपच लोक मरण पावले; पण ते मला नेहमीच दिसत असत असं नाही. लोक थकव्यानं कोसळून पडत आणि रांगेतल्या शेवटल्या सीक्रेट सर्व्हिसच्या माणसाकडून मारले जाईपर्यंत तसेच पडलेले असत. काही लोकांची शक्ती अगदी संपत आली आहे असं दिसलं की आम्ही त्यांना मदत करायचा प्रयत्न करत असू. एक मुलगा होता, त्याचं पहिलं नाव माझ्या लक्षात नाही. त्याचा भाऊ जॅकॉट मेस्ट्रो (Jacquot Maestro) हा एक चुणचुणीत, वस्ताद मुलगा होता आणि तो कॅम्पमध्ये असताना बरेचदा आमच्यापर्यंत बातम्या पोहोचवत असे. या मुलाला चालताना रक्ताच्या उलट्या होऊ लागल्या. तो मागे राहू नये म्हणून त्याला बरं वाटेपर्यंत मी आणि आणखी एका माणसानं त्याला उचलून नेलं. आमच्यापैकी झाँडरकमांडोतून आलेल्यांच्या अंगी इतरांहून थोडी जास्त शक्ती होती आणि शक्य होईल तेवढी आमच्या मित्रांना मदत करायचा आमचा प्रयत्न असे.

परंतु माझ्या आगगाडीच्या डब्यात माझ्या शेजारी उभा असलेला माणूस मरण पावला. तो युगोस्लाव्ह होता आणि बिचारा आधीच एखाद्या हाडांच्या सापळ्यासारखा दिसत होता. तो मरण पावला, पण आम्ही इतके दाटीवाटीनं खेटून उभे होतो, की कुणाच्याही ते लक्षात आलं नाही आणि माझ्या भावाच्या आणि माझ्या मधोमध ते प्रेत तसंच उभं राहिलं.

तो माणूस मरण पावला होता, पण आमच्यापैकी प्रत्येकाचं जवळजवळ एका पशूमध्ये परिवर्तन झालं होतं. माझी पहिली स्वाभाविक प्रतिक्रिया होती त्याचे खिसे धुंडाळणं. त्यात काहीतरी खाण्याजोगं सापडेल अशी वेडी कल्पना माझ्या मनात

आली. मला फक्त एक लाकडी ब्रूस सापडला. मी तो माझ्यापाशी ठेवून दिला. मी मनाशीच म्हटलं की, जर एखाद्या चमत्कारानं मी मुक्त होऊ शकलो आणि मी ज्यू नाही असं वाटलं, तर शेतकरी माझ्याशी अधिक चांगलं वागतील. मग आम्ही थोडी जागा करून ते प्रेत जमिनीवर ठेवलं आणि आम्ही त्याच्यावर बसलो.

दुसऱ्या दिवशी इंजिनासाठी कोळसा घ्यायला आगगाडी थांबलेली असताना मी एका जर्मनला सांगितलं की आमच्या डब्यात एक माणूस मेला आहे. मला वाटलं की तो मला ते प्रेत फेकून द्यायला सांगतोय. पण जेव्हा आम्ही ते प्रेत उचललं, तेव्हा तो आम्हाला म्हणाला, “नको, इथे नको. नंतर!” गाडी सुरू झाल्यावर आम्हाला ते प्रेत बाहेर फेकावंच लागलं कारण त्यातून दुर्गंधी येऊ लागली होती.

एका जागी बॉंबमुळे रूळ उद्ध्वस्त झाले होते, तिथे आगगाडी थांबली आणि आम्हाला एक दिवस पायीच चालावं लागलं. मग आम्ही डॅन्यूब नदीवरल्या मालवाहू तराफ्यांवर चढलो. थंडी अजूनही असह्य होती, पण निदान आता आमच्या डोक्यावर छत तरी होतं. खूप काळानंतर प्रथमच त्यांनी आम्हाला सूप दिलं आणि आम्ही ती रात्र तराफ्यांवर काढली. दुसऱ्या दिवशी सकाळी पाच वाजायच्या सुमाराला त्यांनी आम्हाला बाहेर काढलं आणि एक पूल ओलांडायला लावला. त्यावर पाटी होती ‘लिंझ’ (Linz). अशा तऱ्हेनं मला बोध झाला की आम्ही ऑस्ट्रियात आलो आहोत.

आम्ही त्या गावातून जात असताना मला कचऱ्याचा डबा रिकामा करायला आलेली एक स्त्री दिसली. जवळ आल्यावर मी फूटपाथवर चढलो आणि त्या डब्यात हात घातला. मी बटाट्याची मूठभर सालं उचलली आणि माझ्या शर्टात लपवली. इतरांनाही तसंच करायचं होतं, पण गार्डचं त्यांच्याकडे लक्ष गेलं आणि तो त्यांना बंदुकीच्या दस्त्यानं मारू लागला. मी माझ्याजवळची सालं वाचवू शकलो आणि मी ती खाऊन टाकली. त्यांना भयानक दुर्गंध येत होता... पण तरीही शेवटी ते अन्न होतं!

थोडं पुढे गेल्यावर आम्हाला एक पीक काढून घेतलेलं शेत दिसलं. आमच्या पायांनी आम्ही मातीत उकरून बघितलं. पिकातलं शिल्लक असेल तर सापडेल अशी आम्हाला आशा वाटली. क्षणभर मला असं वाटलं की मला एक बटाटा हाती लागला आहे. मी तो हळूच उचलून माझ्या खिशात ठेवला, पण तो केवळ एक दगड होता. रात्री आम्ही कोंबडीच्या खुराड्याजवळ झोपलो. आम्ही अनेकजणांनी एकत्र येऊन कोंबडी पकडायचा प्रयत्न केला, पण आम्हाला यश आलं नाही. माझ्या हाती कोंबडी आली असती, तर ती मी कच्चीच खाऊन टाकली असती. पण आम्हाला काही अंडी सापडली. आम्ही ती तिथल्या तिथेच खाऊन टाकली. दुसऱ्या दिवशी आम्ही अखेर माउटहाउझन (Mauthausen) येथे पोहोचलो.

माउटलाउझन, मेल्क व एबेन्झे

आम्ही नेमके कोणत्या दिवशी माउटहाउझनला पोहोचलो ते मला माहीत नाही, पण मला वाटतं, की ती जानेवारीची अखेर असावी. आमची कैद्यांची तुकडी प्रचंड गेटमधून कॅम्पमध्ये शिरली. दरवाजाच्या उजवीकडे एक मोठी इमारत होती. तिला वळसा घालून आम्ही सॉनामध्ये पोहोचलो. वाटेत अनेक लोक मरण पावलेले असूनही अजूनही आम्ही खूपजण होतो. आम्हा सर्वांना सॉनातून नेऊन आणायला दोन दिवस लागले; पण आम्ही आत जाण्यापूर्वी त्या इमारतीत काय आहे याचा आम्हाला अजिबात अंदाज आला नाही. कैद्यांना पाचाच्या गटानं आत जावं लागत होतं. पण ते बाहेर येताना आम्हाला दिसत नव्हते.

मी सर्वांत शेवटी सॉनात जाता यावं म्हणून दोन रात्री उघड्यावर झोपून काढल्या. माझा भाऊ, माझे कझिन्स आणि ऑश्विट्झमधले इतर मित्र यांच्याबरोबर मी होतो. आमच्याजवळून सैनिक सतत जात आणि प्रश्न विचारत, "झाँडरकमांडोत कोण काम करत होतं?" आम्हाला त्यांनी ओळखू नये, म्हणून मी माझ्या भावाला सुचवलं, की आम्ही आमचं नाव बदलावं. 'व्हेनेत्सिया' सांगण्याऐवजी त्यांनी मला नाव विचारलं तर मी 'बेनेत्सिया' सांगणार होतो. माझ्या भावाला त्याचं नाव बदलायची इच्छा नव्हती आणि त्यानं मला सांगितलं, की आम्ही अलग झालो तर बरं पडेल, म्हणजे आमच्यापैकी निदान एकजण वाचण्याची शक्यता वाढेल.

अखेरीस आम्ही आत शिरलो. खरोखरच निर्जंतुकीकरणासाठीचा तो केवळ सॉना आहे हे पाहून आमचा जीव भांड्यात पडला. तो लहान आकाराचा होता आणि बिर्केनॉमधील पहिल्या दिवसाप्रमाणेच आम्हाला सारे कपडे उतरवावे लागले आणि तेथील कैद्यांनी आमचे डोक्यावरले आणि अंगावरले केस भादरले. मग त्यांनी

आमच्यापैकी प्रत्येकाला एक नंबर दिला; पण ऑश्विट्झप्रमाणे त्यांनी तो नंबर आमच्या अंगावर गोंदवला नाही. फक्त ऑश्विट्झमध्येच कैद्यांच्या हातावर नंबर गोंदवला जात असे. त्यांनी आम्हाला नंबर असलेलं लोखंडी ब्रेसलेट दिलं. माझ्या ब्रेसलेटवर नंबर होता ११८५५४. माउटहाउझन येथील हा माझा आयडेंटिटी नंबर होता. त्यांनी मला माझं नाव विचारल्यावर मी सांगितलं 'बेनेत्सिया'. पण त्यांची ऐकताना गफलत झाली आणि त्यांनी लिहिलं 'बेनेटी.'

शॉवरमधून बाहेर निघाल्यावर नागव्यानंच, भिजलेलं असतानाच, बर्फात आणि थंडीत आम्हाला पाचा-पाचाच्या रांगा कराव्या लागल्या. रांगेत पन्नासजण जमेपर्यंत आम्हाला तिथे तसंच वाट पाहत थांबावं लागलं. मगच आम्ही डावीकडे, अगदी टोकाला असलेल्या बराकीत जाऊ शकलो. जरी आमच्या अंगावर कपडे असते, तरीही ती थंडी असह्यच वाटली असती. मग शॉवरमधून बाहेर पडून उघड्यानं बाहेर पडण्याच्या यातनांची तुम्ही कल्पनाही करू शकणार नाही.

पण आमच्यासोबत येणारा माणूस अगदी भावनारहित होता. तो थांबला आणि त्यानं आम्हाला बराकीकडे भरभर चालत जायला मनाई केली. बाहेरून ती बराक बिर्केनॉसारखीच होती. पण आम्हाला आत शिरताना दोन पायऱ्या चढाव्या लागत होत्या असं मला आठवतंय. आत काहीही नव्हतं. पलंग नव्हते. जमेची बाजू होती- फरशीवरलं लिनोलियम आणि न फुटलेल्या आणि आम्हाला थंडीपासून थोडंसं संरक्षण देणाऱ्या खिडक्या.

तुम्ही झोपतानाही नागव्यानंच झोपलात का?

पूर्णपणे नागवे आणि सार्डीन माशांप्रमाणे दाबून एकत्र कोंबलेले. कारण प्रत्येकाला पुरेशी जागाच नव्हती. दुसऱ्या दिवशी सकाळी दहा-अकराच्या सुमाराला सीक्रेट सर्व्हिस ऑफिसर तीनशे लोकांना शोधत आला. त्यांनी आद्याक्षरांप्रमाणे आम्हाला पुकारलं. माझ्या गटात माझे दोन गब्बाई आडनावाचे कझिन्स होते, पण माझा भाऊ नव्हता. त्यांनी अखेरीस आम्हाला दुसऱ्या बराकीत पाठवलं आणि कपडे दिले. आम्हाला थोडं सूपही देण्यात आलं आणि त्यानंतर त्यांनी आम्हाला पुन्हा एका आगगाडीत चढवून नव्या कॅम्पवर धाडलं - मेल्क.

प्रवास सहा-सात तासांचा होता. त्याहून जास्त नाही. मी पाहिलेल्या बराकींहून या बराकी वेगळ्या आणि आणखी लांबट होत्या. त्यात शिरण्यासाठी तुम्हाला थोड्या पायऱ्या चढून आत जावं लागत असे. तिथे एका ओळीत बंक-बेड्स लावलेले होते, पण प्रत्येकाला पुरतील एवढे ते नव्हते. ज्याला रिकामा पलंग सापडलेला नसे, त्याची पंचाईतच होई, कारण कुणीही त्याला आपल्यातली जागा द्यायला तयार नसे. आम्हाला या यंत्रणेत धक्काबुक्की करून, शिरकाव करून

घेऊन जागा शोधणं भाग असे. मला दररोज जागा मिळत असे असं नाही, पण बहुधा मला बऱ्यापैकी जागा मिळू शकत असे.

कामाची विभागणी आठ तासांच्या तीन पाळ्यांमध्ये करण्यात आली होती (त्यात कामाच्या जागी पोहोचण्यासाठी लागणारे दोन तास आणि तेथून परत यायला लागणारे दोन तास अशा चार तासांच्या वेळांची बेरीज करायची). आम्ही जेव्हा परत येत असू तेव्हा तेवढेच लोक झोपलेले असत आणि आम्हाला काहीतरी करून जागा करून घ्यावी लागत असे. इतरांना जागेवरून ढकलून त्यांची जागा बळकावण्यासाठी आम्ही मजबूत असणं गरजेचं होतं. म्हणूनच मी म्हणतो की एकजूट नावाची चीज अस्तित्वात नव्हती. आम्ही कपडे न बदलताच चटईसारख्या गादीवर झोपून जात असू. आम्ही कोणताही कपडा किंवा बूट उतरवले असते, तर ते लगेच चोरीला गेले असते. आणि ते परत मिळवण्यासाठी आम्हाला आमचा एकवेळचा ब्रेड द्यावा लागला असता.

तुम्ही नेमकं काय काम करत होता?

काही ऑस्ट्रियन नागरिकांच्या मालकीच्या जागेवर मी गवंड्यांच्या तुकडीत काम करत होतो. या कॅम्पमध्ये, डोंगरांमध्ये मार्ग बनवायचं काम सुरू होतं. कामाच्या जागी, मोठ्या चौकात पोहोचल्यावर मुकादम अमुक एका प्रकारच्या कामासाठी काही लोकांची मागणी पुकारत असे.

माझा मेहुणा, माझे कझिन्स आणि मित्र मिळून आम्ही एकमेकांशी परिचित अशा पन्नास लोकांची लहानशी तुकडी बनवली होती. आम्ही एकत्र राहणं जमवून नेहमी एकाच प्रकारचं काम करत असू. मुकादम आणि इतर पर्यवेक्षक ऑस्ट्रियन होते; पण तिथे सीक्रेट सर्व्हिस गार्डस् आणि कॅपोदेखील असत. माझ्या तुकडीला डोंगरात खोदून सपाट जागा बनवायची असे व त्याचा फायदा असा होई, की बाहेर थांबणाऱ्या जर्मन गार्डस्पासून आम्ही दूर राहत होतो आणि आमच्या अंगात ऊबही येत होती. अधूनमधून नजर ठेवण्यासाठी ऑस्ट्रियन नागरिक येत असत आणि आम्ही पुरेसं जलद काम करत आहोत की नाही हे बघत असत. मातीनं भरलेला कन्व्हेअर बेल्ट किती वेगानं तेथून बाहेर पडतो आहे हे बघितलं की त्यांना अंदाज येत असे. ती सक्तीची मजुरी होती आणि आम्हाला पुरेसं अन्न किंवा विश्रांती मिळत नव्हती; पण इतर दृष्टीनं ते फार दमवणारं काम नव्हतं.

आणि ऑस्ट्रियन नागरिक तुमच्याशी सर्वसाधारणत: कसे वागत?

ते आम्हाला हुकूम देत नसत. फक्त काय करायचं आहे याबाबत सूचना देत असत. त्यांना मजूर हवे होते, पण आम्ही कमी-अधिक वेगानं काम केलं तरी तो

त्यांचा प्रश्न नव्हता. त्यांच्या नक्कीच लक्षात आलेलं असणार की काही कैदी इतके अशक्त झालेले होते, की त्यांच्यानं हातही वर उचलवत नसे. कधीकधी ते आवाज चढवत पण त्यांनी अत्याचार केले नाहीत. निदान मी ज्यांना बघितलं, त्यांनी तरी जुलूम केला नाही. इतरांच्या अनुभवाबाबत मी सांगू शकत नाही.

पण एक दिवस माझे ग्रह फिरले. मला माझ्या नेहमीच्या गटाबरोबर राहता आलं नाही. कुणीतरी जास्त श्रमांचं काम टाळण्यासाठी आमच्या गटात घुसलं असणार. म्हणून माझी जागा त्यानं घेतली आणि मला दुसऱ्या गटात जाऊन काम करणं भाग पडलं. हा गट गॅलरीपासून दूर, उघड्यावर काम करत होता. आम्हाला सिमेंटनं भरलेल्या छोट्या छोट्या गाड्या खेचायच्या होत्या. आम्ही गॅलरीपाशी पोहोचलो की आम्हाला त्या छोट्या गाड्या मालवाहू लिफ्टवर चढवाव्या लागत आणि पुन्हा त्यावरून त्या ढकलत नेऊन ज्या कैद्यांना त्यांची गरज असेल, त्यांच्यापर्यंत न्याव्या लागत. हे अत्यंत दमणुकीचं काम होतं.

मी एका ज्यू नसलेल्या इटालियनबरोबर ही गाडी खेचत होतो. मी त्याला त्याचं नावदेखील विचारलं नाही. मला फक्त एक गोष्ट आठवतेय- तो मला म्हणाला होता, की तो सिसिलीचा आहे. एकमेकांशी बोलावं असं आमच्या मनातही आलं नाही. शक्ती कशासाठी वाया घालवायची?

एका टप्प्यावर माझ्या लक्षात आलं की माझ्या पाठीवरचं त्या गाडीचं ओझं आणखी आणखी वाढतंय. मी ओढायचं थांबवलं आणि मी खेचायचा थांबल्यावर ती गाडीही थांबली. तो खेचण्याचं ढोंग करत होता, पण खरं तर तो मला एकट्यालाच ते सारं ओझं खेचायला लावत होता.

माझं डोकं भडकलं कारण मी एकट्यानं ते सारं काम करण्याचा प्रश्नच उद्भवत नव्हता. जर आमच्यामुळे कामाची साखळी संथ झाली असती, तर जर्मननं किंवा कॅपोनं येऊन आम्हाला पिटून काढलं असतं. आम्ही पुन्हा चालू लागलो. पहिले काही यार्ड वजन आम्हा दोघांमध्ये समसमान वाटलं गेलं होतं; पण काही वेळानं मला पुन्हा खांद्यावरलं ओझं वाढताना जाणवू लागलं, आणि खरोखरच मी थांबल्यावर ती गाडीही थांबली.

मग मात्र मी खूपच चिडलो आणि त्यानं पुन्हा मला सारं ओझं एकट्यानं खेचायला लावलं तर त्याला बेदम चोपायची मी धमकी दिली. हा दिवस संपण्याची मी इतकी आतुरतेनं वाट पाहत होतो आणि त्याच्यामुळे मार खायचा धोका मला पत्करायचा नव्हता; पण नशिबानं दुसऱ्याच दिवशी मी माझ्या नेहमीच्या गटाबरोबर जाऊ शकलो.

या वेळेस फारच थंडी होती. त्याची खोली उबदार राहील अशा जळाऊ गोष्टी आम्ही आणाव्यात, अशी आमच्या बराकीतल्या कॅपोची मागणी असे. त्या

बदल्यात तो आम्हाला थोडंसं जास्त सूप देत असे. कधीकधी आम्ही सिमेंटच्या जाड गोणी आणत असू किंवा आम्ही लाकडाच्या काटक्या आणत असू. कॅम्पमध्ये काहीही आणायची बंदी असल्यामुळे आम्ही ते छोट्या छोट्या भागांमध्ये विभागून आमच्या शर्टखालून आमच्या धडाभोवती गुंडाळून घेत असू. त्यामुळे वाटेत आम्हाला थोडी कमी थंडी वाजत असे. कारण कपड्यांखालच्या या आवरणामुळे थंड वारं तितकंसं सहजपणे आत जात नसे.

पण एकदा कॅम्पमध्ये शिरताना, प्रवेशद्वाराजवळचे गार्ड आमच्या गटाची तपासणी घेऊ लागले. प्रत्येकानं शर्ट उघडून आतले लाकडाचे तुकडे काढून टाकले, म्हणजे ते जर्मनना आमच्या अंगावर सापडले नसते. जर आम्ही अंगावर ते तुकडे बाळगत असताना पकडलो गेलो असतो, तर शिक्षा म्हणून आणि इतरांना उदाहरण घालून देण्यासाठी म्हणून आम्हाला बेदम मार मिळाला असता. त्यांनी तपासणी घेण्याचं कारण होतं की ते लाकडाचे तुकडे त्यांना स्वत:च्या गरजेसाठी वापरता यावेत.

तुम्ही काय जेवत होता?

कॅम्पमधून बाहेर पडण्यापूर्वी आम्हाला चहासारखं काहीतरी देत असत. अर्थातच त्यात साखर नसे, पण त्याचा एकमेव फायदा म्हणजे ते गरम असे. साडेअकराच्या सुमाराला कॅपो जेवणाची घंटा देत असे. बटाट्याची सालं आणि कोबीचं सूप. सूप वाढणारा माणूस ते कधीही ढवळत नसे. म्हणून रांगेत प्रथम असलेल्यांना नुसतं पाणीच वाट्याला येत असे. कुणालाच त्यामुळे प्रथम जायचं नसे. पण नेहमीच आम्हाला तसं करता येत नसे.

मी एकदा सूपच्या रांगेत सुरुवातीला उभा होतो. ही अत्यंत अप्रिय आठवण आहे. मी कितीही तगडा आणि चलाख असलो, तरी मी चूक केली. सूप वाढणारा कॅपो हंगेरियन होता आणि मला माहीत होतं की त्याच्या देशबांधवांना तो खूप जास्त सूप वाढत असे, म्हणून मी हंगेरियन असल्याची बतावणी केली. मी त्याच्याजवळ पोहोचल्यावर मी म्हणालो, "हंगेरियन." पण माझ्या उच्चारांवरून त्याला लगेच कळलं की मी खोटं बोलतो आहे. मला जास्त सूप देण्याऐवजी मला त्यानं फक्त पाणी वाढलं.

माझ्या भांड्यात नजर टाकून त्यात काहीही खाण्यायोग्य नसलेलं पाहून माझ्या काळजात रागाची उकळी फुटली. "मी इतका खालच्या थराला कसा घसरलो?" पुढलं खाणं मिळण्यासाठी आणखी चोवीस तास वाट पाहावी लागण्याच्या कल्पनेनं मी वेडापिसा झालो. मी डावीकडे, उजवीकडे हळूच नजर टाकली आणि आणखी एकदा सूप मिळवण्यासाठी मी रांगेत पुन्हा शिरलो.

पण मी आत घुसू बघत असताना ज्या कैद्यांनी मला बघितलं होतं, ते त्यांचे हात हलवून ओरडू लागले, "ए! ए पोरा!" काय चाललंय ते एका कॅपोनं बघितलं आणि तो पळतच माझ्याकडे आला. जितक्या त्वरेने जाता येईल तेवढ्या त्वरेने मी जेवण संपवलेल्या कैद्यांच्या गोटात मिसळण्याचा प्रयत्न केला, पण तो माझ्यावर नजर ठेवून होता. त्याला मला पिटून काढायचं होतं आणि तो मारण्याच्या आविर्भावात वेगानं आला.

वाटेत त्याला एक फावडं दिसलं. ते त्यानं उचललं आणि त्यानं त्या फावड्यानं माझ्या खांद्यावर जोराचा प्रहार केला. मी माझ्या हातांनी माझं डोकं वाचवण्याचा प्रयत्न केला. त्यानं मला आणखी एक जोराचा फटका लगावला. त्यानं बाजूनं मारलं असतं तर माझी कवटीच फुटली असती. वेदनेनं आणि संतापानं माझा श्वास फुलला होता.

मी या कॅपोला ओळखत होतो. कैद्यांना ठार मारणं त्याला अतिशय प्रिय होतं. बरेचदा कॅम्पच्या प्रवेशद्वारापाशी तो आत-बाहेर येणाऱ्या, जाणाऱ्यांची नोंद करणाऱ्या सीक्रेट सर्व्हिस गार्डजवळ प्रौढी मिरवत असे. "९८+२" आणि दर्शवत असे की दोन माणसं कामावर असताना मेली. त्यानंच त्या थकलेल्या गरीब बिचाऱ्या माणसांना मारून टाकलेलं असे. तो आर्यवंशीय पोलिश माणूस होता. सारे त्याला घाबरून असत. जेव्हा त्यानं मला मारायला तिसऱ्यांदा फावडं उचललं, तेव्हा मी तो घाव चुकवला आणि त्याच्यापासून त्वरेनं दूर पळून गेलो. मी होतो तिथे कोसळलो असतो, तर त्यानं मला नक्कीच मारून टाकलं असतं.

त्या दिवशी मी रडलो. मी झाँडरकमांडोत असताना कधीही रडलो नव्हतो; पण माझा सारा संताप या क्षणी ओसंडून वाहू लागला. मी वेदना किंवा दुःखानं रडत नव्हतो. (तसं मी लढाईनंतर प्रथमच माझ्या बहिणीला भेटल्यावर रडलो होतो.) तर रागानं, कडवटपणानं आणि हताश होऊन रडत होतो...

तू किती दिवस मेल्कमध्ये काम केलंस?

मला नेमकं सांगता येणार नाही, पण एक दिवस त्यांनी आम्हाला माउटहाउझनच्या आणखी एका उपकॅम्पात, एबेन्झे येथे हलवलं. त्यांनी दोनशे किंवा तीनशे लोकांचा गट निवडला. नशिबानं, आमचा लहानसा गट एकत्र राहू शकला.

आगगाडी आम्हाला एका डोंगराच्या पायथ्याशी घेऊन गेली. कॅम्प डोंगरमाथ्यावर होता. तिथल्या बराकी बिर्केनॉच्या बराकींसारख्या आणि तसेच बंकबेड्स असलेल्या होत्या. आम्ही इतके सारेजण होतो की आम्हाला दोघादोघांना निजावं लागत असे. पलंग इतका अरुंद होता की आम्हाला अजिबात हलता येत नसे. बरेचदा आम्ही कोणाजवळ झोपलोय हेसुद्धा आम्हाला कळत नसे. त्या बराकीत आधीच ज्यू नसलेले अनेक फ्रेंच लोक आणि रशियन्ससुद्धा होते.

मला रात्रभर खोकत राहणाऱ्या एका आजारी रशियनजवळ झोपावं लागत होतं. त्याच्यामुळेच सुटका झाल्यानंतर मी इतका गंभीररीत्या आजारी पडलो!

तुम्ही एकमेकांशी बोलत होता का?

आम्ही बोलायचो, पण अगदी मोजकं. कुणालाही बोलावंसं वाटत नसे. दिवसभर शिणवणारं काम करून आम्ही बराकीत परत येत असू, आमचं डोकं अगदी रिकामं असे आणि एकमेकांशी बोलण्याजोगं आमच्यापाशी काहीही नसे. आमच्यासमवेत थोडे बुद्धिजीवी लोक होते; पण आम्ही कामकरी वर्गाचे झालो होतो आणि खूप दिवसांपासून आम्ही आमची इभ्रत गमावून बसलो होतो.

मेल्कमध्ये होतं, तसंच इथेही डोंगरांमध्ये खोदून सपाट जागा बनवायचं कामच करायचं होतं. फरक एवढाच होता की मातीत न खणता आम्हाला खडकात खोदावं लागत होतं आणि सपाट जागा मेल्कपेक्षा फार ओलाव्याची होती. काहीही करत असलो, तरी आम्ही लगेच भिजून जात असू. कोरडं होण्याचा कोणताच मार्ग नव्हता. आम्ही कॅम्पमध्ये परत आल्यावरही आमचे कपडे ओलेच असत आणि आम्हाला ते काढता येत नसत. नशिबानं त्या दगडांच्या खाणींमध्ये मी फक्त दहाएक दिवसच काम केलं. त्यानंतर अमेरिकन लोकांनी एबेन्झे येथील रेल्वे स्टेशनवर बॉंब टाकले आणि मग कैद्यांकडून रेल्वेचे रूळ परत टाकून घेण्याला अग्रक्रम दिला गेला.

दररोज कॅम्पजवळच्या ट्रेनच्या थांब्यापर्यंत आम्हाला चालत जावं लागत असे. मग एका छोट्याशा गाडीत बसून बॉंबमुळे उखडलेल्या रुळांपर्यंत पोहोचावं लागत असे. तेथून अर्धा मैल चालत जाऊन एबेन्झेचं बॉंबनं उद्ध्वस्त झालेलं स्टेशन गाठावं लागत असे. रस्त्यावर आम्ही अळशीच्या शेताच्या बाजूनं जात असू. सारे कैदी हाती लागेल तेवढं खाण्याजोगं बी जमा करत. आमच्या हाती लागलं असतं तर आम्ही गवतही खाऊन टाकलं असतं... पण लवकरच गार्ड आमच्याजवळ आले आणि त्यांनी आम्हाला शेताजवळ जायला मज्जाव केला.

एकदा आम्हाला एक वृद्ध ऑस्ट्रियन शेतकरी स्त्री दिसली. ती जनावरांच्या पाणी पिण्याच्या डोणीमध्ये धुणं धूत होती. जाणाऱ्या साऱ्या कैद्यांनी तिच्याजवळ पाणी मागितलं. तिनं पाण्याची एक भरलेली बादली रस्त्याच्या कडेला ठेवून दिली, म्हणजे तेथून जाताना आम्ही पाणी पिऊ शकलो असतो; पण जर्मन लोकांनी अटकाव केला. बंदुकीच्या दस्त्यानं त्यांनी आम्हाला मदत करू इच्छिणाऱ्या त्या वृद्धेला मारपीट केली.

बॉंबनं उद्ध्वस्त झालेल्या जागी पोहोचल्यावर आम्हाला जमीन साफ करायची असे. आमच्यावर दैवाची कृपा असली, तर त्या उद्ध्वस्त झालेल्या ढिगाऱ्यात

आम्हाला एखादं सिगरेटचं थोटुक किंवा इतर काहीतरी सापडत असे आणि ते कॅम्पमध्ये परत नेण्याचा आम्ही शक्य तेवढा प्रयत्न करत असू. इथे लॅट्रीनजवळची एक बराक हे आमच्या देवघेवीच्या व्यापाराचं ठाणं बनलं होतं. जे लोक काम करत नसत, त्यांना तिथे पोहोचणं सोपं पडत असे. आमच्यासारखे लोक, संध्याकाळी कर्फ्यूपूर्वी तिथे जाऊ शकत असत. मला शक्य होईल तेव्हा चुरगाळलेल्या सिगरेटच्या थोटकाच्या बदल्यात मी पाव मिळवण्याचा प्रयत्न करत असे. रशियन लोक नेहमी धुम्रपानाची सोय लावण्याच्या मागे असत.

एकदा एक रशियन मला शोधत आला आणि त्यानं माझ्या सिगरेटसच्या बदल्यात मला 'ऑईल' तेल देऊ केलं. मला माहीत होतं की धूम्रपानासाठी रशियन लोक काहीही देऊ करतील; पण ते कसलं तेल असेल याचा मला अंदाज करता येईना, कारण कॅम्पमध्ये कुणाजवळही तेल असण्याची अजिबात शक्यता नव्हती. त्यानं मला वाट पाहण्याची खूण केली. तो कोणत्या प्रकारच्या भांड्यातून तेल घेऊन येणार हे पाहण्याचं मला कुतूहल होतं. कारण बाटल्या किंवा पिशव्या आम्हाला कधीच सापडत नसत.

अखेरीस त्यानं ते तेल मला एका तेलाच्या दिव्यातून आणून दिलं. असे दिवे डोंगरातल्या कपारींमध्ये ते लोक उजेडासाठी वापरत असत. तो मला दाखवत असलेलं तेल काळंकुट्ट, किळसवाणं होतं. तो ते व्हिटॅमिनयुक्त ऑलिव्ह ऑइल आहे असं सांगत, माझ्या गळ्यात बांधू बघत होता. पण ते तर अगदी स्पष्टपणे केरोसीन होतं. 'ते तूच पी!' मी सांगितलं. ज्याप्रमाणे काही लोक कार्डिफ कोळशाच्या तुकड्यांमध्ये सापडणारं पांढरट क्रीम कधीमधी खात असत, त्याप्रमाणेच काही लोक असलं तेल पीतही असतील. त्यामुळे ते आपली पोटं बिघडवून घेत असणार!

आमचा कॅपो एक जर्मन होता. तो छोटासा आणि अतिशय निष्ठुर होता. एकदा सूप वाढण्याच्या वेळेस तो प्रत्येकाला कारणावाचून, भेदभाव न करता मारतच सुटला. माझा एक मित्र, जोसेफ मानो (माझ्या मेहुण्याचा कझिन) याच्या कवटीवर खूपच जोराचा मार बसला. त्याच्या कवटीचा जवळजवळ चुराडा झाला होता आणि अशा जखमेतून तो जगेल, वाचेल असं कुणालाही वाटलं नव्हतं; पण तो जगला.

आम्ही आमच्याच लोकांच्या समूहात शक्य तेवढ्या वेळा राहण्याचा प्रयत्न करत असू. त्यामुळे आम्हाला थोडा धीर येई. तुम्ही एकटे असलात तर तुम्ही जास्त सहजपणे कुणाच्यातरी तावडीत सापडू शकता. माझ्या बाबतीत जवळजवळ असंच एकदा होत होतं. आम्ही मुक्त झालो त्यापूर्वी थोडेच दिवस! कॅपो जास्तीच्या ब्रेडचं वाटप करत होते. आम्हाला सहा-सहांचे गट बनवायचे होते आणि प्रत्येक गटाला विटेच्या आकाराचा मोठा पावाचा तुकडा दिला जात होता. मी माझ्या भावाबरोबर

किंवा माझ्या ओळखीच्या इतर माणसांबरोबर असताना यात काही अडचण नव्हती. आम्ही ब्रेडची अगदी सारखी विभागणी करत असू.

पण एकदा, माझी इच्छा नसताना मला पाच रशियन लोकांच्या गटात सामील व्हावं लागलं. यात माझा बंक वापरणारा आजारी माणूसही होता. माझ्या लगेचच लक्षात आलं की त्या साऱ्यांनी एकत्र होऊन मला ठकवायचं ठरवलं आहे. बहुधा प्रत्येकाला एकेक नंबर दिला जात असे. गटातला एक माणूस इतरांकडे न पाहता प्रत्येक नंबराला दिला जाणारा वाटा ठरवत असे. ही रीत न्यायाची होती आणि त्यायोगे प्रत्येकजण प्रत्येक तुकडा हाती घ्यायचा प्रयत्न करत नसे.

पण या वेळेस रशियन लोकांनी मला पाठमोरं व्हायला सांगितलं. जेव्हा फक्त दोनच तुकडे शिल्लक राहिले, एक माझ्यासाठी आणि एक माझ्या बंकवर झोपणाऱ्यांसाठी तेव्हा मी त्याला त्याच्या पसंतीचा तुकडा उचलायला सांगितलं. मी ऐकलं नाही आणि जास्त मोठा दिसणारा तुकडा त्याला देऊ केला.

माझ्या लक्षात आलं होतं की मी पाठ वळवताक्षणी ते लोक ब्रेडचे दोन्ही तुकडे लांबवणार. ही गोष्ट माझ्या दृष्टीनं धोक्याची होती. कारण ते पाचजण आणि मी एकटाच होतो. माझा वाटा त्यांच्यात वाटून घ्यायचं त्यांनी नक्कीच ठरवलेलं होतं. आणि खरोखरच क्षणभर माझं लक्ष विचलित झाल्याचा फायदा घेऊन त्यांनी ते दोन्ही तुकडे उचलले.

हे अगदी चटकन झालं. मला दिसलं की माझ्या बंकवर झोपणारा रशियन अजून त्याचा ब्रेड जवळ धरून होता. मी काय करू शकत होतो? न खाणं असह्य झालं असतं. म्हणून विजेच्या चपळाईनं मी त्याचा तुकडा खेचला आणि एका घासात खाऊन टाकला.

नेहमी आम्ही अगदी बारीकबारीक घास घेत खायचा प्रयत्न करत असू. म्हणजे आम्हाला खूप खाता आलंय असा आभास निर्माण करता येत असे; पण आता मात्र परिस्थिती खरोखरच चिघळू लागली होती. ज्या रशियनला अजिबात ब्रेड मिळाला नव्हता, तो संतापला आणि माझ्यावर ओरडू लागला.

कॅपो येऊन काय झालं ते विचारू लागला. इतरांनी तक्रार केली की मी त्याचा ब्रेडचा तुकडा पळवला. कॅपोनं आणखी काहीही प्रश्न न विचारता मला जोरात मारायला सुरुवात केली. मी माझा चेहरा वाचवायचा प्रयत्न केला; पण त्यानं मला सगळीकडे चोपून काढलं. त्याचे फटके जोराचे असूनही मला काही वेदना जाणवल्या नाहीत. माझा सारा विचार त्या ब्रेडच्या तुकड्यावर केंद्रित झाला होता; तो माझ्या पोटात गेला होता आणि तो आता कुणीही माझ्याजवळून काढून घेऊ शकत नव्हतं! या विचारानंच फटक्यांच्या वेदना कमी वाटत होत्या. अखेरीस मला मारून मारून तो कॅपो दमला आणि दुसरीकडे वळला.

ज्या रशियनला काहीच ब्रेड मिळाला नव्हता, तो त्याच्या मित्रांजवळ मागू लागला. अर्थातच त्यांनी त्याला काहीही दिलं नाही. आम्ही दोघंही एकाच बंकवर झोपत राहिलो, कारण आमच्यापुढे दुसरा पर्याय नव्हता. त्याला बदला घेता येणं शक्य नव्हतं, कारण मी त्याच्याहून खूपच तगडा होतो आणि दोष त्याचा स्वत:चाच होता.

तू म्हणालास की मुक्त होण्यापूर्वी तुम्हाला जास्त ब्रेड वाटण्यात आला. लोकांच्या वागण्यात किंवा एकूण वातावरणात काही बदल जाणवला का?

अचानकच कॅपोंचे अत्याचार कमी झाले. माझ्या बराकीतला छोटासा, दुष्ट जर्मन अनेकदा कारणावाचून मजा म्हणून लोकांना चोपून काढत असे, तो कटाक्षानं फ्रेंच आणि रशियन लोकांना राग येणार नाही अशी काळजी घेऊ लागला. त्याला जाणवत होतं की अखेर जवळ आली आहे आणि त्याला भीती वाटत होती, की मुक्त होताक्षणी आम्हाला बदला घेण्याची इच्छा होऊ शकेल. एकाएकी तो शांत झाला आणि माणसाळला. तो रशियन आणि फ्रेंच लोकांना जास्त सूप देण्याचाही प्रयत्न करू लागला.

एका सकाळी आम्हाला कामावर पाठवण्याऐवजी एबेन्झेच्या मुख्य अधिकाऱ्यानं आम्हाला कॅम्पच्या मधल्या पटांगणात एकत्र जमायला सांगितलं. आम्ही वेगवेगळ्या वीसेक कॅम्पमधले पाच ते सहा हजार लोक तिथे जमलो होतो. तो पोडियमवर चढला. त्याच्या बाजूचे दुभाषे प्रत्येक भाषेत अनुवाद करून सांगत होते.

त्यानं आम्हाला सांगितलं त्याचा मतितार्थ असा : "रशियन आणि अमेरिकन सैन्य जवळ येत आहे; पण लढल्याशिवाय आम्ही ही जागा सोडणार नाही. लढाईच्या धुमश्चक्रीत तुमच्या जिवाला धोका आहे. म्हणून मी तुम्हाला (डोंगरातल्या) गॅलरीजमध्ये (खणून सपाट केलेल्या जागी) आसरा घ्यायला सांगतोय, म्हणजे तुम्ही बॉंबच्या हल्ल्यांमध्ये बळी जाणार नाही." सर्व भाषांमध्ये कैद्यांनी ओरडून सांगितलं, की त्यांना असं करणं मान्य नाही.

त्यानं तुम्हाला निवडीचा पर्याय दिला होता?

हो. विचार केला की आश्चर्य वाटतं, की त्यानं आम्हाला असा प्रश्न विचारला होता. तो आम्हाला जबरदस्तीनं गॅलऱ्यांमध्ये शिरायला लावू शकला असता आणि तिथे सुरुंग लावून तो आम्हाला मारून टाकू शकला असता; पण आम्ही बंड पुकारलं असतं आणि मग भीषण रक्तपात झाला असता. आत शिरल्यावर अमेरिकन सैन्याला त्या भीषण कत्तलींचे अवशेष नजरेला पडले असते.

आमच्यावर जबरदस्ती करण्याएवढा वेळही जर्मन लोकांपाशी नव्हता. त्या अधिकाऱ्याच्या लक्षात आलं की आमचा नकार आहे, तेव्हा त्यानं त्याच्या हाताखालच्या

अधिकाऱ्यांना एकत्र केलं आणि ते कॅम्प सोडून निघून गेले. त्याचा अर्थ आम्ही मोकळे सुटलो असा झाला नाही. त्यांच्या जागी- Wehrmacht चे, मध्यमवयाचे रिझर्व्हमधले सैनिक आले. ते आमच्यावर रखवाली करायला आणि आम्हाला खेड्यात जाऊन लुटालूट करण्यापासून आणि बदला घेण्यापासून थोपवायला तिथे आलेले होते. मला वाटतं आम्हाला त्यांची कत्तल सहज करता आली असती.

तुला खरोखरच असं वाटतं?

हो! आम्ही इतके भुकेजलेलो होतो. मला खरोखरच असं वाटतं की त्या क्षणी आम्ही कोणत्याही थराला जाऊ शकलो असतो. मी तुम्हाला सारं काही सांगतोय आणि मला काहीही लपवून ठेवण्याची किंवा खोटं बोलण्याची इच्छा नाही.

अमेरिकन्सची वाट पाहत गार्ड मोक्याच्या जागी थांबले. दूरवरून आमच्या कानांवर लढण्याचा आवाज येत होता. आम्ही एक दिवस वाट पाहत थांबलो. काही झालं नाही. दुसरा दिवस : अजूनही काही नाही. आमच्यापाशी खाण्याजोगं काहीही उरलेलं नव्हतं; पण फारशा लोकांनी पळून जायचा प्रयत्न केला नाही, कारण आता केवळ काही तासांचाच प्रश्न उरला होता आणि अखेर इतकी दृष्टिपथात आल्यावर आमचा जीव धोक्यात घालणं मूर्खपणाचं ठरलं असतं.

तरीही आम्हाला चार दिवस वाट पाहावी लागली आणि मग आम्हाला अमेरिकन्स आत येताना दिसले. दरम्यान किचनमध्ये आश्चर्यकारक रीतीने शिल्लक राहिलेलं बटाट्यांचं एक पोतं मी हस्तगत केलं. मी आणि माझ्या सहकाऱ्यांनी योजनापूर्वक ठरवलं की कुणीतरी सतत त्या पोत्यावर बसून ते सुरक्षित ठेवेल. त्यामुळे अमेरिकन्सची वाट पाहताना आम्ही थोडी सहनशक्ती दाखवू शकलो.

अखेरीस एका सकाळी अकराच्या सुमाराला ते आले. पहिल्या टँकमध्ये इटालियन वंशाचे काही अमेरिकन्स होते; पण त्यांचे सिसिलीचे उच्चार मला कळेनात. योगायोगानं दुसऱ्या सशस्त्र टँकमध्ये ग्रीक स्थलांतरितांचे मुलगे होते. त्यांनी मला सांगितलं की वाटेत त्यांनी मुक्त केलेल्या कॅम्प्समध्ये त्यांना हजारो मृत लोक सापडले. हे लोक सीक्रेट सर्व्हिसच्या लोकांच्या शोधात होते आणि संधी मिळताच त्यांनी त्यांना मारून टाकलं होतं. त्यांच्याजवळ असलेल्या च्युइंगमसारख्या गोष्टी त्यांनी आमच्यासाठी ठेवल्या आणि ते पुढे निघाले.

येत्या दिवसांमध्ये अन्न घेऊन ट्रक्स आले. रेडक्रॉसच्या लोकांनी आम्हाला जशी पार्सलं दिली होती तशी चॉकलेट्स, दुधाची पावडर, इतर आवश्यक गोष्टी, सिगारेट्स, साखर, वेफर्सनं भरलेली पाकिटं त्यांनी आम्हाला दिली; पण बरेचदा त्यांना ही पाकिटं खाली उतरवण्याएवढाही वेळ मिळत नसे. कैदी या गोष्टींवर झडप घालून शक्य तेवढं पळवत असत. या गोष्टी बराकीत साठवून त्यांचं न्याय्य वाटप

करण्याऐवजी अमेरिकन लोक असे हल्ले सहन करत आणि मध्ये पडून आमच्यात शिस्त आणण्याच्या फंदात पडत नसत. मला या गोष्टींचं न्याय्य वाटप व्हायला हवं होतं म्हणजे ज्यांना उभंही राहवत नाहीये अशा अगदी अशक्त लोकांनाही त्यांचा वाटा मिळू शकला असता. काही दिवसांनी, लोकांनी थोडीतरी शिस्त आणली. या काही दिवसांत अनेक लोक मरण पावले. काहीजण अति खाऊन मेले, तर काही उपासमारीनं मेले.

तू स्वत:वर कसा ताबा ठेवलास?

त्या बटाट्याच्या पोत्यांमुळे आम्ही हळूहळू अन्नाची सवय करून घेऊ शकलो. आम्ही ते सारे बटाटे एकदम संपवले नाहीत. एका वेळेस फक्त दोन किंवा तीन. म्हणून आमच्या पोटांना जड पडेल असं अन्न खायची वेळ न आणता आम्ही हळूहळू अन्नाला सामोरं जाऊ शकलो. असं म्हटलंच पाहिजे की झाँडरकमांडोतून आलेल्या माझ्यासारख्या लोकांच्या अंगी जास्त शक्ती होती; पण उदाहरण द्यायचं तर ऑश्विट्झमध्ये दोनांहून अधिक वर्षं असलेला माझा मेहुणा अगदी मरणासन्न अवस्थेला पोहोचला होता. एबेन्झेला पोहोचेपर्यंतच त्याची प्रकृती खालावलेली होती. नशिबानं तो वाचला. माझ्या अंदाजानं सुटका होईपर्यंत जे लोक वाचले होते त्यातले अर्ध्याहून अधिक लोक नंतरच्या आठवड्यांमध्ये मरण पावले.

तुम्ही सूड उगवायचा प्रयत्न केलात?

हो. विशेषत: कॅपोंवर. कारण जर्मन सैनिक एकतर पळून तरी गेले होते किंवा अमेरिकन सैनिकांकडून पकडले तरी गेले होते. सोडवण्यात आल्यानंतर चोवीस तास आम्ही कॅपोंचा शोध लावून त्यांना टिपण्यात घालवले. मला ज्या कॅपोनं बराकीत मारलं होतं तो पळून जाण्याचा प्रयत्न करत होता; पण फ्रेंच कैद्यांनी त्याला अडवलं. तो मरणासन्न होईपर्यंत त्यांनी त्याला बडवलं. त्याला श्वासही घेणं अवघड झालेलं होतं. एक फ्रेंच माणूस त्याच्यापाशी उभा राहिला. त्यानं खंजीर नाचवत इतरांकडे वळून फ्रेंच भाषेत विचारलं, "आपण याचं काय करू या? त्याला मारून टाकूया?" इतरांनी गजर केला, "मारून टाकू या!" मग त्यानं आपले गुडघे त्या कॅपोच्या छातीवर दाबून धरले आणि दोनदा त्याच्या छातीत खंजीर खुपसला. मग त्यांनी त्याला उचलून जवळच्याच एका तळ्यात भिरकावून दिलं. त्याचा देह पाण्यात फेकण्यापूर्वी त्यांच्यापैकी एकाला त्याचे बूट काढून घ्यायचे होते; पण त्यांचा म्होरक्या असलेल्या माणसानं त्या मृत माणसाच्या कोणत्याही वस्तूला हात लावण्यापासून इतरांना थोपवलं आणि तो जसा होता तसाच त्याला त्यांनी तळ्यात भिरकावून दिला.

ज्या दिवशी अमेरिकन लोक आले, त्या दिवशी जरी कॅम्पमध्ये प्रचंड खळबळ माजली होती, तरी मला आर्यवंशीय पोलिश कॅपो जवळून जाताना दिसला. यानंच मला चेहऱ्यावर मारलं होतं. मला एबेन्झेला हलवलं, त्याच सुमाराला त्यालाही एबेन्झेत आणलं गेलं होतं आणि तो तिथेही सर्वांना हैराण करत होता. त्या दिवशी त्यानं सामान्य नागरिकाचा वेष केला होता आणि खांद्यावर बॅग लटकावली होती, बहुधा तो निसटून जाण्याच्या तयारीत होता. त्याला पाहून माझ्या मस्तकापर्यंत रक्त चढलं. त्यानं मला जवळजवळ ठार मारून टाकलं होतं. ते दृश्य माझ्या डोळ्यांपुढून सरकलं. मी जमिनीवर पडलेली जाडजूड काठी उचलून घेतली आणि सारी उरलीसुरली शक्ती एकवटून त्याच्या डोक्यावर प्रहार केला. त्यानं मला मारल्यावर जसं मी डोक्यावर हात नेऊन माझं डोकं सुरक्षित ठेवू पाहिलं होतं, त्याप्रमाणेच त्यानंही त्याचे हात वर नेऊन डोकं वाचवायचा प्रयत्न केला.

हे पाहत असलेले काही रशियन्स तिथे आले. मी फक्त म्हटलं, "कॅपो." आणि त्याच्याकडे बोट दाखवलं. विचारही न करता ते त्याच्यावर तुटून पडले, त्यांनी त्याची बॅग हिसकावली आणि ते त्याला मारू लागले. त्यांनी त्याला इतका प्रचंड मार दिला की तो जवळजवळ मरण पावला. त्याला सुटून जाता आलं नाही आणि त्यामुळे मला प्रचंड समाधान लाभलं. कारण तो त्याच लायकीचा होता.

अमेरिकन्स आल्यावर तू किती काळ एबेन्झेत राहिलास?

आम्हाला ६ मे, १९४५ रोजी मुक्तता मिळाली आणि मी तिथे जून अखेरीपर्यंत होतो. जवळजवळ दोन महिने, कारण कुठे जायचं ते आम्हाला समजत नव्हतं. रेडक्रॉसबरोबर आलेले फ्रेंच लोक तयारीनिशी आले होते आणि फ्रेंच हद्दपारांपैकी सर्वांत जास्त आजारी असलेल्यांना त्यांनी त्वरेने हलवलं. इतरांना त्यांनी ट्रक्समधून फ्रान्सला नेलं. त्यांनी सर्वांत आधी सारी व्यवस्था केली. इटालियन लोकांनी काहीही केलं नाही. आणि ग्रीक लोकांचं म्हणाल तर काही करावं असा विचारही त्यांना शिवला नाही.

आणि तू भविष्य वर्तवलं होतंस, त्याप्रमाणे कुणीही खेड्यात गेलं नाही?

हो. अर्थातच ते गेले. पण सूड उगवायला नव्हे. केवळ खायला काहीतरी शोधण्यासाठी. आमच्या अंगात थोडी शक्ती आल्यावर मी थोड्या मित्रांबरोबर तिथे गेलो. आम्ही थेट खेड्यात न जाता त्याच्या आजुबाजूच्या भागात दूरदूरच्या अंतरावरच्या शेतांमध्ये गेलो.

एका अशा छानशा शेताजवळून जात असताना काही कोंबड्या इकडेतिकडे पळताना आम्हाला दिसल्या. आमच्या मनात विचार आला की त्यातली एखादी

पकडावी आणि त्याचं छानसं सूप बनवून आमची शक्ती परत मिळवावी; पण आम्ही अंगणात पाऊल टाकताक्षणी कोंबड्यांची आरडाओरड सुरू झाली. आमची डोकी इतकी रिकामी झाली होती की आम्ही अजिबात विसरून गेलो होतो की शीळ घातल्यावर शेपूट हलवत तुमच्यापाशी येणाऱ्या कुत्र्याप्रमाणे कोंबड्या तुमच्या हाती लागत नाहीत. कोंबड्या दूर पसार झाल्या आणि कोंबडा जास्तजास्तच आक्रमक होऊ लागला.

अखेरीस माझ्या लक्षात आलं की एक कोंबडी, अंडी घालण्यासाठी किंवा अंडी उबवण्यासाठी, खुराड्यातच थांबली आहे आणि मी तिची मानगूट पकडली. कोंबड्यानं माझ्यावर हल्ला चढवायचा प्रयत्न केला. एका म्हाताऱ्या ऑस्ट्रियन माणसानं दरवाजा उघडला आणि ओरडून विचारलं, 'काय चाललंय तिथं?' मी उत्तर दिलं, 'काही नाही!' काय करावं ते त्याला कळेना. पण त्याहूनही जास्त त्याला आमची भीती वाटत होती, म्हणून त्यानं आम्हाला त्याची ती कोंबडी घेऊन जाऊ दिलं.

आम्ही नदीजवळ तिला आणून तिची पिसं काढली. परत येताना आम्ही छोट्याशा 'एबेन्झे' खेड्यातून आलो. आमच्या लगेच लक्षात आलं की तिथे राहणारे घाबरून गेले आहेत. आम्हाला हवं असलेलं आम्ही मागायचाच अवकाश, ते त्या गोष्टी अजिबात कुरकुर न करता आम्हाला देऊन टाकत असत. जणू आम्ही भयानक पशू असल्याप्रमाणे ते आम्हाला घाबरत होते. आम्ही फक्त काही कडधान्यं आणि मिठाची मागणी केली.

आम्ही कॅम्पमध्ये परत आल्यावर आम्हाला कोंबडीचे तुकडे करण्यासाठी एक सुरी आणि ती शिजवायला एक पातेलं शोधता आलं. अनेक तास उकळूनही ती नीट शिजली नाही. खूप धूर निघत होता आणि तेव्हाच पहिल्यांदा मला आजारी असल्यासारखं वाटू लागलं. मी खोकू लागलो आणि माझ्या अंगात ताप भरला. मला आजाऱ्यासारखं वाटत नव्हतं. केवळ थकवा जाणवत होता. त्यानंतर माझी तब्येत झपाट्यानं ढासळू लागली.

पण सुरुवातीचे काही दिवस मला अजूनही हुशारी वाटत होती. पहिले टँक आल्याला तीन दिवस झाल्यानंतर मला एक अमेरिकन जीप कॅम्पमध्ये येताना दिसली. त्यातला ड्रायव्हर एकटाच होता. मला वाटतं, कॅम्प कसा असतो हे बघायच्या कुतूहलामुळे तो इथे आला असावा. तो आत शिरल्याबरोबर मी माझ्या काही मित्रांना सावध केलं आणि त्याच्या जीपमध्ये काय आहे हे पाहण्यासाठी आम्ही तिथे गेलो. हाताला लागतील अशा अनेक गोष्टी तिथे आमची वाटच पाहत होत्या: कपडे, सिगरेट्स, काहीही! मी जीपच्या पाठीमागचं कॅनव्हास उचलून काही चांगलं सापडतंय का ते शोधू लागलो.

अंधारात माझ्या हाताला एक क्रेट आणि काही कॅन्स लागले. मला जमेल

तेवढं घेऊन मी माझ्या खिशांमध्ये भरलं. पण वाईट लोकांची आमच्याभोवती आधीच गर्दी जमलेली होती. आम्हाला पाहून इतरही पूर्वी कैदी असलेले लोक तिथे पोहोचले. मी तेथून सटकलो, पण माझ्या खिशात जेव्हा मी हात घातले, तेव्हा माझ्या लक्षात आलं की माझ्यापाशी आता काहीही उरलेलं नाही. मी खिशात भरलेल्या गोष्टी इतरांनी पळवल्या आहेत हे मला कळलंच नाही.

इतकी धडपड करूनही काही निष्पन्न झालं नाही म्हणून माझं मन रागानं आणि निराशेनं भरून गेलं. म्हणून मी कोपरांनी धक्काबुक्की करत जीपपाशी पुन्हा जाऊ लागलो. मी त्यांना वाटेतून बाजूला ढकलतो आहे याची मला अजिबात पर्वा वाटत नव्हती.

आम्ही सारेजण पशू बनलो होतो. जीपमधला क्रेट रिकामा झाला होता. दरवाजाजवळ मला माझा एक मित्र दिसला. त्याला मी ग्रीक भाषेत सांगितलं की लीव्हर खेचून मागचा दरवाजा खाली पाड. अर्थातच तो तिथे उभ्या असलेल्या लोकांच्या डोक्यावर पडला. मला आता कुणाचीही अजिबात फिकीर पडलेली नव्हती.

माझ्यापाशी काहीही शिल्लक नाही याचा मला संताप आला होता. आतमध्ये एका कोपऱ्यात मला एक मोठं पोतं दिसलं. त्यातील गोष्टी घेण्याऐवजी आधीसारखं फसवणूक होऊ नये म्हणून मी ते पोतंच उचललं. प्रत्येकानं माझ्यावर झडप घालून ते पोतं हिसकावून घेण्याचा प्रयत्न केला. मी माझ्या मेहुण्याला आणि मित्राला सांगितलं की त्यांनी इतरांना मारून दूर ढकलावं म्हणजे आपण हे पोतं आपल्यापाशी ठेवू शकू. अखेरीस कॅम्पच्या प्रवेशद्वारापाशी जी छोटीशी बराक सीक्रेट सर्व्हिसचे लोक वापरत असत, तिथे आम्ही ते पोतं नीटपणे नेलं.

माझे मित्र ताबडतोब पोत्याचं तोंड उघडून आत काय आहे ते शोधण्याचा प्रयत्न करू लागले. पण मी त्यांना थोपवलं, कारण त्या (अमेरिकन) सैनिकाची काय प्रतिक्रिया होतेय ते मला बघायचं होतं. मी त्याला स्वत:शीच शीळ घालत परत येताना ऐकलं. जेव्हा त्यानं त्याची जीप आणि त्याभोवती जमा झालेले सारे कैदी पाहिले तेव्हा त्यानं त्याचं पिस्तूल बाहेर काढून हवेत दोन बार उडवले आणि प्रत्येकाला तेथून हटवलं. मग त्यानं फक्त मागचा दरवाजा बंद केला आणि तो तेथून निघून गेला.

त्यानंतरच मी ते पोतं उघडलं. त्यात सिगरेट्ची अनेक खोकी होती- कॅमल, लकी, स्ट्राइक आणि इतर काही. शिवाय काड्यापेट्या होत्या. मी एक सिगरेट बाहेर काढून ती मौल्यवान चीज असल्याप्रमाणे सर्वांच्या हाती दिली. मग मी ती पेटवली. पण मला ज्या हातानं वळलेल्या सिगरेट्सची सवय होती, त्याहून ही खूपच कडक निघाली. मी खोकू लागलो आणि मला त्या तंबाखूमुळे आणि वाढत्या आजारामुळे चक्कर आली.

त्या पोत्यात आम्हाला काही टॉवेल्स, एक छानसी टोपी आणि दोन कॅमेरेसुद्धा सापडले. आम्ही आपसात ही लूट वाटून घेतली. खरा प्रश्न होता की ती सारी लूट सुरक्षित राहील अशी लपवून ठेवण्याजोगी जागा शोधायचा. सिगारेट्स आम्ही गाद्यांखाली लपवल्या, पण सतत कोणीतरी त्यांची राखण करत तिथे बसणं अशक्य होतं.

खरं तर लगेचच त्यांची चोरी झाली. मला ठाऊक होतं की साल्व्हाटोर कुनियोला (आम्ही ऑश्विट्झला आल्यावर आमचा दुभाष्या म्हणून ज्यानं काम केलं तो ग्रीक माणूस. त्याला इंग्लिश आणि जर्मन या दोन्ही भाषा येत होत्या.) रेल्वे स्टेशनवर पाठवलं आहे आणि अमेरिकन लोकांनी स्टेशन साफ करण्याच्या कामावर ज्या ऑस्ट्रियन लोकांना जुंपलं आहे, त्यांच्यावर नजर ठेवण्याचं काम त्याच्यावर सोपवलं गेलं आहे. आमच्यावर त्यांनी ज्या कामाची सक्ती केली होती, तेच काम आता ऑस्ट्रियन नागरिकांना करावं लागत होतं; परंतु आता त्यांच्यावर मुकादमी करत होते पूर्वीचे कैदी. ते आता त्यांच्यावर नजर ठेवून होते. नुकतीच ज्यांना मुक्तता मिळाली होती, त्यांना अशा प्रकारे बदला घेता येत असल्याचा आनंद चाखता येत होता- अर्थात या साऱ्यावर अखेरचा ताबा होता अमेरिकन लोकांचा. म्हणून हे सारं बघण्याच्या कुतूहलानं मी त्याच्याबरोबर गेलो.

पण मी त्या दिवशी बेडवरून न हलण्याचा शहाणपणा दाखवायला हवा होता. मी जेव्हा परत आलो, तेव्हा कुणीतरी माझ्या साऱ्या सिगरेट्स आणि मी पोत्यात ठेवलेले दोन्ही कॅमेरे पळवले होते. माझ्या समोरच्या बंकवरल्या, आपलं अंथरूण कधीही न सोडणाऱ्या आजारी माणसाकडे मी गेलो. मी त्याला विचारलं की कोण येऊन माझ्या सिगरेट्स चोरून घेऊन गेलं. काहीही बघितलं नसल्याची तो बतावणी करू लागला. पण मी नुसता माझा आवाज चढवल्याबरोबर त्यानं कबुल केलं की त्यानंच माझ्या वस्तू चोरल्या होत्या. मला जास्त त्रास न पडता, माझ्या सिगरेट्स परत मिळवता आल्या. पण कॅमेरे मिळवता आले नाहीत, कारण त्यानं म्हटलं की ते त्यानं तळ्यात फेकून दिले आहेत.

त्याला घाबरवण्याचं सोंग आणण्याएवढी शक्ती तुझ्या अंगी उरलेली होती का?

हो. जरी मी आधीच खूप आजारी झालो होतो, तरी माझ्या ते लक्षात आलेलं नव्हतं. जेव्हा या कामासाठी उभारलेल्या लष्करी छावणीत आम्हाला हलवण्याचा अमेरिकन लोकांनी निर्णय घेतला, तेव्हाच मला हे कळलं. आम्ही राहत होतो ती जागा अत्यंत घाणेरडी होती आणि साथीचे रोग पसरू नयेत म्हणून साऱ्याचं निर्जंतुकीकरण करणं अत्यंत गरजेचं आहे, हे अमेरिकन लोकांच्या लक्षात आलं होतं.

नव्या जागी पोहोचताक्षणी, ती आम्ही दूषित करू नये म्हणून अमेरिकन लोकांनी आम्हाला शॉवर घ्यायला लावून उवा मारण्यासाठी आमच्यावर डी.डी.टी.

फवारलं. मग आमचे एक्स-रे काढण्यात आले. जर डॉक्टरना त्यात काही वेगळं आढळलं तर ते आम्हाला एका बाजूला काढत आणि उपचार करत.

माझा एक्स-रे काढल्यानंतर त्यांनी मला एका बाजूला उभं राहायला सांगितलं; पण का ते त्यांनी मला सांगितलं नाही. त्यांनी माझी पुन्हा एकदा तपासणी केली आणि माझ्या फुप्फुसांना काहीतरी झालंय हे त्यानंतरच सांगितलं. त्यांनी मला ताबडतोब हॉस्पिटल म्हणून वापरल्या जाणाऱ्या तंबूपाशी नेलं. अंथरूण सुखकारक होतं. चादरी पांढऱ्याशुभ्र होत्या. मला राजवाड्यात झोपल्यासारखंच वाटत होतं; पण मी तिथे थोडेच दिवस राहिलो, कारण मला आजाऱ्यासारखं वाटत नव्हतं आणि मला माझ्या मित्रांबरोबर राहायचं होतं.

जेव्हा मला कळलं की ते Eretz Yisraelला, पॅलेस्टाईनला, जायचं ठरवताहेत तेव्हा मी हॉस्पिटल सोडलं. मला त्यांच्याबरोबर जायचं होतं. मला जाण्याजोगी दुसरी कोणतीही जागा नव्हती आणि कुणीही माझी वाट पाहत नव्हतं. जवळ कुणीही ओळखीचं नसताना मला एकट्यानं राहायचं नव्हतं.

तुला नेमका काय आजार झालाय ते तुला माहीत होतं का?

मग जेव्हा एक मित्र भेटायला आला, तेव्हा मला कळलं. त्यानं माझे मेडिकल रिपोर्ट उचलून वाचलं 'टी.बी.' ते काय आहे हे मला ठाऊक नव्हतं. त्यानं मला समजावून सांगितलं 'ट्युबरक्युलॉसिस' म्हणजे तुला फुप्फुसांचा आजार जडलेला आहे. मला चिंता वाटली नाही; माझी खात्री होती की ते मला देत असलेल्या आहारामुळे आणि औषधांमुळे मी लवकरच बरा होईन.

म्हणून दोन-तीन दिवसांनी मी जाहीर केलं की मला तेथून निघायचंय आणि इटलीमार्गे पॅलेस्टाईनला जात असलेल्या माझ्या मित्रांबरोबर मला जायचंय. अमेरिकन लोकांनी आम्हाला काही ब्रिटिश लोकांच्या हाती सोपवलं आणि पाच-सहा ट्रक्स भरून आम्ही निघालो.

त्या वेळेस मला खरोखरच आजाऱ्यासारखं वाटू लागलं. मला खूप वेदना होऊ लागल्या. त्या ट्रकनं मला आणि इतर रुग्णांना युडीनमधल्या, उत्तर इटलीतील एका हॉस्पिटलमध्ये सोडलं. माझ्याशिवायच माझे मित्र पॅलेस्टाईनला जाणार, या विचारानं मला अतिशय दु:ख झालं. हॅगाना (Haganah)[१] चा एक प्रतिनिधी मला

---

१. ज्यूंचं रक्षण करण्यासाठी आणि इस्राइलचं राष्ट्र स्थापन करण्यासाठी पॅलेस्टाईनमध्ये ब्रिटिश अंमलाच्या काळात गुपचूप लढत असलेली संरक्षण संस्था. युद्ध संपल्याबरोबर, हॅगानानं हॉलोकास्टमधून बचावून निघालेल्या अनेकांना पॅलेस्टाईन येथे स्थलांतर करण्यासाठी मदत केली.

हॉस्पिटलमध्ये भेटायला आला आणि त्यानं मला समजावून सांगितलं की माझी प्रकृती सुधारली की मलासुद्धा तिथे जाता येईल. म्हणून मी इतर रुग्णांसमवेत तिथे राहिलो. ते सारे माझ्याप्रमाणेच एबेन्झेच्या कॅम्पमधूनच आलेले होते.

काही दिवसांनी मला फॉर्लानिनी (Farlanini) येथील सॅनिटोरियममध्ये पाठवण्यात आलं. इतर टी.बी. पेशंटबरोबर मी एकटाच पूर्वीच्या हद्दपारांपैकी होतो. मी तिथे जुलै १९४५ पासून नोव्हेंबर १९४६ पर्यंत राहिलो आणि खूप चांगले मित्र जोडले. मला एकट्यालाच कुणी नातेवाईक भेटायला येत नसत, पण प्रत्येकाकडे आलेल्या गोष्टी सारेजण मलाही देत असत.

तिथे पुरुषांचं हॉस्पिटल स्त्रियांच्या हॉस्पिटलच्या समोर होतं. खिडकीतून जेव्हा आम्ही एकमेकांशी बोलत असू तेव्हा मुली मला 'ब्रूनो' (तपकिरी रंगाचे केस असलेला) म्हणून हाक मारत असत. हेच नाव मला चिकटलं आणि सारेजण मला त्याच नावानं ओळखू लागले. सारं जुनं उकरून निघू नये म्हणून मला माझं जुनं पहिलं नाव पुन्हा घ्यायचं नव्हतं. म्हणून माझ्या कायदेशीर पहिल्या नावाऐवजी - श्लोमो किंवा सॉलोमन - मी 'ब्रूनो' झालो.

तू कॅम्पमध्ये काय काय यातना भोगल्यास ते तू त्यांना सांगितलंस का?

मी अगदी काहीही सांगितलं नाही. कुणालाही सांगितलं नाही. अनेक दिवस कुणालाच ठाऊक नव्हतं की मी ज्यूधर्मीय आहे. त्यांना कॅम्प्सच्या अस्तित्वाबद्दल पुसटशीदेखील कल्पना नव्हती. त्यामुळे कुणी मला विचारलंही नाही. हॉस्पिटलमध्ये मी एकटाच ज्यूधर्मीय होतो. काही काळानं डेलासेम[२]च्या एका तरुण ज्यू स्त्रीनं माझ्याशी संपर्क साधला. तिचं नाव होतं बिआन्का पिंकर्ले आणि ती हॉस्पिटलमध्ये जाऊन चौकशी करत असे की तिथे कुणीही कुटुंबीय नसलेले कोणी लोक एकेकटे राहत आहेत का? ती ट्रिएस्टेमध्ये राहत होती. पण ती दर दोन आठवड्यांनी एवढं सारं अंतर काटून मला भेटायला येत असे.

एकदा तिनं मला प्रश्न विचारला की योगायोगानं माझी कुणा निकोलो सागी नावाच्या माणसाशी गाठ पडली होती का? तोदेखील ऑश्विट्झला हद्दपार झालेला होता. मी तिला सांगितलं की मी लोकांना नावानं ओळखत नव्हतो; पण मला चेहरे ओळखता आले असते. पुढल्या वेळेस तिनं फोटो आणला. मी त्या माणसाला

---

२. DELASEM – Detagazione Assistenza Emigrati Ebrei / Delegation for the assistance of Jewish Immigrants. स्थलांतरितांना मदत देणारी ही संस्था प्रमुख ज्युईश इटालियन संस्था होती जी हॉलोकास्टमधून वाचलेल्या लोकांना मदत करत असे.

लगेचच ओळखलं. तो खूपच उंच होता आणि त्याचे केस लाल होते (मी एवढं सांगू शकलो. मी त्याला भेटलो होतो तेव्हा त्याचं डोकं भादरलेलं होतं तरीही.) मी त्याला झाँडरकमांडोमध्ये बघितलं होतं आणि बंडाच्या वेळेस तो मारला गेला आहे, हे मला माहीत होतं. तिनं मला सांगितलं की त्याचा मुलगा, लुइगी, हासुद्धा त्याच्याबरोबरच हद्दपार झालेला होता. तिला शक्य तेवढी माहिती गोळा करून ती माहिती निकोलो सागीची ट्रिएस्टेमध्ये वाट पाहत असलेल्या त्याच्या पत्नीपर्यंत पोहोचवायची होती. अनेक वर्षांनंतर लुइगी सागी माझा अगदी जवळचा मित्र झाला.

नोव्हेंबर १९४६ मध्ये बिआन्कानं सुचवलं की मी मॅरेनोमधील हॉस्पिटलमध्ये हलावं. ते हॉस्पिटल अमेरिकन ज्युईश जॉइंट डिस्ट्रीब्युशन कमिटी[३] चालवत होती. ती माझ्याबरोबर ॲम्ब्युलन्समधून फ्लॉरेन्सपर्यंत आली. मग मी पुढे मेरॅनोला गेलो. मी त्या हॉस्पिटलमध्ये अनेक वर्षे राहिलो.

उपचार करण्याव्यतिरिक्त ही कमिटी रुग्णांना व्यावसायिक आयुष्यात स्थिरावायलाही मदत करत असे. ते घराचं भाडं भरत असत आणि त्या घरात आम्ही दोघं-तिघं लोक एकत्र राहत असू. हेतू असा की हळूहळू आम्ही सक्रिय आयुष्यात रुळावं. आम्हाला शिकवण्यासाठी खास व्हेनिसहून आलेल्या प्रशिक्षकाच्या हाताखाली मी चामड्याच्या वस्तू बनवायला शिकलो. रुग्णांपैकी फारच थोडे लोक आजारातून उठले.

शेवटी या कमिटीनं ते हॉस्पिटल बंद करायचा निर्णय घेतला, कारण अनेक रुग्णांनी या कमिटीच्याच मदतीनं इस्राइल, कॅनडा किंवा अमेरिकेत स्थलांतर करण्याचा निर्णय घेतला होता. जे मागे राहिले त्यांना रोमजवळ ग्रोटाफेराटा येथे धाडण्यात आलं. तिथे आम्हाला घर आणि इतर मदत दिली गेली. ते दर महिन्याला आम्हाला थोडे पैसे देत असत. त्यामुळे मी इंग्लिशच्या वर्गांना जाऊ शकलो आणि नंतर माझा मित्र, लुइगी सागी, याच्याबरोबर लेक कोमोजवळच्या हॉटेल मॅनेजमेंट स्कूलमध्येही शिकू शकलो.

मी कॅम्प्समधून मुक्त झाल्यानंतर एकंदर सात वर्षे वेगवेगळ्या हॉस्पिटलमध्ये काढली. माझं एक फुप्फुस निकामी झालं, पण वेगवेगळे उपचार देत माझी जी काळजी दररोज घेतली गेली त्यामुळे मी अखेरीस बरा झालो.

तुला तुझी पत्नी कशी भेटली?

मी ग्रोटाफेराटा येथे इंग्लिशच्या वर्गांना जात होतो, तिथे तिच्याशी माझी भेट झाली. मारिका फक्त सतरा वर्षांची होती आणि मी बत्तीस वर्षांचा होतो.

---

३. JDC- American Jewish Joint Distribution Committee १९१४ मध्ये जगभरातील ज्यूंच्या मदतीसाठी स्थापन करण्यात आलेली होती.

तिचे वडील युद्धकाळात हंगेरीहून पळून निघाले होते आणि तेव्हा ती नीस येथे आजीजवळ राहिली होती. त्यानंतर जेव्हा ती रोमजवळ राहू लागली, तेव्हा आमची भेट झाली. मी जेव्हा रिमिनी येथील हॉटेलमध्ये काम करू लागलो, तेव्हा ती माझ्यापाशी आली आणि आम्ही विवाह केला. मी भाग्यवान होतो, कारण माझ्या व्यक्तिमत्त्वाशी जुळवून घेईल अशी स्त्री सापडणं सोपं नव्हतं. आम्हाला एकूण तीन मुलगे झाले : मारिओ, ॲलेझान्ड्रो आणि आल्बेर्टो.

सुटका झाल्यानंतर तुला तुझ्या भावाबद्दल आणि बहिणीबद्दल प्रथम केव्हा बातमी लागली?

सुटका झाल्यावर मी एबेन्झे कॅम्पमध्ये असतानाच मला भावाबद्दल माहिती मिळाली. ज्या लोकांना अजूनही चालता येत होतं ते इतर कॅम्प्समध्ये जाऊन त्यांच्या मित्रांबद्दल आणि नातेवाईकांबद्दल बातमी काढायचा प्रयत्न करत असत. एकदा मला माझा डेव्हिड टाबो नावाचा ग्रीक मित्र भेटला. तो माझ्या भावाच्याच कॅम्पमध्ये होता. त्यानं मला सांगितलं की माझा भाऊ आजारी आहे; पण अजूनही जिवंत आहे. मला नंतर कळलं की सुटका झाली तेव्हा तो कोमामध्ये होता. चांगल्या हॉस्पिटलमध्ये तीन महिने काढल्यानंतर तो या कोमातून बाहेर आला. काय घडलंय किंवा तो कुठे आहे याबद्दल त्याला काहीच पत्ता नव्हता.

मी युडीनमधील हॉस्पिटलमध्ये असताना मला त्याची पत्रं मिळाली. मी सुटका झाल्यावर सात वर्षांनी त्याला भेटलो. तो अमेरिकेत स्थलांतर करताना इटलीतून जात होता. मी बंदरावर त्याला भेटायला गेलो. आम्ही काही तास एकत्र घालवले. मग तो निघून गेला.

मी माझ्या बहिणीला पुन्हा १९५७ साली इस्राइलमध्ये भेटलो. माझा मेहुणा ॲरॉन मानो याच्याशी तिनं इस्राइलला स्थलांतर करण्यापूर्वी विवाह केला होता. त्याच्या मदतीनं ती हॉस्पिटलमधला माझा पत्ता काढू शकली.

आमच्या साऱ्या कुटुंबीयांपैकी आम्ही फक्त तिघेजण वाचलो. जेव्हा तुम्ही पूर्णत: नष्ट झालेल्या कुटुंबाचा विचार करता आणि त्यातलं कुणीही आठवणी जपणारं उरलेलं नसतं, तेव्हा हाच एक चमत्कार म्हणायला हवा. उदाहरणार्थ, माझ्या आईचे भाऊ, त्यांच्या बायका, मुलं... कुणीही परत आलं नाही. त्यांच्या कुटुंबाचं एन्जल हे आडनाव त्यांच्याबरोबरच नष्ट झालं.

त्यांची नावं काय होती?

माझ्या आईच्या थोरल्या भावाचं नाव होतं अब्राहम एन्जल; त्याच्या पत्नीचं नाव मला आठवत नाही; पण मला ठाऊक आहे की त्याच्या दोन मुलांची नावं

होती सिल्व्हेन आणि हाइम. सिगरेट घेऊन डौलात उभ्या असलेल्या सिल्व्हेनचा तो दहा वर्षांचा असतानाच एक फोटो अजूनही माझ्याजवळ आहे. मग होता हाइम. त्याचा विवाह झाला होता, पण त्याला मुलं नव्हती. मग होता माइर. त्याचाही विवाह झाला होता, पण त्यालाही मुलं नव्हती. माझ्या सर्वांत धाकट्या मामाचं नाव होतं साबेटाइ. त्याला दोन मुली होत्या; पण दुर्दैवानं मी त्यांची नावं विसरलो आहे.

तू बिर्केनॉमध्ये जे बघितलंस आणि जे अनुभवलंस त्याची कहाणी सांगायला तू केव्हा सुरुवात केलीस?

लोकांना त्याबद्दल ऐकायची इच्छा नव्हती, त्यावर विश्वास ठेवण्याचीही इच्छा नव्हती म्हणून मी त्याबद्दल खूप उशिरा बोलू लागलो. मी बोलू इच्छित नव्हतो असं नव्हे. जेव्हा मी हॉस्पिटलमधून बाहेर आलो, तेव्हा मला एक ज्यू माणूस भेटला आणि मी बोलू लागलो. एकाएकी माझ्या लक्षात आलं की माझ्याकडे बघायच्याऐवजी तो माझ्यामागे त्याला खुणा करत असलेल्या कुणाकडे तरी बघतो आहे. मी वळून पाहिलं आणि मी पूर्णपणे वेडा आहे अशा खुणा करणाऱ्या त्याच्या मित्राला बघून थक्कच झालो. मी एकदम गप्प झालो आणि त्या वेळेपासून मला त्याबद्दल बोलावंसंच वाटेना. त्याबद्दल बोलणं मला दु:खदच वाटत होतं. म्हणून माझ्यावर विश्वास न ठेवणारी माणसं भेटल्यावर त्यात काही अर्थ नाही अशी मी खूणगाठ बांधली.

फक्त १९९२ नंतर सुटका झाल्यावर सत्तेचाळीस वर्षांनी मी पुन्हा बोलू लागलो. ज्यू-द्वेषाचा प्रश्न इटलीत पुन्हा डोकं वर काढू लागलेला होता. भिंतीवर आणखी आणखी स्वस्तिकं चितारली जाऊ लागली होती... मी १९९२ साली प्रथमच ऑश्विट्झला पुन्हा भेट दिली. मला आमंत्रण देणाऱ्या शाळेबरोबर तिथे जाण्यासाठी माझा निर्णय होत नव्हता, कारण त्या नरकात पुन्हा प्रवेश करण्याची माझ्या मनाची तयारी होत नव्हती. माझा मित्र लुइगी सागी माझ्यासोबत आला. नाझींनी बाहेर पडताना ते क्रिमेटोरियम बाँबनं उद्ध्वस्त केल्याचं मला ठाऊक नव्हतं. म्हणून ते उद्ध्वस्त अवशेष पाहून मला आश्चर्य वाटलं. पुढल्या वर्षी मी अनेक वेळा तिथे गेलो. पण पोलिश वाटाड्यांचा मला संताप आला. ते सर्व गटांना बिर्केनॉला नेतच नसत आणि सारं काही ऑश्विट्झ-१ मध्येच घडलं असावं अशा प्रकारे इतिहासाबद्दल बोलत.

आजकाल तुला तुझी कहाणी सांगायची इच्छा होते का?

माझी प्रकृती बरी असेल तर होते. पण ते अवघड जातं. मी एक चिकित्सक प्रवृत्तीचा माणूस आहे. मला गोष्टी स्पष्टपणे आणि नीटपणे मांडलेल्या आवडतात.

मी शाळेत माझी कहाणी सांगायला जाणार असलो आणि शिक्षकांनी विद्यार्थ्यांना पार्श्वभूमी नीटपणे समजावून सांगितलेली नसली, की मला अतिशय दु:ख होतं. एकदा वर्गशिक्षिका वर्गात येण्यापूर्वीच मी तिथे पोहोचलो आणि एका मुलानं येऊन मला विचारलं की आम्ही कोणत्या विषयाबद्दल बोलणार आहोत. पण एकूण शाळेत 'आँखो देखा हाल' सांगताना मला खूप समाधान वाटतं. कधीकधी मी सांगितलेल्या कहाणीनं हेलावलेले लोक मला अतिशय हृदयस्पर्शी पत्रंही धाडतात.

पाहिलेली कहाणी सांगणं ही अत्यंत दु:खप्रद गोष्ट असते, म्हणून माझं बोलणं बंद कानांवर पडत नाही हे पाहून मला समाधान वाटतं. असं सांगण्यामुळे मला कधीही सोडून न जाणाऱ्या वेदना, पुन्हा डोकं वर काढतात. सारं काही नीटपणे चाललेलं असतं आणि मला अचानक निराशा ग्रासते. मला कशाचाही थोडासा आनंद वाटला, की माझ्या मनातलं काहीतरी त्यावर सावट घालतं. तो अंतर्यामीचाच दोष आहे. मी त्याला बचावलेल्यांची विकृती (Survivor's disease) म्हणतो. लोकांना कधीमधी होणाऱ्या टायफस, टी.बी. किंवा इतर रोगांसारखा तो रोग नाही. तो रोग आपल्याला आतून कुरडत राहतो आणि आनंदाची इवलीशीही भावना नष्ट करतो. कॅम्पमध्ये सहन केलेल्या यातनांच्या वेळेपासून मी तो रोग अंगावर वागवतो आहे. या रोगामुळे मला क्षणाचाही आनंद किंवा निर्भेळ सुख लाभत नाही; ही मानसिकता कायम माझ्या शक्तीचा ऱ्हास करत राहते.

ऑश्विट्झहून वाचलेले इतर लोक आणि झाँडरकमांडोतून वाचलेला तू यांच्यात काही फरक आहे असं तुला जाणवतं का?

हो. मी असं म्हटल्यामुळे काही लोकांच्या भावना दुखावल्या जाणार असल्या, तरीही मला तसं वाटतं. इतर वाचलेल्या लोकांना थंडी आणि उपासमारीला माझ्यापेक्षा अधिक सामोरं जावं लागलं हे जरी खरं असलं, तरी ते सर्वकाळ मृतांच्या बरोबर वावरत नव्हते. गॅस चेंबरमध्ये मरण पावणाऱ्यांची, दिवसांमागून दिवस पाहावी लागणारी दृश्यं... सारा आनंद गमावलेले ते लोक येऊन निराशपणे आत शिरताना पाहणं - त्या सर्वांची शक्ती संपुष्टात आलेली असे - त्यांना पाहणं विलक्षण दु:खद असे. झाँडरकमांडोतील अनुभवाचं सावट फार तीव्रतेनं आणि फार काळ जाणवलं असं मी म्हणतो, कारण मेल्क आणि एबेन्झेमध्ये असताना इतर कैद्यांना कोणत्या परिस्थितीतून जावं लागतं तेही मी अनुभवलेलं आहे.

तू हे सारं तुझ्या बायकोला आणि मुलांना सांगितलं आहेस?

नाही, अजिबात नाही. हे सारं त्यांना सांगून माझा काहीच फायदा झाला नसता. याउलट मी त्यांच्या मनांवर असह्य, अनावश्यक ओझं ठेवलं असतं. अगदी

अलीअलीकडेच त्यांना माझी कहाणी कळू लागली आहे. त्यांना त्यामुळे त्रास होऊ नये याची मी शक्य तेवढी काळजी घेतली. मी जाणून आहे की मुलांना अभ्यासात मदत करून त्यांच्याशी आनंदानं खेळणाऱ्या, सर्वसाधारण बापासारखा मी वागू शकलो नाही. हे माझं भाग्यच होतं, की संसाराची ती बाजू पेलणारी हुशार पत्नी मला लाभली.

त्या टोकाच्या अनुभवामुळे तुझ्यातलं काय नष्ट झालं?

आयुष्य! तेव्हापासून मी सर्वसाधारण आयुष्य अनुभवू शकलो नाही. सारं काही छानच होतं अशी समजूत करून घेऊन इतरांप्रमाणे निष्काळजी आयुष्य कंठणं मला जमलं नाही...

प्रत्येक गोष्ट मला कॅम्पची आठवण करून देते. मी काहीही करत असलो, काहीही पाहत असलो तरी माझं मन पुन्हा त्या जागी जातं. जणू काही जे 'काम' करण्याची तिथे माझ्यावर सक्ती केली गेली, ते माझ्या आठवणीतून कधीही जाऊ शकलेलं नाही...

खरोखर कुणीही- क्रिमेटोरियममधून खऱ्या अर्थानं बाहेर पडू शकत नाही.

ऐतिहासिक टिपण्या

शोआ (हॉलोकास्ट) ऑश्विट्झ आणि झाँडरकमांडो
लेखक : मार्चेलो पेत्सेटी

ज्यूधर्मीयांचा छळ तीन टप्प्यांमध्ये घडून आला.

१. १९३३ ते १९३९ : जर्मन साम्राज्यातील ज्यू : पक्षपातापासून (सक्तीच्या)

स्थलांतरापर्यंत.

२. १९३९ ते १९४१ : युद्ध : ज्यूंच्या वेगळ्या वसाहतींपासून ते अंतिम प्रश्ननिरसन.
(ज्यूंची कत्तल)

(एन्डलॉसंग)

३. १९४१ ते १९४५ : मोठ्या प्रमाणावर कत्तल : हॉलोकास्ट

१. जर्मन साम्राज्यातील ज्यू लोक : पक्षपात ते स्थलांतर (१९३३ ते १९३९)

या पहिल्या टप्प्यात फक्त जर्मन साम्राज्यातील ज्यूंवरच संपूर्णत: रोख होता.[१] या काळातील नाझींचं धोरण होतं ज्यूंचं स्थलांतर. त्यायोगे आतापर्यंत फक्त

---

१. या काळातील घटनांच्या सविस्तर विश्लेषणासाठी पाहा – Wolfgang Benz (ed) Die Juden in Deutschland 1933–1945 : Leben unter nationalsozialistischer Herrschaft (Munich : Beck 1966), Saul Friendlander, Nazi Germany and the Jews, Vol. 1, The years of persecution 1933-1939 (New York : Harper collins, 1997) and Raul Hilberg. The Destruction of the European Jews : Third Edition (New Heaven : Vale University Press, 2003)

राजकीय मतप्रणालीच्या रूपात असलेल्या ज्यूंबद्दलच्या द्वेषानं मूर्त रूप धारण केलं. आंतरराष्ट्रीय मतांच्या आणि काही अंशी जर्मन लोकांच्या मतांच्या दडपणामुळे या पहिल्या टप्प्यात हिटलरनं त्या दिशेनं हळूहळू पावलं उचलली.

१ एप्रिल १९३३ रोजी पहिल्या धोरणाचा प्रारंभ झाला ज्यूंच्या दुकानांवर बहिष्कार टाकण्याच्या रूपानं (यावर जर्मन जनतेची अगदी अस्पष्टशी प्रतिक्रिया ऐकू आली आणि परदेशातूनही तशीच अस्पष्टशी प्रतिक्रिया कानी पडली.) आणि व्यावसायिक क्षेत्रातला, हा पेशांतर्गत ज्यूंवरचा, पहिला खराखुरा घाला होता.

७ एप्रिल १९३३ रोजी 'The Law on the Restoration of the Civil Service' मार्फत प्रथमच आर्यवंशीय नसलेले यांची कायदेशीर व्याख्या केली गेली आणि आजी-आजोबांपैकी एकजणही आर्यवंशीय नसेल तर त्या व्यक्तीला आर्यवंशीय नसलेली असं कायद्यानं समजलं जाऊ लागलं. या व्याख्येला 'Arier Paragraph' म्हणून ओळखलं जाऊ लागलं आणि त्या व्याख्येच्या आधारे धोरणबदल घडवून ज्यू आणि रोमा आणि सिंटी (जिप्सी) यांचा अधिकाधिक छळ केला जाऊ लागला.

या कायद्यांचा आधार घेऊनच जर्मनीतील ज्यू समाजाच्या सामाजिक आणि व्यावसायिक विभागांवर रोख असलेली धोरणं राबवली गेली. कायदेपंडित, डॉक्टर्स, शिक्षक, विश्वविद्यालयातले प्राध्यापक आणि शेती, पत्रकारिता यांतील व्यावसायिक आणि अर्थात खेळाडू (२४ मे १९३३च्या कायद्यानं Aryanization of Sports Complexes फक्त आर्यन लोकांसाठीच खेळाची क्रीडांगणं) यांपासून याची सुरुवात झाली.

थोड्याशा शांत काळानंतर १९३५ मध्ये ज्यूविरोधी प्रचाराची नवी आणि अत्याचारी मोहीम सुरू करण्यात आली. Law for the Defence of German Blood and Honor जर्मन रक्त आणि प्रतिष्ठा सुरक्षित राखण्यासाठीचा कायदा आणि 'Law of Reich Citizenship or Nuremberg Laws' राइश नागरिकत्वाबाबतचा कायदा हे कायदे या मोहिमेचा कळस ठरले. या कायद्यांनी ज्यूंची 'शुद्ध ज्यू', 'पहिल्या पातळीवरचे मिश्रित ज्यू' आणि 'दुसऱ्या पातळीवरले मिश्रित ज्यू' अशी वर्गवारी केली.

इतिहासात प्रथमच जीवशास्त्रीय निकषांवर या धोरणांनी ज्यूंना इतर जनतेपासून वेगळं पाडलं. या निर्णयाचा परिणाम, ज्यूंना सर्व प्रकारच्या सामाजिक आयुष्यातून वगळणं असा झाला. नोव्हेंबर १४, १९३५ पासून ज्यूंचे Civil Rights (नागरी अधिकार) काढून घेण्यात आले. मुख्य म्हणजे त्यांचा मतदानाचा अधिकार काढून घेण्यात आला. शासकीय अधिकारी, विश्वविद्यालयातले प्राध्यापक, शिक्षक, डॉक्टर्स, वकील यांना तोपर्यंत मिळणाऱ्या खास सवलती बंद करण्यात आल्या. मिश्र विवाह आणि पहिल्या पातळीवरील मिश्रित ज्यूंमधले विवाह यांवर कायद्यानं

प्रतिबंध करण्यात आला. ज्यू आणि आर्यवंशीय यांच्यामधील लैंगिक संबंधांना a race crime 'वांशिक गुन्हा' म्हटलं जाऊ लागलं. ज्यू-द्वेषाची ही अत्यंत मूलभूत स्वरूपाची निशाणी होती. हे कायदे ५,०२,००० ज्यू, ज्यांना शुद्ध ज्यू म्हटलं गेलं होतं आणि २,५०,००० ज्यू, ज्यांना प्रथम पातळीवरले ज्यू Mischlinge म्हटलं गेलं होतं, त्या सर्वांना लागू झाले.

पहिल्या टप्प्यातील (१९३३-१९३९) काळामध्ये १९३८ हे निर्णायक वर्ष ठरलं. एप्रिल २६ रोजी ज्यूंना त्यांच्या सर्व मालमत्तेची माहिती देण्याची आज्ञा करण्यात आली. ज्यूंचे धंदे पद्धतशीरपणे आर्यवंशीयांकडे सोपविण्याची त्यायोगे सुरुवात झाली आणि स्थलांतर करू इच्छिणाऱ्या ज्यूंवर आकाशच कोसळलं. मार्च १९३८ मध्ये 'Anschluss', ऑस्ट्रियाचं जर्मन साम्राज्यात विलीनीकरण घडलं. पहिल्या सहा वर्षांच्या राजवटीत जी ज्यूविरोधी धोरणं जर्मनीत राबवली गेली होती, ती आता स्वाभाविकपणे ऑस्ट्रियातही लागू केली गेली.

नाझी राजवटीनं अंमलात आणलेली ज्यूंविरोधी धोरणं वर्चस्वाखाली आलेल्या देशांमध्ये अंमलात आणताना ऑस्ट्रिया हे आजमावून अंदाज घेण्यासाठीचं राष्ट्र बनलं. या वर्षीच अनेक आंतरराष्ट्रीय संस्था निर्वासितांचा, विशेषत: ज्यू निर्वासितांचा प्रश्न सोडवण्यास असमर्थ ठरल्या. 'लीग ऑफ नेशन्स' संपूर्णत: असमर्थ ठरलीच; पण जुलैमध्ये आयोजित केल्या गेलेल्या एव्हिएन कॉन्फरन्स (Evian Conference)[२] लादेखील हा प्रश्न सोडवता आला नाही; कारण कोणताही देश, अगदी अमेरिकासुद्धा धोक्यात सापडलेल्या ज्यूंचं आपल्या देशात स्वागत करू इच्छित नव्हता. तेव्हा अस्तित्वात असलेला (ज्यूंच्या नावाचा प्रवेशाबाबतचा वाटा) 'कोटा' काटेकोरपणे पाळला गेला.

९ नोव्हेंबर रोजी Pogrommacht किंवा Reichskri Stallnacht (जर्मन पार्लमेंट) घडला, तेव्हापासून उत्स्फूर्त ज्यूविरोधी कारवायांचा काळ संपला आणि सरकारी अधिकाऱ्यांची खात्री पटली की, जर्मन जनता, शासनाच्या ज्यूविरोधी धोरणांबाबत उदासीन आहे. या पोग्रॉम[३] ऊर्फ पद्धतशीर कत्तलीनंतर मोठ्या प्रमाणावरच्या धरपकडीची भराभर लाटच उसळली.

---

२. Evian Conference : यात बत्तीस देशांनी भाग घेतला होता आणि ती ६ जुलै ते १५ जुलै १९३८ दरम्यान घेतली गेली होती. १३ जुलै १९३८ रोजी नाझी पार्टीचं वर्तमानपत्र Valkischer Beobachter यात विजयानं ठळक शीर्षक छापलं गेलं 'Nobody wants them (Jews)' 'ते (ज्यू लोक) कुणालाही नको आहेत.'

३. या Pogrom (ज्यूंची पद्धतशीर कत्तल) मधे ९१ लोक मारले गेले. १९१ सिनेगॉग (ज्यूंची धर्ममंदिरं) नष्ट करण्यात आली आणि ७५०० दुकानं लुटली गेली.

ज्यूंना Lager (राजनैतिक विरोधक व इतर गुन्हेगारांना बंदिवासात टाकण्याची जागा) मध्ये बंद केलं जाणं ही काही नवीन गोष्ट नव्हती; पण आतापर्यंत मोठ्या प्रमाणावर असं घडत नसे. या वेळेस प्रथमच ज्यू हे 'ज्यू आहेत' एवढ्याच कारणानं कॉन्सन्ट्रेशन कॅम्प्सच्या यंत्रणेत समाविष्ट केले गेले.

ही यंत्रणा १९३३च्या वसंत ऋतूपासून राबवली जात होती. त्या वेळेस जर्मन पार्लमेंट जाळण्यात आल्यावर राजवटीनं अनेक प्रतिबंधक उपाय योजून राजकीय विरोधाच्या कोणत्याही प्रकारच्या अभिव्यक्तीची मुस्कटदाबी सुरू केली होती. कैद केले गेलेले लोक (समाजवादी, साम्यवादी, सोशल डेमोक्रॅट्स, मजूर संघटनांचे सभासद, मजूर संस्थांमध्ये सक्रिय असणारे, ज्यू आणि काही नि:पक्ष धर्मगुरू) प्रतिबंध म्हणून कैद करून Schutzhaft[४] या धोरणांतर्गत अनेक कॅम्पमध्ये कैदेत टाकले गेले. यातला दुष्कीर्ती पावलेला कॅम्प होता Dachau येथील. कैद्यांना अतिशय वाईट प्रकारे वागवलं जात असे- अत्याचार, कारणावाचून शारीरिक यातना पोहोचवणं, कधीकधी ठार मारणं! अर्थात त्यांना किती काळासाठी कैद केलं जात असे आणि त्यांना कशा रीतीनं वागवलं जात असे, यात फरक पडत असे आणि अनेक कैद्यांना थोडे महिने कैदेत काढल्यावर सोडूनही दिलं जात असे.[५] १९३४ मध्ये हेन्रिक हिमलर, सीक्रेट सर्व्हिसचा (मुख्य अधिकारी) यानं सारे कॅम्प त्याच्या संपूर्ण अधिपत्याखाली आणले आणि नाझी कॉन्सन्ट्रेशन कॅम्प्स[६]ची पुनर्रचना करण्याचं मोठं काम हाती घेतलं.

१९३६ आणि १९३७ दरम्यान या यंत्रणेतील फरक दोन मुख्य मुद्द्यांवर आधारित होते. एक म्हणजे हर्मन गोअरिंगने ज्याची व्याख्या केली होती ती चतुर्वर्षीय योजना. वास्तवात रूपांतरित करायची होती आणि या योजनेचं मुख्य उद्दिष्ट होतं (व्हर्सायच्या तहानं ज्याला मज्जाव केला होता ते) जर्मनीचं (युद्धासाठी)

---

४. Gudrun Schwarz, Die National Sozialistischen Lager Frankfurt-am Main and New York : Campus 1990 pp 21-33)

५. कॉन्सन्ट्रेशन कॅम्प्सच्या या पहिल्या टप्प्याबद्दल प्रदीर्घ विश्लेषण दिलं आहे. Kaus Drobish आणि Gunther Wieland यांच्या System der NS Berlin : Akademic Verlag 1993) आणि Johannes Tuchel Ûeb Konzentration Slager : Organisationsgeschichte und Funktion der Inspektion der Konzentration slager "1934, 1938 (Boppard : H. Boldt. 1991) 1933-1939

६. नॉर्बर्ट फ्रेइ (Norbert Frei), Derr Fuhrestaat : Nationalsozialistische Herrschaft, 1933 bis 1945 (Munich : Deutscher Ta schenbuch Verlag 2002), p. 139

सशस्त्रीकरण. युद्ध होणार ही अपेक्षा ठेवून या योजनेनं सीक्रेट सर्व्हिसनं चालवलेल्या कारखान्यांमध्ये तुरुंगातील कैद्यांना जुंपावं असं एक कलम ठेवलं होतं.[७]

दुसरा निर्णायक मुद्दा होता 'संरक्षणासाठी कैदेत टाकणं.' या तत्त्वात इतर सामाजिक गटांचा अंतर्भाव करून त्यात 'जनतेसाठी धोक्याची' गणली गेलेली सारी माणसं समाविष्ट करणं : कायद्यानं गुन्हेगार ठरलेले लोक, काम टाळणारे लोक, संसर्गजन्य रोगांनी (गुप्त रोगासारख्या) पछाडलेले लोक, वेश्या, समलिंगी संभोग करणारे, मवाली, दारुडे, वेडे, शासन सुव्यवस्थेला धक्का पोहोचवणारे (यात बेफामपणे वाहन चालवणारेही समाविष्ट होते), काही नाइटक्लब आणि कॅबरे नर्तक-नर्तिका, व्यावसायिक नर्तक-नर्तिका आणि समाजाला विघातक समजले गेलेले सर्वजण होते. (Jehowa's Witnesses आणि रोमा व सिंटी जिप्सी ही राष्ट्रावरची बांडगुळं गणली जाऊन त्यांचाही या शेवटच्या गटात समावेश करण्यात आला होता.)[८]

१९३६ पासून पाच मोठे KL (Konzentration slager - कॉन्सन्ट्रेशन कॅम्प्स) उघडून या नव्या गटांना आणि सत्तेच्या विरोधकांना त्यात स्थानबद्ध केलं जाऊ लागलं. हे कॅम्प्स होते- Sachsenhausen (१९३६), Buchenwald (१९३७), Flossenburg (१९३८), Mauthausen (१९३८, Anschuss नंतर) आणि Rarenbructe (१९३९ स्त्रियांसाठीचा कॅम्प) असे होते.[९] कॉन्सन्ट्रेशन कॅम्प्समधील रहिवाशांची संख्या वाढल्यावर वेगवेगळे गट, वेगवेगळ्या रंगांच्या त्रिकोणांनी सूचित करण्याची पद्धत अवलंबनात आणली गेली. लाल रंग राजकीय कैद्यांसाठी, काळा समाजकंटकांसाठी, ब्राऊन रंग जिप्सींसाठी, जांभळा जेहोवाज विटनेसेससाठी, गुलाबी समलिंगींसाठी, हिरवा रंग सर्वसामान्य गुन्हेगारांसाठी, निळा रंग निर्वासितांसाठी आणि एकमेकांना छेदणारे दोन त्रिकोण, त्यातला एक पिवळा, हा ज्यूंसाठी.

---

७. Dieter Pohl, Verfolgung und Massenmord in der NS– Zeit 1933-1945 (Darmstadt : Wissen Schaftliche Buchqess ellechaft, 2003) p. 140)

८. Herbert Ulrich, 'Vonder Gegnerbekamp Fungzur 'rassischen General - pravention "in Herbert Ulrich, Karinorth, and Christoph Dieckenmann, Die nationalsozialistischen Konzentration slager : Entwicklung und struktur : (Franfurt - am - Man : Fischer Taschenbuch Verlag, 2002) p.p.78-80.

९. Karin Orth, Die Konzentrationslager SS : Sozial strukturole Analysen und biogra phische studien (Munich : Deutscher Taschenbuch Verlag, 2004), p.p.24-5.)

या काळात अचानक मृत्यूंचं प्रमाण वाढलं. Dachau येथे ते ४% झालं आणि Buchenwald येथे ९%पेक्षा अधिक झालं. ही सरासरी वाढतच गेली. युद्धाच्या सुरुवातीच्या वेळेपर्यंत Buchenwald येथील मृत्यूंचं प्रमाण १४% इतकं वाढलं होतं.[१०]

हे ठासून सांगणं महत्त्वाचं आहे की १९३८च्या पूर्वी या जाचक कायद्यांच्या यंत्रणेत ज्यूंचा पद्धतशीरपणे समावेश केला जात नव्हता. १९३३पासून त्यातले खूपसे ज्यू कॉन्सन्ट्रेशन कॅम्प्सच्या अंतर्गत येणाऱ्या कॅम्प्समध्ये पाठवले गेले. कारण ते कायद्याचा रोख असलेल्या वेगळ्या 'गटातले' लोक होते.

जेव्हा नोव्हेंबर ९, १९३८ पासून संपूर्ण ज्यू जमातीची धरपकड सुरू झाली, तेव्हा सुमारे ३९००० लोक प्रामुख्यानं Buchenwald (बुखेनवाल्ड), Sachsenhausen (झुकेनहाउझेन) आणि Dachau (डाखाउ) येथील कॅम्प्समध्ये डांबले गेले. तिनांहून कमी महिन्यांत त्यातले २४३ लोक मारले गेले.[११] हा आकडा पूर्वीच्या पाच वर्षांच्या आकड्यांहूनही जास्त होता; पण आपण स्थलांतर करू असं त्यांनी सांगितल्यावर त्यातील बहुतेकांना मुक्त केलं गेलं.

२. युद्ध : ज्यूंच्या वेगळ्या वसाहतींपासून ते अंतिम प्रश्ननिरसन (ज्यूंची कत्तल) (एन्डलॉसंग) (१९३९ ते १९४१)

जागतिक महायुद्ध पेटल्यानंतरचा १९३९ ते १९४१ दरम्यानचा कालखंड ज्यूंच्या छळाचा आणि विनाशाचा दुसरा टप्पा म्हणता येईल. १ सप्टेंबर १९३९ रोजी जर्मन सैन्यानं पोलंड देशावर आक्रमण केलं. दोन कोटी सत्तर लाख लोकवस्ती असलेल्या या देशात मध्य आणि पूर्व युरोपातील ज्यूंचा सर्वांत मोठा समाज - एकूण बत्तीस लाख ज्यू लोक - राहत होते. म्हणून संपूर्ण लोकसंख्येच्या १२% आणि शहरातील लोकसंख्येच्या ३०% एवढ्या संख्येने ज्यू लोक राहत होते.

युद्ध भडकल्यानंतर सतरा दिवसांनी आक्रमण करणाऱ्या सोव्हिएत युनियन आणि जर्मनी या दोन देशांमध्ये पोलंडची वाटणी केली गेली आणि मोठा हिस्सा जर्मनीकडे गेला. जर्मन लोकांच्या ताब्यात गेलेल्या पोलंडच्या भागात अधिक संख्येने ज्यू लोकवस्ती होती आणि त्यामुळे त्यांच्यावर नाझी राजवटीची ज्यूद्वेष्टी

---

१०. Walter Bartel and Kaus Trostorff (eds), Buchenwald : Mahnung und verpflichtung (East Berlin : VEB Deutscher Verlag der Wissenschaften (DPR) 1983) p.698.)

११. Stanislav Zamecnik, c'etait a Dachau 1933-1945 Paris : Le Cherche midi, 2003) p.p.113-14.

धोरणं लागू करण्यात आली. या भागातील जनतेची मोठ्या प्रमाणावर पुनर्रचना केली गेली आणि सोव्हिएत टापूत राहणारे जर्मन वंशाचे लोक Volksdeutsche परत आणले गेले आणि वांशिकदृष्ट्या धोक्याचे गणले गेलेले (मुख्यत्वे ज्यू आणि जर्मनीकरणाच्या दृष्टीनं अयोग्य ठरवले गेलेले पोलंडचे लोक) हद्दपार करण्यात आले. जर्मनीतील सर्व ज्यूंना बळजबरीनं पूर्वेकडे स्थलांतरित केलं गेलं.[१२]

आक्रमणानंतरच्या दोन महिन्यांत जर्मनीच्या अधिपत्याखालचे विभाग दोन प्रमुख भागांत विभागण्यात आले. पोलंडचे पश्चिमेकडले भाग (Upper Silesia, the Warthegau, the district of Danzig - Pomerana and East Prussia) हे जर्मन राष्ट्रात सामावण्यात आले, तर मध्य आणि पूर्व पोलंडचे (The Districts of Lublin, krakow, Radom and Warsaw) हे भाग मजुरांचा साठा गणले जाऊन त्या भागाला General Government म्हटलं गेलं आणि तो भाग कडक जर्मन व्यवस्थापनाखाली आणण्यात आला.

खास सीक्रेट सर्व्हिसच्या तुकड्यांचा वापर करून उत्कृष्ट दर्जाचे पोलंडचे लोक आणि अनेक ज्यूंना मारून टाकलं गेलं आणि त्यांच्या हद्दपारीचं काम शक्य तेवढ्या चटकन साध्य करण्यासाठी याची मदत झाली. शिवाय जिंकलेल्या भागांमध्ये नवीन KL (कॉन्सन्ट्रेशन कॅम्प्स) स्थापन केले गेले आणि त्यात स्थानिक विचारवंत आणि नवीन कैद्यांचा प्रकार, युद्धात पकडले गेलेले कैदी, यांना बंद केलं गेलं. अशा प्रकारे सप्टेंबर दोनपासून KL - Stutthof हा Danzig जवळ आणि एप्रिल १९४० मध्ये KL Auschwitz हा क्राकॉ आणि काटोविझ यांच्यामध्ये सुरू केला गेला.[१३]

संपूर्ण ज्यू लोकवस्तीला पूर्वेकडे ढकलणं सुकर व्हावं म्हणून ज्यू समाजाला शहरातील विभागात एकत्रितपणे डांबण्याच्या योजना आखण्यात आल्या. १९४०च्या वसंत ऋतूपासून पोलंडमधील ज्यूंना पद्धतशीरपणे घेट्टोंमध्ये डांबलं जाऊ लागलं (आणि Lodz मध्ये घडलं, तसं काही वेळा जिप्सी लोकांनाही आत

---

१२. या विषयावरील अधिक माहितीसाठी पाहा : Peter Longerich, Politikder l'ernichtung : Eine Gesamtdarstellung der national sozialistischen Juden verfolgung (Munich and Zurich Piper, 1998) and Gotz Aly, 'Endlosung : Volkerver schiebung und der Mord an den europaischen Juden (Frankfurt am-Marn : Fischer Verlag, 1998)

१३. Miroslaw Glinkski, organisation und struktur des Lagers Stutthof in Donald Stayer (ed) Stutthof : Das Konzentration slager (Gdnnsk : Wydawnictwo "Marpress" 1996), p.77

डांबलं जाऊ लागलं.). Piotrkow Tribunalskiसारख्या ठिकाणी ऑक्टोबर १९३९पासूनच ही योजना राबवली गेली तर Bialystokसारख्या इतर गावांमध्ये सप्टेंबर १९४१पर्यंत घेट्टोंमध्ये डांबणं सुरू झालेलं नव्हतं.

पहिली मोठ्या प्रमाणावरची कारवाई Warthegau या खालसा केल्या गेलेल्या भागात केली गेली (आणि त्यावरून पुढल्या कारवाया बेतल्या गेल्या) आणि शहराच्या सर्वांत मोडकळीला आलेल्या भागात Lodz Ghetto सुरू करण्यात आला. फेब्रुवारीच्या सुरुवातीला पोलीस-प्रमुखानं फतवा काढून dudischer Wohnbezirk, ज्यूंचा निवासी टापू, आखून दिला. ८ मार्च रोजी नाझींनी, आखून दिलेल्या टापूच्या बाहेर सापडलेल्या, जवळजवळ २००० ज्यूंची कत्तल केली.

१ मे रोजी घेट्टो संपूर्णपणे कुंपणाआड बंद केला गेला आणि घेट्टोबाहेर सापडलेल्या ज्यूंना ठार केलं जाईल असा फतवा काढला गेला, सरतेशेवटी ज्यूंना मागे ठेवणं भाग पडलं होतं, त्या त्यांच्या मालमत्तेची, पद्धतशीरपणे लूट करण्यात आली.

गावागावात स्थानिक सरकारांनी याच पद्धतीचं अवलंबन केलं. इतस्ततः विखुरलेली लहान प्रमाणावरची ज्यू जनता एकाच गावात एकत्र करून, गावातल्या घेट्टोंमध्ये डांबण्यासाठी या पद्धतीत थोडे फेरफार केले गेले. उदाहरणार्थ, Szydlowiec हे छोटंसं गाव किंवा क्रॅकॉ[१४] इथे घेट्टोंमध्ये डांबण्याच्या रीतीत थोडे बदल केले गेले.

घेट्टो हा केवळ एक इमारतींचा समूह असे. त्यात मोकळी जागा किंवा बागा अजिबात नसत. तो शहराच्या मध्यभागी किंवा रेल्वेस्टेशनजवळ (Reinhard Heydrichच्या सूचनांनुसार) स्थापला जाई. वॉर्सासारख्या शहरात (येथील सर्वांत जास्त लोकसंख्येच्या घेट्टोत ४,५०,००० ज्यू डांबले गेले होते), क्रॅकॉ किंवा रॅडॉम येथे घेट्टोंभोवती भिंत बांधण्यात आलेली होती. मध्ययुगात शहरांभोवती प्रवेशद्वार असलेल्या भिंतींच्या धर्तीवर ती भिंत बांधलेली असे. लोड्झसारख्या शहरांमध्ये घेट्टोंभोवती फक्त काटेरी तारांचं कुंपण असे आणि लुब्लिनसारख्या इतर काही शहरांमध्ये भिंत किंवा कुंपण नसे.[१५]

---

१४. क्रॅकॉचा गव्हर्नर हान्स फ्रँक यानं ३ मार्च १९४१ रोजी घेट्टो स्थापन करण्यापूर्वीच ज्यूंची संख्या खूपच घटवली होती. १९३९ मधे त्यानं ७०,००० ज्यूंना स्थलांतर करायला भाग पाडलं होतं. ऑक्टोबर १९४१ मधे ३२००० लोक स्थलांतरित केले गेले.

१५. वॉर्सा घेट्टोंबद्दलच्या माहितीसाठी पाहा : Islael Gutman, Resistance : The Warsaw Ghetto Uprising (New York : Houghton Miff in Company in association with the United States Holocaust Memorial Museum, 1994)

याच्यात बरोबरीनं ज्यू कामगारांकडून काम करून घेण्यासाठी Zal (Zwanasarbeitslager)ची मुलूखभर स्थापना करण्यात आली होती.

तरीही नाझींच्या दृष्टीनं देशातल्या खूप मोठ्या प्रश्नावरचं घेट्टो हे तात्पुरतं उत्तर होतं. १९४०चा वसंत ते १९४१च्या उन्हाळ्याच्या दरम्यान स्थलांतरित ज्यूंचे लोंढ्यांवर लोंढे पश्चिमेकडून पूर्वेकडे लोटल्यावर आणि स्थानिक ज्यूंना एकत्र आणल्यावर नाझी सरकारी यंत्रणेनं सक्तीच्या स्थलांतराची यंत्रणा हळूहळू 'Endlosung der Juden frage', ज्यूंच्या प्रश्नाचं संपूर्ण निरसन, यात परिवर्तित केली.

३. मोठ्या प्रमाणावर कत्तल : हॉलोकास्ट (१९४१ ते १९४५)

तिसरा टप्पा होता ज्यूंना ठार मारून टाकण्याचा. त्याचा प्रारंभ जून १९४१ मध्ये सोव्हिएत युनियनवरच्या चढाईपासून झाला.

चढाई करणाऱ्या सैन्यापाठोपाठ विशेष तुकड्या[१६] (Einsatzgruppen) येत असत आणि त्यांच्यावरती कामगिरी असे आक्रमण केलेल्या भागातील ज्यू समाजाला गोळ्या घालून मारून टाकणं (आक्रमण केलेला भाग बाल्टिकपासून संपूर्ण श्वेत रशियावर पसरला.). या सीक्रेट सर्व्हिसच्या फिरत्या तुकड्या, इतर सैनिकांच्या आणि त्यासाठी पगारावर ठेवलेल्या स्थानिक जनतेच्या मदतीनं कत्तलीची कामगिरी पार पाडत असत. स्थानिक जनतेतले काही लोक सीक्रेट सर्व्हिसचे मदतगार सैनिक म्हणून सामील होत असत. त्यांनी मारलेल्या लोकांची संख्या १५ लाख ते १८ लाख असावी असा अंदाज आहे.[१७]

सोव्हिएत विभागातील ज्यू नष्ट करण्यासाठी जर्मन लोकांनी अवलंबनात

---

१६. CF. Helmut Krausnick, Hitlers Einsatzgruppen : Die Truppen des Weltanschaunngskrieges 1938-1942 (FrankFurt am - Marn : Fischer Taschenbuch Verlag, 1993) and Peter Klein (ed.) Die Einsatzgruppen in der besetzten Sowjetunion 1941/42 : Die Tatigkeits und Lagerberichtedes Chefs der Sicherbeitspolizei und des SD (Berlin : Edition Hentrich, 1997)

१७. फादर पॅट्रिक डेसबॉइस यांच्या संशोधनानुसार Eisantzgruppen मधे बळी गेलेल्यांची संख्या खूप जास्त होती. त्यांचं The Holocaust by bullets (New York : Palgrave Macmillan, 2008) पाहा. Joshua Rubenstein and Alya Altman (eds) यांचं The unknown Black Book : The Holocaust in the German occupied Sovient Territories (Bloomington : Indiana University Press in association with the U.S. Holocaust Memorial Museum, 2008 देखील पाहा)

आणलेली कत्तलीची यंत्रणा, त्यांना त्यांचा हेतू साध्य करण्याच्या दृष्टीनं अतिशय कार्यक्षम पद्धत वाटली असली पाहिजे. फिरत्या तुकड्यांनी वापरलेली ही कत्तलीची पद्धत पोलंडप्रमाणे ठराविक शहरी विभागात न डांबल्या गेलेल्या असंख्य ज्यूंना नष्ट करण्यासाठी, त्यांना फारच उपयुक्त ठरली; परंतु लगेचच काही मोठे प्रश्न उद्भवले आणि जर्मन नोकरशाहीला खुनाच्या नव्या पद्धती शोधून, बळी जाणारे आणि त्यांना ठार करणारे यांच्यात अंतर राहील अशी व्यवस्था लावणं गरजेचं ठरलं.

शहराजवळ प्रचंड प्रमाणात बळी दिलेल्यांना सामुदायिकरीत्या दफनावलं की स्थानिक जनतेपासून या प्रचंड प्रमाणावरच्या हत्या लपवणं अशक्य होई. त्याकडे जगभराचं लक्ष वेधणं अपरिहार्यच होतं आणि ही परिस्थिती जवळजवळ दु:सह होती. थोड्याच वेळात या हत्या करणाऱ्या सैनिकांची मानसिक अवस्था अतिशय नाजूक झाली, कारण त्यांना हे पराकोटीचे अत्याचार करणं आणि हे घृणास्पद काम करणं यांचं ओझं वाहणं अशक्य झालं.

मोठ्या प्रमाणावर गोळ्या घालून ठार मारणं हा जर्मन सरकारनं अवलंबनात आणलेला एकमेव उपाय नव्हता. खरं तर युद्ध सुरू झाल्यावर Volksgemeinschaft, फोक्सगेमाइनशाफ्टचं,[१८] पावित्र्य अबाधित राखण्याच्या हेतूनं जर्मन साम्राज्याच्या सरकारनं एक प्रचंड गुप्त योजना आखली होती. या ॲक्शन टी फोर[१९] (Aktion T४) नामक योजनेचा हेतू होता मनोरुग्णांना ठार करणं. या योजनेचा प्रारंभ झाला विषाची इंजेक्शन्स देऊन अपंग मुलांना ठार करण्यापासून. त्यानंतर प्रौढांना मारण्याचं तंत्र शोधून काढण्यात आलं. यासाठी खास सुविधा देऊन, गॅस चेंबर्स असलेल्या संस्थांमध्ये कॅनमधील शुद्ध कार्बन मोनॉक्साईड वायू श्वसनात घ्यायला

---

१८. फोक्स गेमाइनशाफ्ट : राष्ट्रवाद आणि युद्ध यांना वाहून घेतलेला समाज. असा समाज हे अर्धवट विज्ञानाच्या पायावरील वंशवादावर आधारित असलेलं नाझींचं स्वप्न होतं.

१९. ॲक्शन टी फोर : प्रतिकूल जनमतामुळे आणि हे तंत्र वापरून मारणं बंद करण्यात यावं म्हणून चर्चच्या प्रमुखांनी केलेल्या प्रयत्नांमुळे ॲक्शन टी फोर ही योजना १९४१च्या उन्हाळ्यात बंद करण्यात आली. या योजनेला आकार देणाऱ्या सरकारातील कर्मचाऱ्यांना वेगवेगळ्या कॉन्सन्ट्रेशन कॅम्प्समधे पाठवून त्यांच्यावर काम करण्यास असमर्थ असलेल्या कैद्यांना मारण्याचं काम सोपवलं गेलं. (या योजनेचं सांकेतिक नाव होतं 14 F13) रेफरन्सची पुस्तकं आहेत Henry Friedlander, 'The origins of Nazi Genocide : From Euthanasia to the Final Solution (Chapel Hill and London University of North Corolina Press, 1995) DeeefCe Ernstklee 'Dokumente Zur Euthanasie (Frankfurt-am-Main : Fischer Verlag 2001)

लावून मारणं. या तंत्राचा वापर करून ७०००० ते ८०००० लोकांना मारलं गेलं. हेच तंत्र पुन्हा १९३९ आणि १९४०च्या दरम्यान पोलंड, पोमेरेनिया, पूर्व प्रशिया येथील मनोरुग्णांच्या संस्थांमध्ये आणि सॅनिटोरियांमध्ये वापरून तेथील रुग्णांना ठार करण्यात आलं. तिथे लोकांना नेणाऱ्या ट्रक्समध्ये ठेवलेल्या कॅन्समधून कार्बन मोनॉक्साईड गॅस हुंगवला जात असे.

१९४१च्या उन्हाळ्याच्या आणि शरद ऋतूच्या दरम्यान नाझी नोकरशाहीनं जिंकून घेतलेल्या युरोपातील ज्यूंना या पूर्वनियोजित तंत्रानं पद्धतशीरपणे मारून टाकण्याचा निर्णय घेतला. आजवरच्या इतिहासातील ही सर्वांत मोठ्या प्रमाणावरची खुनाची योजना होती. या प्रचंड प्रमाणावरच्या हत्येसाठी सर्वाधिक सुनियोजित यंत्रणा आखणं शासनाला गरजेचं होतं.

सप्टेंबर महिन्यात मिन्स्कच्या[२०] भागात एकाच जागी असलेल्या गॅस चेंबरबद्दल प्रयोग सुरू करण्यात आले; पण टी फोर योजनेहून यात एक बदल होता. यात वापरण्यात आलेला गॅस हा इंजिनातील एक्झॉस्ट गॅस असून गॅस चेंबरमध्ये पाईपद्वारा सोडण्यात येत होता. याच सुमारास, युक्रेनमध्ये गॅस ट्रक्सचा एक वेगळा प्रकार वापरून बघितला गेला. यात कॅनमधून गॅस न हुंगवता, थेट एक्झॉस्ट पाइपमधून तो हुंगवण्यात आला.[२१] चेल्म्नो येथे लोड्झ घेट्टोतील आणि वार्थलँडच्या (Wartheland) आजूबाजूच्या भागातील ज्यूंना मारून टाकण्याच्या पहिल्या मोठ्या खुनाच्या योजनेसाठी गॅसवॅगनचा वापर करण्यात आला. अशीच वाहनं याच सुमाराला सर्बियातील सेमलिन कॅम्पमध्ये बेलग्रेडच्या ज्यूंना मारण्यासाठी वापरण्यात आली.

१९४१च्या अखेरीस आणि १९४२च्या प्रारंभी जनरल गव्हर्नमेंटमधील (जिंकलेल्या युरोपमधल्या) ज्यूंना पद्धतशीरपणे ठार मारण्यात आलं. रशियावर चढाई केल्यानंतर पूर्व गॅलिशियातील ज्यूंनाही असंच मारण्यात आलं. या योजनेला नंतर अॅक्शन राईनहार्ड (Aktion Reinhard) असं नाव देण्यात आलं आणि त्याची जबाबदारी लुब्लिन् इलाक्याच्या पोलीसप्रमुखावर (ओडिलो ग्लोबॉक्निक्) आणि त्याचा सहकारी ख्रिश्चन वर्थ याच्यावर सोपवण्यात आली. तेव्हाच्या अनेक सरकारी अधिकाऱ्यांप्रमाणे ख्रिश्चन वर्थ हा टी फोर (T४) योजना राबवून

---

२०. Michael Tregenza, Purificare e distruggere : (1) I1 programma 'Eutanasia' Le Prime camere a gas naziste ela sterminio dei disabili (1939-1941) Verona Ombre (Orte, 2006), p.p. 111-17.)

२१. Cf. Mathias Beer "Die Entwicklung der Gaswagen beim Mord an den Juden" Vierteljabreschefte Fiir Zeitgeschichte, Vol. 35, No. 3 (1987) p. p. 403-17)

जिंकलेल्या युरोपातील ज्यूंना मारून टाकण्याच्या कामगिरीवर कार्यरत होता.

या कामासाठी उत्तमरीत्या रेल्वेने जोडली गेलेली आणि एका ठिकाणी स्थित अशी गॅस चेंबर्स बांधण्याच्या दृष्टीनं योग्य असलेली तीन ठिकाणं निवडण्यात आली. या गॅस चेंबर्समध्ये मोटारींच्या एक्झॉस्टचा गॅस सोडण्यात येणार होता. या निवडल्या गेलेल्या तीन जागा होत्या- बेल्झी (व्रॅकॉ आणि ल्वॉव्ह्या मधोमध असलेलं), सॉबिबॉर (लुब्लिनजवळचं) आणि ट्रेब्लिंका (वॉर्सा आणि बायालिस्टॉक् यांच्या मधोमध असलेलं). पहिला कॅम्प मार्च १९४२ मध्ये बेल्झी येथे सुरू झाला, मग एप्रिल-मेच्या दरम्यान सॉबिबॉर येथील कॅम्प सुरू झाला आणि शेवटी ट्रेंब्लिका येथील कॅम्प जुलैमध्ये सुरू झाला.[२२]

या तिन्ही कॅम्प्सची रचना अगदी सारखी केली गेली होती. पहारेकऱ्यांना राहण्यासाठी (हे मुख्यत: युक्रेनचे पहारेकरी असत) आणि अगदी थोड्या कैद्यांसाठी (हे कैदी, ठार केलेल्या ज्यूंकडून जप्त केलेल्या किमती चीजा एकत्र करून त्यांची वर्गवारी करत असत) एक राखीव विभाग (बेल्झी येथील पहिल्या कॅम्पमध्ये, असे कैदी आणि पहारेकरी यात फार भेदभाव केला जात नसे.); कॅम्पच्या आतवर रूळ आणून फलाटांजवळचा ज्यूंना खाली उतरवण्यासाठीचा विभाग; बळकावलेल्या मौल्यवान चीजा ठेवण्यासाठी बराकी असलेला विभाग; बळी जाणाऱ्यांना कपडे उतरवण्यासाठी इमारतीचा भाग, कैद्यांना पुढे जाण्यासाठीचा काटेरी तारांच्या कुंपणाचा चिंचोळा मार्ग; या मार्गाच्या टोकाला असलेली इमारत : यात गॅस चेंबर्स आणि मोठी डिझेल मोटर राहील अशी खोली असे; आणि सरतेशेवटी खूप मोठं मोकळं पटांगण. यात प्रथम प्रेतं पुरली जात असत; पण नंतर ती उघड्यावर जाळली जाऊ लागली.

१९४३ साली जवळजवळ सारे पोलिश घेट्टो रिकामे झाल्यावर आणि बिर्केनॉ येथे नवी गॅस चेंबर्स आणि क्रिमेटोरिया सुरू केल्यावर, योजना बंद केली गेली आणि शरद ऋतूपर्यंत त्यासाठी बांधलेल्या यंत्रणा कायमस्वरूपी निकामी केल्या गेल्या. या योजनेच्या अंतर्गत, या तीन कॅम्प्समध्ये १७११,७००,००० ज्यूंना मारण्यात आलं. वेगवेगळे घेट्टो बंद करताना आणि जनरल गव्हर्नमेंटमधील (जिंकलेल्या युरोपातील) सक्तीच्या मजुरीच्या कॅम्पमध्ये काम करताना मारले गेलेले ज्यू वेगळेच.

---

२२. याबद्दल अधिक माहितीसाठी वाचा : Hillberg 'The Destruction of the European Jews; Yitzhak Arad, Belzec, Sobibor, Treblinka : The operation Reinhard Death Camps Bloomington; Indiana University Press, 1987) and Dieter Pohl, 'Vonder Judenpolitik" Zun Judenmord : Der Distrikt Lublin Des Generalgovernments 1939-1944. Frankfurt-am-Main : peter Lang, 1993).

ऑश्विट्झ-बिर्केनॉ आणि फायनल सोल्युशनमधील त्याची कामगिरी

नुकताच जर्मन साम्राज्याचा भाग बनलेल्या ईशान्य सिलेशियाच्या विभागातील ऑस्वीकिम (Oswiecim) या छोट्याशा गावातील पूर्वीच्या मिलिटरी बराकींमध्ये ऑश्विट्झ कॉन्सन्ट्रेशन कॅम्प[२३] सुरू झाला. त्याचा प्रारंभ पोलंडमधील राजकीय विरोधकांसाठीचा कॅम्प म्हणून झाला. ४ मे १९४० रोजी सीक्रेट सर्व्हिसचा हाउट श्टुर्मफ्युरर (कॅप्टन) रुडॉल्फ हॉब (पूर्वीच्या सॅच्सेनहाउझेन येथील कॉन्सन्ट्रेशन कॅम्पमध्ये काम करत असलेला) येथील कॅम्पप्रमुख म्हणून नियुक्त झाला. सर्व नाझी कॅम्पप्रमाणेच येथेसुद्धा क्रिमेटोरियम (क्रिमेटोरियम-१) सुरू करण्यात आलं. प्रेतं जाळली जाऊन स्वच्छता राहावी व साथीचे रोग फैलावू नयेत हा त्यामागचा हेतू होता. ऑश्विट्झ येथील क्रिमेटोरियम टॉफ अॅण्ड झोन या एरफुर्ट येथील जर्मन फर्मनं बांधून तयार करून पोहोचवलं होतं.[२४]

मार्च १, १९४१ रोजी त्यानं कॅम्पला दिलेल्या पहिल्याच भेटीच्या वेळेस हिमलरनं कॅम्प आणखी वाढवण्याचं फर्मान सोडलं. कारण ३०,००० कैदी येऊ घातले होते. त्यातले १०,००० कैदी सर्वांत मोठी जर्मन केमिकल कंपनी IG Farben यांच्याकडे मजुरीसाठी सोपवण्यात यावे, अशीही त्यानं आज्ञा केली. ही कंपनी जवळच्याच ब्वोरी (Bwory) या खेड्यात त्यांची नवी फॅक्टरी उभारत होती.

---

२३. ऑश्विट्झ कॅम्पच्या इतिहासासाठी वाचा : Yisrael Gutman and Michael Berenbaum (eds); 'Anatomy of the Auschwitz Death camp (Bloomington : Indiana University Press in association with the U.S. Holocaust Memorial Museum, 1994); Sybille Steinbacher, 'Musterstadt' Auschwitz : Germanisierungspolitik and Judenmord in Ostoberschlesien (Munich : Saur, 2000); Danuta Czech Kalendarium der Ereignisse in Konzentrationslager Auschwitz Birkenau 1939-1945 (Reinbek bei Hamburg : Rowolit 1989); and Waclaw Dlugoborski and Franciszek Piper (eds), studienzur Geschichte des Konzentrations und Vernichtungslagers Auschwitz, 5 vols (osurecim : Verlag des staatlichen Museums Auschwitz - Birkenau 1999)

२४. क्रिमेटोरियाच्या रचनेबाबत अधिक माहितीसाठी वाचा : Jean Claude Pressac, Auschwitz : Technique and Operation of the Gas Chambers (New York : The Beate Klarsfeld Foundation 1989) and his Les Crematoires d Auschwitz : La machinerie du meurtre de masse (Paris : NRS Edition 1993)

याच वर्षाच्या ग्रीष्म आणि शरद ऋतूदरम्यान ऑश्विट्झच्या व्यवस्थापनानं पूर्वेकडे वापरण्यात येणाऱ्या खुनाच्या तंत्राशी मिळतीजुळती तंत्रं विकसित करण्यासाठी प्रयोग सुरू केले. सप्टेंबरच्या सुरुवातीला ६०० रशियन युद्धकैदी आणि आजारी आणि काम करू न शकणारे २५० पोलिश कैदी ब्लॉक ११च्या तळघरात धाडले गेले आणि त्यांना 'झायक्लॉन बी' या गॅसनं ठार केलं गेलं. आजवर हा गॅस फक्त बराकी आणि कपडे निर्जंतुक करण्यासाठीच वापरला जात असे. 'झायक्लॉन बी' गॅसच्या या पहिल्या प्रयोगानंतर क्रिमेटोरियम-१ येथील प्रेतं ठेवण्याच्या खोलीचा काही भाग गॅस चेंबरमध्ये बदलवण्यात आला. याच तात्पुरत्या गॅस चेंबरमध्ये रशियन युद्धकैदी आणि कामासाठी अयोग्य असे कैदी (Aktion १४ F१३ या व्याख्येत बसतील असे) प्रथम मारले गेले आणि उत्तर सिलेशियातून सुरुवातीला आलेले ज्यूंचे काफिलेही इथेच मारले गेले.

सप्टेंबर १९४१च्या अखेरीस मुख्य कॅम्पपासून दोन मैल अंतरावर एक प्रचंड नवा कॅम्प बांधण्याचं फर्मान काढलं गेलं. या फर्मानानुसार बिर्केनॉ येथील कॅम्प सुरू झाला. (नंतर त्याला ऑश्विट्झ-२ बिर्केनॉ या नावानं संबोधू लागले.) प्रारंभी तो युद्धकैद्यांसाठी - प्रामुख्यानं रशियन युद्धकैद्यांसाठी - बांधला गेला; पण दोनच महिन्यांत प्रचंड मोठ्या कारखानदारांच्या तगाद्यामुळे बर्लिनमध्ये निर्णय घेतला गेला की साम्राज्याच्या अंतर्गत वापरासाठीच रशियन कैद्यांचा मोठ्या प्रमाणावर उपयोग केला जावा. बिर्केनॉच्या भविष्याच्या दृष्टीनं ही निर्णायक घटना ठरली, कारण जरी हा कॅम्प सुरुवातीला रशियन युद्धकैद्यांसाठी बांधण्यात आला होता, तरी तो अखेरीस मुख्यत्वेकरून ज्यूंचा तुरुंग बनला. हिमलरने २५ जानेवारी १९४२ रोजी काढलेल्या फर्मानानं या बदलावर शिक्कामोर्तब केलं गेलं. त्यानं फर्मान काढलं की रशियन युद्धकैद्यांऐवजी ज्यूंना तिथे पाठवलं जावं.[२५]

---

२५. ७ ऑक्टोबर १९४१ पासून ऑश्विट्झ येथे रशियन युद्धकैदी मोठ्या प्रमाणावर येऊ लागले. फक्त महिन्याभरातच १०,००० रशियन युद्धकैदी हद्दपार होऊन आले. ते लॅम्सडॉर्फच्या सिलेशियन स्टॅलॅगहून प्रामुख्याने आले. त्यांपैकी १००० लोक लगेचच गॅसनं किंवा गोळ्या घालून मारण्यात आले. इतरांना बिर्केनॉच्या बांधणीसाठी भीषण परिस्थितीत कामाला जुंपलं गेलं. नोव्हेंबरपर्यंत ३७०० लोक मरण पावले आणि फेब्रुवारी १९४२ पर्यंत ८३०० लोक मरण पावले. बांधकाम संपेपर्यंत १०,००० कैद्यांपैकी जेमतेम १०० लोक जिवंत राहिले. अधिक माहितीसाठी वाचा : Alfred Streim Die Behandlung Sowjetischer Kricysgefangener im 'Fall Barbarossa' Eine Dokumentation (Heidelberg : C.F. Muller Juristischer Verlag, 1981).

१९४२च्या सुरुवातीला वान्सी कॉन्फरन्समध्ये युरोपातील सर्व ज्यू लोकांना नष्ट करण्याचा प्रस्ताव नॅशनल सोशालिस्ट पार्टीच्या पुढाऱ्यांपुढे मांडण्यात आला. कामासाठी अयोग्य ठरवल्या गेलेल्या ज्यूंना कॅम्पमध्ये नेऊन त्यांना ताबडतोब मारून टाकण्यात यावं (कामासाठी अयोग्य कोण याची अत्यंत विस्तृत व्याख्या असल्यामुळे त्यात बऱ्याचशा ज्यू जनतेचा समावेश होत असे) आणि उरल्यासुरल्या थोड्याशा ज्यू लोकांना मरेपर्यंत सक्तीच्या मजुरीला जुंपावं, असा हा प्रस्ताव होता.

ऑश्विट्झ बिर्केनॉ हे भौगोलिकदृष्ट्या मध्यवर्ती होतं. युरोपातील प्रमुख रेल्वेलाइन्सच्या ते मध्यावरलं जंक्शन होतं आणि तिथे प्रचंड प्रमाणावर योजण्यात आलेल्या हत्या घडवून आणण्यासाठी अनुकूल अशी गॅस चेंबर्स- क्रिमेटोरिया यांची प्रचंड सुविधा होती. म्हणून ज्यू लोकांच्या हत्येसाठी ते महत्त्वाचं केंद्र बनलं.

मार्च १९४२ मध्ये ॲक्शन राईनहार्ड (Aktion Reinhard) योजना बेल्झीमध्ये सुरुवातीच्या गॅसनं घडवलेल्या हत्यांना प्रारंभ करत होती. याच वेळेस बिर्केनॉभोवतीच्या जंगलातील एक छोटंसं फार्महाऊस दोन गॅस चेंबर्समध्ये परिवर्तित केलं गेलं. (बिर्केनॉमधील बांधकाम अद्याप पूर्ण झालं नव्हतं.)

जूनमध्ये आणखी शंभर यार्डांवरचं आणखी एक छोटं फार्महाऊस चार गॅस चेंबर्समध्ये बदललं गेलं. या फार्महाऊसमधील गॅस चेंबर्सना बंकर-१ आणि बंकर-२ अशी नावं दिली गेली. (कैदी यांना अनुक्रमे रेड हाऊस व व्हाइट हाऊस या नावांनी ओळखू लागले.)

या दोन इमारतींजवळ लाकडी बराकी उभारण्यात आल्या. मारण्यासाठी आत पाठवले जाण्यापूर्वी कैदी इथे कपडे उतरवत असत. मारण्यासाठी निवडले गेलेले ज्यू लोक आगगाडीतून फलाटांवर उतरल्याबरोबर इथे धाडले जाऊन मारले जात असत. हा ऑस्वीकिम गावातल्या गोदामाजवळचा युडेनरॅम्प (ज्यूंसाठीचा फलाट) तेव्हापासून फक्त ज्यूंचे काफिले उतरवण्यासाठी वापरला जाऊ लागला.[२६]

'बंकर-२' तयार झाल्यावर ज्यूंचे काफिले आल्याबरोबर (मारण्यासाठी) ज्यूंची 'निवड' करणं सुरू केलं गेलं. आलेल्या ज्यूंपैकी ८०%पेक्षा जास्त ज्यू, गॅस चेंबर्समध्ये धाडले जात आणि उरलेले अगदी थोडे ज्यू सक्तीच्या मजुरीला जुंपण्यासाठी कॅम्पमध्ये तात्पुरते ठेवले जात. अखेरीस सारे ज्यू मरावेत हेच उद्दिष्ट असे.

---

२६. Serge Klarsfeld, Marcello Pezzetti and Sabine Zeitun : L Album d' Auschwitz (Paris : Editions Al Dante / Foundation Pour la Memoire de la Shoah, 2005) p.p.38-9)

बराकींमध्ये गॅसनं मारून टाकल्यावर ज्यूंची प्रेतं जवळच खणलेल्या सामुदायिक दफनाच्या खड्ड्यांमध्ये पुरली जात असत. सप्टेंबरपासून ही प्रेतं पद्धतशीरपणे जाळण्यात येऊ लागली. ही प्रेतं गॅस चेंबर्समधून बाहेर काढणं आणि त्यांना कबरीत पुरणं किंवा जाळणं हे काम झाँडरकमांडोनामक ज्यू कैद्यांच्या समूहावर सोपवण्यात आलेलं होतं. प्रारंभी, ऑश्विट्झ-१ आणि बिर्केनॉच्या मधोमध असलेल्या एका राखीव विभागात, मारलेल्या कैद्यांचे कपडे व मालमत्ता वर्गवारी करून जमा करण्यासाठी धाडली जात असे. या राखीव विभागाला इफेक्टेनलागर-१ (Effektenlager-१) किंवा कनादा-१ (KANADA-I) असं नाव होतं.

सक्तीच्या मजुरीसाठी निवडले गेलेले ज्यू वेगळ्या मार्गानं 'सॉना' नावाच्या इमारतीत धाडले जात. तिथे त्यांची नावनोंदणी व निर्जंतुकीकरण केलं जाई. त्यांच्या डोक्यावरचे आणि शरीरावरचे केस भादरले जात असत. त्यांनी शॉवरखाली अंघोळ केल्यावर त्यांच्या कोपराखालच्या डाव्या हातावर त्यांचा आयडेंटिटी नंबर गोंदवला जात असे. (ऑश्विट्झ हा एकमेव कॉन्सन्ट्रेशन कॅम्प होता, जिथं हा रजिस्ट्रेशन नंबर गोंदवण्यात येत असे.) त्या वेळेस कॅम्पचे दोन मुख्य विभाग होते- बी-१ (अ) हा पुरुषांसासाठी आणि बी-१ (ब) हा स्त्रियांसाठी. या दोनांपैकी एका विभागात जाऊन पुढे तेथून कॅम्पमधील किंवा कॅम्पबाहेरच्या अनेक लेबर कमांडोंपैकी एकात पाठवले जाण्यापूर्वी कैद्यांना क्वारन्टाईन विभागात पाठवलं जात असे.

१९४२ मध्ये संपूर्ण युरोपातून प्रचंड प्रमाणात ज्यू लोकांना आणण्याला प्रारंभ झाल्यावर ऑश्विट्झ विभागातील जर्मन कारखान्यांनी मजुरीसाठी कैदी भाड्यानं घ्यायला सुरुवात केली होती. आता ही प्रथा वाढली आणि कारखान्यांजवळच्या आणि बांधकामांजवळच्या विभागात अनेक 'उप' कॅम्प (Sub camps) सुरू झाले. मोनोविट्झ कॅम्प (याला पुढे ऑश्विट्झ-३ म्हणू लागले.) हा याच प्रकारे IG- Farbenच्या ब्यूना फॅक्टरीसमोर जुलैत उभारण्यात आला.

ऑश्विट्झच्या सर्वच कॅम्पमधील परिस्थिती कैदी जिवंत राहतील अशी अजिबात नव्हती. स्वच्छता आणि अन्न याबाबत भीषण स्थिती होती आणि कैद्यांना सदैव अनन्वित अत्याचारांना तोंड द्यावं लागत असे. कामाच्या दृष्टीनं अत्यंत अशक्त झालेल्या लोकांची अंतर्गत छाननी होऊन त्यांना मारून टाकलं जात असे. काम करू न शकणाऱ्यांना नुसतं पोसण्याऐवजी नष्ट केलं जात असे.

१९४३ मध्ये बिर्केनॉ कॅम्पमध्ये बी-२ हा बी-१ पेक्षा प्रचंड मोठा विभाग सुरू करून या कॅम्पची वाढ करण्यात आली. हा नवा बी-२ विभाग विद्युतप्रवाह सोडलेल्या काटेरी तारांच्या कुंपणानं विभागून त्यात अनेक उपविभाग किंवा कॅम्प निर्माण करण्यात आले. अशा प्रकारे बी-२ (अ) हा पुरुषांसाठीचा क्वारन्टाईन विभाग झाला.

बी-२(ब) हा थेरेसिएन स्टाट्[२७] घेट्टोतून (Theresien stadt ghetto) आलेल्या ज्यू कुटुंबांसाठीचा कॅम्प बनला. १९४४ मध्ये बी-२(क) हा मुख्यत्वेकरून हंगेरीतून आलेल्या ज्यू स्त्रियांसाठीचा ट्रान्झिट कॅम्प (तात्पुरता कॅम्प) बनला. बी-२(ड) हा पुरुषांसाठीचा कॅम्प बनला. बी-२(इ)[२८] हा रोमा आणि सिटी जिप्सी कुटुंबासाठीचा कॅम्प बनला. आणि बी-२(फ) हा पुरुषांच्या हॉस्पिटलचा विभाग बनला. संपूर्ण बी-१ कॅम्प हा स्त्रियांसाठीचा कॅम्प बनवला गेला.

संपूर्ण पश्चिम, मध्य आणि पूर्व युरोपातून येणाऱ्या प्रचंड काफिल्यांना गॅसनं मारायला या दोन बंकर्सची यंत्रणा अपुरी पडू लागली. १९४२च्या वसंत ऋतूपासून नाझी वर्चस्वाखाली आलेल्या स्लोव्हाकिया, फ्रान्स, द नेदरलँड्स, बेल्जियम, युगोस्लाव्हिया आणि नॉर्वे या भागांतून हद्दपार केलेले ज्यूंचे काफिले इथे लोटू लागले. म्हणून चार मोठी गॅस चेंबर्स सुरू केली गेली. (ती सुरू करायचा निर्णय

---

२७. थेरेसिएन स्टाट् येथील घेट्टो कॅम्पमधील ज्यू लोक सप्टेंबरपासून छाननी न करता कॅम्पमधे धाडले गेले. कॅम्पमधे कुटुंबं राहत होती; परंतु दोन भीषण कत्तलींमधे हे सारे ज्यू १९४४ मधे मारण्यात आले. रेफरन्ससाठी वाचा : H. G. Adler, theresienstadt 1941-1945 : Das Antlitz einer Zwangsgemeinschaft (Gottingen : Wallstein, 2005) याचा इंग्रजीतील अनुवाद केंब्रिज युनिव्हर्सिटी प्रेस व युनायटेड स्टेट्स हॉलोकॉस्ट मेमोरियार म्युझियम यांच्यातर्पेâ उपलब्ध होणार आहे.

२८. बी-२(इ) या विभागार्ला Zigeunerlager असंही म्हटलं जात असे. हिमलरच्या १६ डिसेंबर १९४२च्या फर्मानानंतर ऑश्विट्झ येथे हद्दपार केल्या गेलेल्या जिप्सींचं इथे वास्तव्य होतं. त्यांचीही प्रारंभिक छाननी न होता त्यांना कुटुंबीयांसमवेत इथं राहता आलं होतं. त्यांचा पहिला काफिला कॅम्पमधे २६ फेब्रुवारी १९४३ रोजी आला. जिप्सींना प्रथम २२ मार्च १९४३ रोजी गॅस चेंबरमधे धाडण्यात आलं. टायफस झाल्याची शंका असलेले १७०० जिप्सी प्रथम मारले गेले. दुसरी कत्तल मे २५ रोजी झाली, त्यात ५०० लोक गॅस चेंबरमधे मारण्यात आले. १६ मे १९४४ला हा पूर्ण विभाग, लोकांना ठार करून बंद करण्याचा निर्णय घेतला गेला; पण प्रौढांना याची बातमी लागली आणि ते सीक्रेट सर्व्हिसबरोबर जोरानं लढले. २ ऑगस्ट १९४४पर्यंत हे काम स्थगित केलं गेलं आणि तेव्हा २८९७ लोकांना क्रिमेटोरियम-५ च्या गॅस चेंबरमधे धाडलं गेलं. (Reference : Sinti and Roma in KL Auschwitz-Birkenau 1943-44 : Vordem Hintergrund ibrer VerFolgung unter der Naziherrschaft ed. by Waclaw Dlugoborski (Oswiecim : Verlag Staatliches Museum Auschwitz-Birkenau 1998)

आदल्या वर्षीच्या शरद ऋतूतच घेतला गेला होता.) हे काम झटपट होण्यासाठी गॅस चेंबर्स व क्रिमेटोरियम ओव्हन्स एकाच इमारतीत बांधले गेले व या एकत्रित यंत्रणेला जर्मन भाषेत Krematorium म्हटलं जाऊ लागलं. ही क्रिमेटोरिया २, ३, ४ आणि ५ मार्च १४ ते जून २५, १९४३ दरम्यान सुरू झाली. मानवजातीनं आजवर बांधलेल्या खुनांच्या सत्रासाठीच्या यंत्रणेतील या सर्वांत प्रचंड जागा होत्या.

क्रिमेटोरिया २ व ३ या एकमेकांसमोर लाल विटांनी बांधलेल्या निरुपद्रवी दिसणाऱ्या इमारती कॅम्पच्या बी-१ व बी-२ विभागांच्या टोकाला होत्या. या इमारतीभोवतीच्या पटांगणाला विद्युतप्रवाह सोडलेल्या, काटेरी तारांचं कुंपण होतं. १९४४च्या उन्हाळ्यात या इमारती झाकण्यासाठी झाडांच्या खोडांचा वेढा उभा केला गेला. कारण प्रत्येक इमारतीचं धुराडं साठ फूट उंच होतं. इमारतींना दोन मजले होते, तळघर व तळमजला. इमारतीच्या तळघरात गॅस चेंबर्स होती. तळघराच्या प्रवेशद्वारापाशी १५० फूट लांबीची खोली होती, त्यात कैदी कपडे उतरवत. या खोलीत बाकं व नंबर असलेले हूक कपडे लटकवण्यासाठी ठेवलेले होते.

तळघरात ९०' x २१'चं गॅस चेंबर होतं. ते इमारतीच्या दर्शनी भागाच्या काटकोनात होतं. या गॅस चेंबरमध्ये १५००हून जास्त लोक मावत. त्याला संरक्षणाखाली असलेला दरवाजा होता. दरवाजाच्या काचा ग्रिलनं सुरक्षित ठेवल्या गेल्या होत्या. छताला चार झडपा होत्या आणि त्यावर सिमेंटचं जड झाकण होतं. गॅस चेंबर्सच्या भिंतींना गिलावा देऊन चुना फासलेला होता. (दर कत्तलीनंतर त्याच्या भिंतींना नव्यानं चुना फासण्यात येत असे.) छतावरल्या झडपांतून आत सोडलेल्या धातूच्या तारांच्या नळकांड्यांतून Cynhydric Acid (Zyklon B) आत सोडण्यात येत असे. याच्या छोट्या स्फटिकांचा हवेशी संयोग झाला की विषारी वायू निघत असे. मेकॅनिकल व्हेंटिलेशन सिस्टीम (यंत्रानं हवा खेळती ठेवण्याची सुविधा) दर कत्तलीनंतर हवा झटपट साफ करून झाँडरकमांडोच्या लोकांना प्रेतं हलवण्यासाठी पटपट काम करणं सुलभ करत असे. खोलीतल्या शॉवरच्या नळ्यांमुळे या खोलीचा खरा हेतू गुप्त राहत असे.

छोट्या बोळानं, कपडे उतरवण्याची जागा गॅस चेंबरपासून अलग करण्यात आली होती. या जागेत प्रेतांचे केस कापणं व त्यांचे सोन्याचे दात काढणं ही कामं केली जात.[२९] जमा केलेली लूट जर्मन साम्राज्याकडे धाडली जात असे. हे काम झालं की प्रेतं लिफ्टने तळमजल्यावरील ओव्हनकडे धाडली जात.

---

२९. हीच कामं ओव्हन्स असलेल्या खोलीतही करता येत असत. वैद्यांचे केस, कॅन्व्हास बनवणाऱ्या जर्मन उद्योगांना विकले जात असत. सोन्याच्या दातांमधलं सोनं क्रिमेटोरियम-३ मधील छोट्याशा खोलीत वितळवून बर्लिनला पाठवलं जात असे.

प्रत्येकात तीन भट्ट्या असलेले पाच ओव्हन तळमजल्यावर होते. त्यात प्रेतं जाळली जात. ही खोली ९०' x ३६' होती.[३०] तळमजल्यावरील इतर खोल्यांचा उपयोग शवागार किंवा क्रिमेटोरियममध्ये काम करणाऱ्या पहारेकऱ्यांसाठीच्या आणि झाँडरकमांडोतील लोकांच्या वापरासाठीच्या खोल्या म्हणून केला जात असे.[३१] १९४४ सालच्या उन्हाळ्यापासून गॅस चेंबर्समध्ये काम करणाऱ्या झाँडरकमांडोच्या लोकांना उतरत्या छतांखालची जागा राहण्यासाठी देण्यात आली.

क्रिमेटोरिया ४ व ५ हे कॅम्पच्या दुसऱ्या विभागात लागर स्ट्रासच्या उत्तरेच्या टोकाला, कनादा-२ जवळ स्थित होते. या दोन इमारतीसुद्धा अगदी सारख्या बांधलेल्या असून एकमेकांकडे तोंड करून उभ्या होत्या आणि त्यांच्याभोवती भिंतींचं कुंपण होतं. इतर दोन क्रिमेटोरियापेक्षा यातील फरक असा होता की, त्यात गॅस चेंबर्स व क्रिमेटोरियम ओव्हन्स हे दोन्हीही तळमजल्यावरच बांधलेले होते आणि त्यांना पोटमाळा नव्हता.

या दोन्ही इमारतींमध्ये तळमजल्यावर तीन गॅस चेंबर्स होती आणि पन्नास एक्कावन्न फूट उंचीची प्रत्येकी दोन धुराडी होती. वेगवेगळ्या आकाराची व नैसर्गिकरीत्या हवा खेळती असलेली गॅस चेंबर्स १२०० लोक सामावू शकत असत. गॅस चेंबर्स व ओव्हन्स यांच्या मधोमध असलेली खोली आळीपाळीनं (कैद्यांनी) कपडे उतरवण्याची खोली म्हणून आणि गॅस चेंबर्समधली प्रेतं बाहेर काढताना शवागार म्हणून वापरली जात असत.

या मोठ्या इमारती वापरल्या जाऊ लागताच नाझींनी बंकर-१ निकामी केलं आणि बंकर-२ तात्पुरतं वापरायचं बंद केलं. क्रिमेटोरियम-२ हे आधी वापरात आलं व त्याचं अनावरण झाल्यावर थोड्याच दिवसांत मार्च २०, १९४३ रोजी ग्रीसमधील ज्यूंचा पहिला काफिला येऊन पोहोचला. ऑक्टोबरमध्ये इटलीतील ज्यू आले.

त्याच वर्षाच्या नोव्हेंबरमध्ये कॅम्प कमांडंट रुडॉल्फ हॉबला बर्लिनला परत बोलावून घेण्यात आलं व त्याच्या जागी आर्थर लायबेहेन्शेल आले. आतापर्यंत

---

३०. क्रिमेटोरियम-२ मध्ये एक ओव्हन फक्त कचरा जाळण्यासाठी व बळी गेलेल्यांच्या वैयक्तिक माहितीचे कागद व फोटो जाळण्यासाठी दिला गेलेला होता.

३१. क्रिमेटोरियम-२ मधे एक शवविच्छेदनाची खोली (dissection room) सुद्धा होती. तिचा वापर सीक्रेट सर्व्हिसचे डॉ. जोसेफ मेंगेल आणि झाँडरकमांडोत नियुक्त केले गेलेले आणि स्वत: एक मान्यवर डॉक्टर असलेले मेंगेल यांचे मदतनीस, ज्यू कैदी असलेले मिक्लोस न्विझ्ली करीत असत. अधिक माहितीसाठी– Miklos Nyiszli, Auschwitz : A Doctor's eyewitness account trans. by Tibere Kremer & Richard Seaver (London : May Flower, 1979)

ऑश्विट्झ कॉम्प्लेक्स अतिशय प्रचंड झाला होता व त्याचं व्यवस्थापन करणं जिकिरीचं बनलं होतं. म्हणून त्याचे व्यवस्थापनाच्या दृष्टीनं तीन वेगळे भाग केले गेले : ऑश्विट्झ-१, ऑश्विट्झ-२ (बिर्केनॉ) आणि ऑश्विट्झ-३ (मोनोविट्झ व इतर सारे उपकॅम्प.) १९४३ची अखेर व १९४४च्या सुरुवातीला दुसरं प्रचंड इफेक्टेनलागर (कैद्यांच्या मौल्यवान चीजा इत्यादी साठवण्याची जागा) किंवा 'कनादा-२' हे बिर्केनॉमध्ये बांधण्यात आलं.

त्याचप्रमाणे बिर्केनॉमध्ये सेंट्रल सॉना (Zentral Sauna) नावाची प्रचंड मोठी मध्यवर्ती इमारत बांधली गेली. इथे नव्या कैद्यांचं रजिस्ट्रेशन व निर्जंतुकीकरण केलं जाऊ लागलं. मे १९४४ मध्ये बी-३ हा नवा विभाग बांधला गेला. कैदी त्याला 'मेक्सिको' या नावानं ओळखू लागले.

बी-२(क) सेक्टरप्रमाणेच इथेही हंगेरीतून आलेल्या स्त्रियांना ठेवलं जाऊ लागलं. इथून पुढे त्यांना जर्मन साम्राज्यातील इतर कॅम्प किंवा ऑश्विट्झबाहेरील कॅम्प किंवा गॅस चेंबर यांपैकी एका जागी पाठवलं जात असे.

त्या वर्षीच्याच वसंत ऋतूच्या अखेरीस व उन्हाळ्याच्या सुरुवातीला, युद्ध संपत येण्याच्या सुमारास नाझींनी आजवर मृत्युमुखातून वाचलेल्या युरोपातील सर्वांत मोठ्या समाजाला, हंगेरीतील ज्यूंना, बिर्केनॉ येथे आणण्याचा प्रयत्न केला. इतक्या अल्प कालावधीत चार लाख लोकांना यशस्वीरीत्या नष्ट करण्यासाठी कॅम्पमध्ये बदल करणं गरजेचं ठरलं. ही 'हंगेरियन अॅक्शन' तडीला नेण्यासाठी रुडॉल्फ हॉबला देखरेखीसाठी पुन्हा बोलावून घेण्यात आलं आणि मेच्या मध्याला लायबेहेन्शेलच्या जागी रिचर्ड बेअरला आणलं गेलं. रेल्वे थेट कॅम्पच्या आतपर्यंत बानरॅम्पेपर्यंत (Bahn rampe) आणली गेली आणि त्यायोगे छाननी त्वरित करता येऊन कैद्यांना मृत्यूकडे पोहोचवणारं अंतरही कमी झालं.

हंगेरियन ज्यूनंतर संपूर्ण युरोपातून ज्यूंचे काफिल्यांवर काफिले इथे लोटत असतानाच लोड्झ घेट्टोतील शेवटचे ज्यू बिर्केनॉ येथे आले. हा एकमेव घेट्टो अजून नष्ट केला गेला नव्हता. या वेळेस बिर्केनॉ येथे हत्यांचा असा उच्चांक गाठला गेला की व्यवस्थापनानं पुन्हा बंकर-२ वापरात आणण्याचा निर्णय घेतला. (बंकर-२ च्या कपडे उतरवायच्या बराकी मोडून टाकण्यात आल्या होत्या. त्यामुळे तिथे गॅस चेंबर्स म्हणून वापरात असलेल्या फक्त दोन खोल्याच शिल्लक होत्या.) याखेरीज क्रिमेटोरियम-५ च्या पुढल्या मोकळ्या पटांगणात प्रेतं जाळण्यासाठी पाच खंदक खोदण्यात आले.

याच सुमारास कॅम्प कमांडंटनं सर्वांत नामुष्कीजनक कागदपत्रं जाळून टाकण्याचा आदेश दिला. यात मुख्यत: बिर्केनॉला येऊन पोहोचलेल्या विविध काफिल्यांची यादी व इतर माहिती होती. योजनापूर्वक क्रिमेटोरियांना (गॅस चेंबर्स व ओव्हन्स असलेल्या इमारती) निकामी करण्याची प्रक्रिया - शेवटचा काफिला आल्यानंतर - नोव्हेंबरमध्ये

सुरू केली गेली. मोठ्या प्रमाणावर केल्या गेलेल्या कत्तलींची नामोनिशाणी पुसून टाकण्याच्या दृष्टीनं क्रिमेटोरियांची तोडफोड करण्यासाठी मुखत्वेकरून स्त्रियांच्याच अनेक तुकड्या कामाला जुंपण्यात आल्या. जानेवारी १७, १९४५ रोजी शेवटची हजेरी घेतली गेली, तेव्हा सुमारे फक्त ६७००० कैदी, जवळजवळ सारेच ज्यू कैदी, कॅम्पमध्ये शिल्लक होते (यातले ३१,८९४ ऑश्विट्झ बिर्केनॉ येथे होते, तर ३४,११८ मोनोविट्झ व इतर उपकॅम्पमध्ये होते). बरेचसे पोलिश राजकैदी पूर्वीच साम्राज्यातील इतर कॅम्पमध्ये हलवण्यात आले होते.

१९४५ जानेवारीत कॅम्प रिकामा केला गेला. वसंत ऋतूत आक्षेपार्ह कागदपत्रं जाळून टाकण्याचं काम पूर्ण झाल्यावर कॅम्प रिकामे करायला प्रारंभ झाला. जवळजवळ ५८००० कैद्यांना हा भीषण प्रवास पायी किंवा आगगाड्यांमधून करावा लागला व त्यांना जर्मन साम्राज्यातील इतर ठिकाणच्या कॅम्प्समध्ये हलवण्यात आलं. वाटेत अनेक हद्दपारांना ठार मारण्यात आलं. थोडेसे पळून जाऊ शकले. येत्या काही महिन्यांमध्ये, जेथे कैद्यांना हलवलं गेलं होतं त्या नव्या कॅम्प्समध्ये अनेक कैदी मरण पावले. पुरुषांना मुख्यत्वेकरून माउटहाउझन, बुखेनवाल्ड व डाखाउ येथील कॅम्प्समध्ये धाडलं गेलं होतं, तर स्त्रियांना रॅव्हनब्रुक व बर्गेन-बेल्सेन येथील कॅम्प्समध्ये पाठवण्यात आलं होतं.

मुख्यत: आजारी असलेली ९००० माणसं ऑश्विट्झ कॅम्प समूहात राहिली. तरीही कॅम्पमध्ये तैनात असलेल्या पहारेकऱ्यांनी, या कैद्यांची सुटका होण्यापूर्वीच्या रात्री, वेळात वेळ काढून, त्यातील ७०० लोकांना ठार केलं.

बिर्केनॉ येथील झाँडरकमांडो

'आरोग्या'च्या हेतूनं बहुतांशी साऱ्याच नाझी कॉन्सन्ट्रेशन कॅम्प्समध्ये मेलेल्या किंवा ठार करण्यात आलेल्या कैद्यांची प्रेतं जाळण्यासाठी क्रिमेटोरियम ओव्हन पुरवण्यात आलेले होते. ऑश्विट्झ-१ येथील स्टामलागर याला अपवाद नव्हता. सप्टेंबर १९४० मध्ये पूर्वी दारूगोळा ठेवण्याची जागा, या दृष्टीनं सुधारून तिथे तीन कैदी, हैझर (प्रेतं जाळणारे) म्हणून नियुक्त केले गेले होते.

प्रारंभी दोन भट्ट्या असलेल्या या विद्युतदाहिनीत दिवसाला १०० प्रेतं जाळता येत असत. फेब्रुवारी १९४१ मध्ये आणखी एक ओव्हन वाढवला गेला आणि दुप्पटीनं प्रेतं जाळता येऊ लागली. मे १९४२ मध्ये तिसरा ओव्हन चालू झाल्यानंतर ही क्षमता दिवसाला ३४० प्रेतं इतकी वाढली.

पुढल्या वर्षाच्या शरद ऋतूत जेव्हा मोठ्या प्रमाणावरील सामुदायिक हत्यांचे सुरुवातीचे प्रयोग करून बघितले गेले, तेव्हा अधिक माणसं असलेली नवी कामगार

तुकडी बनवणं गरजेचं ठरलं. हा वीस कैद्यांचा समूह 'फिशल कमांडो' या नावानं ओळखला जाऊ लागला, कारण त्यांच्या कॅपोचं नाव होतं फिशल.[३२]

१९४२च्या वसंत ऋतूपासून बिर्केनॉ येथे ज्यूंची पद्धतशीरपणे कत्तल करण्यास प्रारंभ झाल्यावर कॅम्पमध्ये आलेल्या कैद्यांपैकी तरुण आणि अजून सुदृढ अशा कैद्यांची निवड करून ज्यूंची नवी तुकडी बनवणं गरजेचं ठरलं. या तुकडीतील लोकांवर भीषण कामगिरी सोपविण्यात आली. नुकत्याच ठार केलेल्या (त्यात कधीकधी त्यांचे स्वत:चे नातेवाईकही असत.) प्रेतांना बाहेर काढून त्यांना जवळ खणलेल्या चरांपर्यंत जाळण्यासाठी ओढून नेणं आणि शेवटी गॅस चेंबर्स स्वच्छ करून पुढल्या कत्तलींसाठी ती सज्ज ठेवणं. बंकर-१ मधील कत्तलींच्या कामावर नेमल्या गेलेल्या या सुरुवातीच्या तुकडीत जवळजवळ सत्तर माणसं होती. त्यातील काहींना (झाँडरकमांडो)[३३] प्रेतं हलवावी व जाळावी लागत आणि इतरांना (बेग्राबंक्सकमांडो) चर खणावे लागत. सप्टेंबर १९४२ पासून या दोन्ही तुकड्या एकत्रितपणे झाँडरकमांडो नावानंच ओळखल्या जाऊ लागल्या. सुरुवातीच्या महिन्यांमध्ये झाँडरकमांडोतील जवळपास

---

३२. गोलियाथ फिशल हा पोलिश कॅपो होता.

३३. रेफरन्स : Filip Muller, Sonderbehandlung : Drei Jahre in din Krematorien und Gaskammeru Von Auschwitz (Munich : Stein hauser 1979); Leon Cohen, From Greece to BioKenau : The Crematoria Workers' Uprising (Tel. Aviv : The Salonika Research Center, 1996); Andre Balbin, De Lodz & Auschwitz : En passant par la Lorraine (Nancy : Presses Universitaires de Nancy 1989), Shaje Gertner, 'Sonderkommando in Birkenau' in Anthology of Holocaust Literature ed. by Jacob Glatstein, Israel Knox, Samuel Margoshes (Philadelphia : Jewish Publication Society 1969) pp 141-7; Henryk Mandelbaum'... et je fus affecte au sonder Kommando in Jadwiga Mateja and Teresa Swiebocka (eds), Temoinsd' Auschwitz (Oswiecim : State Museum of Auschwitz Birkenau, 1998). A collection of eye-witness accounts of survivors of the Sonder Kommando can be found in Gideon Greif Wir Weinten Tranonlos... Augenzeugenberichte des judischen' Sonder Kommando' in Auschwitz (cologne, Weimer and Vienna : Bohlau Verlag, 1995); Eric Friedler, Barbara Siebert and Andreas Kilian, Zeugen aus der Todeszone : Das judische Sonderkommando in Auschwitz (Lumberg : Zu Klampmen, 2002) Claud Lanzmann, Shoah Paris : Edition Fayard, 1985); Rebeccacumhi Fromer The Holocaust Odyssy of Daniel Bennanmias, Sonderkommando (Tuscaloosa and London : Uni of Alabama Press, 1993). See selected Bibliography for some english language editions)

साऱ्या माणसांना काही कत्तलींवर काम केल्यानंतर हृदयात फिनेलचं इंजेक्शन देऊन ऑश्विट्झ-१ मध्ये मारून टाकण्यात आलं.

एप्रिल १९४२च्या अखेरीस नवी तुकडी नेमली गेली. त्यांपैकी ५० लोक बंकर-१ मध्ये कामाला लावले गेले आणि १५० लोक सीक्रेट सर्व्हिसप्रमुख फ्रान्झ होबलर याच्या हाताखाली खंदक खणण्याच्या कामाला जुंपले गेले. जून १९४२ मध्ये बंकर-२ पुन्हा वापरात आणला गेल्यानंतर झाँडरकमांडोत आणखी माणसं आणली गेली. आणि उन्हाळ्याच्या अखेरीपर्यंत ४०० माणसं झाँडरकमांडोमध्ये काम करू लागली होती. ही माणसं सेक्टर बी-१(ब) (त्या वेळेस हा पुरुषांचा कॅम्प होता) मधील ब्लॉक-२ मधील बराकीत ठेवण्यात आली होती. काटेरी तारा डोक्यावर असलेल्या भिंतींनी ही बराक इतर बराकींपासून वेगळी ठेवण्यात आली होती.

हिमलरच्या आज्ञेनं[३४] खंदकातली थडगी उतरवण्यास प्रारंभ केला गेला होता. या मोहिमेत थडग्यातून प्रेतं उकरून काढून त्यांना खास भट्ट्यांमध्ये जाळलं जाऊ लागलं. झाँडरकमांडोतील तीनशे कैद्यांना या मोहिमेत भाग घ्यावा लागला. यानंतर बंकरमध्ये गॅसनं ठार केलेल्यांची प्रेतं न पुरता, ती ताबडतोब पद्धतशीरपणे उघड्या खंदकांमध्ये जाळली जाऊ लागली.

जवळजवळ १,०७,००० प्रेतं जाळल्यानंतर या कत्तलींचं नामोनिशाण राहणार नाही अशी त्यांच्याकडून सफाई करून घेतल्यानंतर झाँडरकमांडोच्या जवळजवळ सर्व लोकांना स्टामलागर (ऑश्विट्झ-१)[३५] च्या गॅस चेंबरमध्ये

---

३४. ही आज्ञा थेट हिमलरकडून त्याच्या १७-१८ जुलैच्या ऑश्विट्झ भेटीनंतर आली. १६ सप्टेंबर रोजी कमांडंट हॉब व सीक्रेट सर्व्हिस अधिकारी हॉबलर व डेजॅको हे चेल्म्नो येथे गेले आणि तेथे त्यांनी पॉल ब्लोबेलनं प्रेतं जाळण्यासाठी वापरलेल्या पद्धतींचा अभ्यास केला. खरं तर ब्लॉबेल हा पोलिश होता. त्याच्यावर पोलंड व रशियातील भागातल्या सामुदायिक कत्तलींचं नामोनिशाण उरू न देण्याची कामगिरी सोपवण्यात आली होती. या मोहिमेचं सांकेतिक नाव होतं : Aktion 1005. Shmuel Spector 'Aktion 1005, Effacing the murder of millions' Holocaust and Genocide Studies vol. 5, no. 2, 1990 p.p. 157-73, and Patrick Desbois and Frenk Levana, Operation 1005 : Des Techniques ct des hommes an service de 1, effacement des traces de la shoah (Paris : Les Etudes du CRIF, Numdro 3, 2003)

३५. ऑश्विट्झ-१ च्या क्रिमेटोरियम-१ मधली ही शेवटची कत्तल होती. येथील क्रिमेटोरियम्स आणखी काही महिने चालू स्थितीत राहिली आणि मग ती निकामी केली गेली.

मारून टाकण्यात आलं. ९ डिसेंबर रोजी नवीन झाँडरकमांडोची स्थापना करून तो सीक्रेट सर्व्हिसप्रमुख ओटो मोल याच्या देखरेखीखाली कामाला जुंपला गेला. झाँडरकमांडोतून बचावून जिवंत राहिलेल्या थोडक्या लोकांच्या म्हणण्याप्रमाणे ओटो मोल हा माणूस कॅम्पच्या इतिहासातील सर्वांत दुष्ट गुन्हेगारांपैकी एक होता.

एकाच इमारतीत गॅस चेंबर व क्रिमेटोरियम ओव्हन असलेल्या नव्या इमारती होणार असल्यामुळे या कामाची सवय व्हावी या हेतूनं फेब्रुवारी १९४३ मध्ये कैद्यांच्या नव्या तुकडीला ऑश्विट्झ-१ मधील क्रिमेटोरियम-१ येथे ओव्हन्स चालवण्याचं प्रशिक्षण देण्यात आलं. हे लोक बिर्केनॉ येथे मार्च १३ पासून काम करू लागले. तिथे त्यांना क्रिमेटोरियम-२ मध्ये ठार करण्यात आलेल्या व्रॅकॉच्या १४९२ ज्यूंची प्रेतं जाळावी लागली होती.

जुलैच्या मध्यापासून कॅम्पमधील सर्व लोक सेक्टर बी-१(ब) मधून सेक्टर बी-२(ड) मध्ये हलवण्यात आले. झाँडरकमांडोतील लोकांनाही नव्या पुरुषांच्या कॅम्पमधील ब्लॉक १३ मध्ये हलवलं गेलं. इथे त्यांना काटेरी तारांनी वेढलेल्या भिंतींनी इतर बराकींपासून वेगळं ठेवलं गेलं होतं.

चार मोठी नवीन क्रिमेटोरिया वापरणं सुरू झाल्यानंतर झाँडरकमांडोतील माणसांची संख्या ४०० पर्यंत वाढली. ही माणसं सीक्रेट सर्व्हिसप्रमुख पीटर व्हॉस[३६]च्या हाताखाली काम करत होती. पुढल्या वर्षाच्या जुलैपर्यंत या संख्येत फारसा फरक पडला नाही. लोकांना चार तुकड्यांत विभागलं गेलं होतं आणि लोक दिवसपाळीत व रात्रपाळीत काम करत होते. आब्रुखकमांडो (Abbruchkommando) नावाची नवी तुकडी खंदक भरून बंकर-१ तोडण्यासाठी नेमली गेली होती.

झाँडरकमांडोतील पाच माणसांनी पळून जायचा प्रयत्न केल्यावर आणि बिर्केनॉला येणाऱ्या काफिल्यांची संख्या कमी होऊ लागल्यावर २४ फेब्रुवारी १९४४ रोजी झाँडरकमांडोची संख्या निम्म्यानं घटविण्यात आली. (झाँडरकमांडोतील) दोनशे माणसांना माज्डानेक्च्या कॉन्सन्ट्रेशन कॅम्पमध्ये पाठवून ठार केलं गेलं. परंतु मे १९४४ मध्ये प्रचंड संख्येने हंगेरीतील ज्यू येऊ लागल्यावर पुन्हा झाँडरकमांडोतील लोकांची संख्या खूपच वाढली. ऑगस्टमध्ये झाँडरकमांडोत काम करणाऱ्यांची संख्या ८७४ इतकी वाढली. गरज वाढल्यामुळे आणखी लोकांना गॅसनं मारण्यासाठी बंकर-२ पुन्हा वापरात आणला गेला. क्रिमेटोरियम-५च्या जवळ मोठाले खंदक खणले गेले. ओव्हनमध्ये सर्व प्रेतं जाळणं शक्य नसल्यामुळे या खंदकांमध्ये खूप प्रेतं जाळली जाऊ लागली.

---

३६. बंकरमधील काम थांबल्यावर मोलच्या जागी पीटर व्हॉस आला. मोलला ब्लेखहॅमर या उपकॅम्पचा प्रमुख नेमण्यात आलं.

झाँडरकमांडोत खूपसे पोलंडचे ज्यू लोक आधीपासूनच काम करत होते. त्यात आता २५० हंगेरीतील ज्यू व जवळजवळ १०० ग्रीक ज्यू (यात श्लोमो व्हेनेत्सिया, त्याचा भाऊ व त्याचे कझिन्स दारियो व याकोब गब्बाई यांचाही समावेश होता.) सुद्धा जुंपले गेले.

हंगेरीतील ज्यूंना मारण्याच्या कामावर देखरेख ठेवण्यासाठी ओटो मोलनं परत यावं, अशी हॉबनं विनंती केली. हंगेरीतील ज्यू येण्यास प्रारंभ झाल्यावर दोनच आठवड्यांनी ओटो मोलनं आज्ञा केली की झाँडरकमांडोतील माणसांनी राहण्याची जागा बदलून थेट क्रिमेटोरियातच झोपायला सुरुवात करावी. (क्रिमेटोरिया-२ व ३च्या उतरत्या छतांखालच्या पोटमाळ्यावर आणि क्रिमेटोरियम-४ च्या कैद्यांचे कपडे उतरवण्याच्या खोलीत.)

कॅम्पमधली गॅस चेंबर्स तेव्हा सतत चालू होती. बारा तासांच्या दोन पाळ्यांमध्ये हे भीषण काम अव्याहतपणे चालू राहत असे. हे काम असे : कैद्यांबरोबर कपडे उतरवण्याच्या खोलीत जाणं; त्यांना पुढे काय वाढून ठेवलंय याची अजिबात कल्पना येऊ नये अशी काळजी घेणं; त्यांना शक्य तेवढ्या भरभर कपडे उतरवायला लावणं; सीक्रेट सर्व्हिसची माणसं या कैद्यांना गॅसनं मारून टाकत असताना त्यांचे काढलेले कपडे एकत्र करणं; त्यांची प्रेतं गॅस चेंबरमधून बाहेर काढणं; त्यांचे कृत्रिम अवयव आणि सोन्याचे दात काढणं; स्त्रियांचे केस कापून घेणं; प्रेतं क्रिमेटोरियमच्या ओव्हन्समध्ये किंवा उघड्यावरील खंदकांमध्ये जाळणं; न जळलेल्या हाडांचं चूर्ण करणं; राख 'व्हिस्ट्यूला' नदीत टाकून देणं; गॅस चेंबर स्वच्छ करणं; भिंतींना नव्यानं चुन्याचा रंग लावणं आणि पुढल्या काफिल्याला मारण्यासाठी सारी सज्जता ठेवणं. प्रत्यक्ष ठार मारण्यात झाँडरकमांडोतील माणसांनी एकदाही भाग घेतला नाही.

जिंकून घेतलेल्या विभागातील ज्यूंचा सर्वांत मोठा समूह लोड्झ घेट्टोमध्ये अद्याप जिवंत होता. त्या समूहाला नष्ट करून झाल्यावर सप्टेंबर २३, १९४४ रोजी झाँडरकमांडोतील लोकांची संख्या पद्धतशीरपणे कमी केली जाऊ लागली. हंगेरीतील दोनशे ज्यूंना बंकरमध्ये आणि क्रिमेटोरियमपुढल्या पटांगणातील खंदकांवर प्रेतं जाळण्यासाठी कामाला लावलेलं होतं. त्यांना कनादा-१ येथे गॅसनं ठार केलं गेलं.[३७]

---

३७. नाझींनी कॅंपमधील कर्मचारी-कैद्यांच्या वेगवेगळ्या तुकड्यांच्या ज्या याद्या ठेवल्या आहेत, त्यानुसार ऑगस्ट ३०, १९४४ रोजी क्रिमेटोरियामध्ये ८७४ लोक काम करीत होते आणि ऑक्टोबर ३, १९४४ रोजी त्यातले फक्त ६६१ शिल्लक होते. रेफरन्ससाठी पाहा : APMO (Archive of the State Museum of Auschwitz - Birkenau), D-AVII-3-49 Arbeitsein Satzliste, Vol.11)

मोठ्या प्रमाणावरच्या हत्यांना प्रतिबंध करण्यासाठी झाँडरकमांडोतील लोकांनी एकत्रितपणे उठाव आयोजित करण्याचे प्रयत्न बरेच वेळा केले. कनादा-१ येथे संपर्क साधून राहणाऱ्या कॅम्पबाहेरील राजकीय विरोधकांना झाँडरकमांडोतील लोकांनी खूप वेळा (मदतीची) विनंती केली. पण त्यातून काहीच निष्पन्न झालं नाही. विरोधकांची हालचाल फक्त कमांडोतील लोकांना निसटण्यासाठीची मदत एवढीच सीमित राहिली आणि असे सारे सुटकेचे प्रयत्न फसले. त्यांचा आणखी एक प्रयत्न असे की ही सारी माहिती (गॅसनं मारण्याबद्दलची) पुढील पिढ्यांना कळावी म्हणून एकत्रित स्वरूपात क्रिमेटोरियाच्या पटांगणात दडवून ठेवायची.[३८]

अनेक अडचणी असूनही एक उठाव खरोखरच आयोजित केला गेला होता. अत्यंत प्रतिकूल परिस्थितीत ७ ऑक्टोबर १९४४ रोजी या उठावाला तोंड फुटलं आणि त्यामुळे क्रिमेटोरियम-४ संपूर्णत: निकामी झालं. त्यात भाग घेणाऱ्या सर्वांचा बळी घेऊन हा उठाव संपला. दोन दिवसांत ४५२ लोक मारले गेले. कॅपो लेम्क आणि जर्मन पहारेकऱ्यांनी क्रिमेटोरियम-३ मधील (झाँडरकमांडोच्या) माणसांना उठावात सामील होण्यापासून त्वरित अडवल्यामुळे फक्त तीच माणसं जिवंत राहिली. या बचावलेल्या माणसांपैकी श्लोमो व्हेनेत्सिया हा एक होता.

१० ऑक्टोबरला झाँडरकमांडोत फक्त १९८ कैदी शिल्लक राहिले होते. (क्रिमेटोरियम-३ मधले १०४ आणि क्रिमेटोरियम-५ मधले ४४) यापैकी १७० लोकांना पुरुषांच्या कॅम्पमधील ब्लॉक १३ येथे हलवण्यात आलं.

बिर्केनॉ येथे येणारे काफिले हळूहळू थांबले आणि २६ नोव्हेंबर रोजी झाँडरकमांडोच्या माणसांची संख्या अखेरच्या वेळेस घटवली गेली. क्रिमेटोरियम-५ मधील शेवटच्या दहनांसाठी तीस माणसं तैनात केली गेली आणि सत्तर

---

३८. अशी लपवलेली हस्तलिखितं मार्च १९४५ ते ऑक्टोबर १९८०च्या दरम्यान सापडली. ऑश्विट्झ येथील म्युझियमनं ती सापडली तशीच प्रसिद्ध करून त्यांची अनेक भाषांमधे भाषांतरं केली. रेफरन्ससाठी पाहा : Mark Ber, Des viox dans la unit : La resistance juive a Auschwitz - Birkenau (Paris : Plon, 1982); Georges Bensoussan (ed.) Des viox sous la cendre : Manuscrits, des sonder kommando : d'Auschwitz - Birkenau, Revue d histoire de la Shoah, no. 171, January-April 2001; and Salmen Gradowski, Au Coeur de Penter : document ecrit d'un Sonderkommando d'Auschwitz, 1944 (Paris : Kime, 2001). See also David Olere : A Painter in the Sonderkommando at Auschwitz (New York : The Beate Klarsfeld Foundation, 1989).

अब्रुखकमांडोतील माणसं क्रिमेटोरिया पाडण्याच्या कामासाठी धाडली गेली. इतर लोक गायब झाले.

जानेवारी १८ला ऑश्विट्झ कॅम्प संपूर्णत: मोकळा करण्यात आला. कॅम्पमधले लोक साम्राज्यातील इतर कॅम्प्समध्ये हलवले जात असताना झाँडरकमांडोतील अजूनही जिवंत राहिलेले लोक (त्यात पंचवीस ग्रीक होते.) हलवल्या जात असलेल्या कैद्यांच्या रांगांमध्ये मिसळून जाऊ शकले आणि त्यामुळे ते पुढे वाढून ठेवलेल्या मरणातून बचावले. त्यातले काहीजण, प्रामुख्यानं पोलंडचे ज्यू, या पायी चाललेल्या मरणयात्रेतून (मरणयात्रा हे या कैद्यांच्या भर थंडीतल्या पायी करवलेल्या भीषण प्रवासाला नंतर नाव दिलं गेलं.) निसटून पळ काढण्यात यशस्वी झाले.

मे १९४५ मध्ये युद्ध संपल्यावर बिर्केनॉ येथील झाँडरकमांडोतले नव्वदाहून थोडे जास्त लोक अजून जिवंत राहिले होते. विसाहूनही कमी इतर लोक त्यांच्याप्रमाणेच या कत्तलींचे साक्षीदार होते. हे इतर लोक बंकर्सच्या सामुदायिक दफनभूमीपाशी दीर्घकाळ काम करणारे कैदी होते (चर खणणारे किंवा इलेक्ट्रिशियन्स वगैरे) आणि ते इतर लेबर कमांडोंमध्ये मिसळून जाऊ शकले होते. या युक्तीमुळे ते जिवंत राहू शकले.

नाझी गुन्हेगारांवरल्या वेगवेगळ्या खटल्यांच्या सुनावण्यांच्या वेळेस चौकशी करणाऱ्या समितींपुढे बिर्केनॉ येथील झाँडरकमांडोतून बचावलेल्यांपैकी काहीजणांनी तसंच 'अॅक्शन राइनहार्ड'च्या कत्तलींच्या कॅम्पमधील बचावलेल्या काहीजणांनी साक्षी दिल्या. त्यात आल्टर फाइनसिल्बर, हेन्रिक टॉबर, झाल्मा ड्रॅगॉन यांचा समावेश होता. त्यांनी वॉर्सा व ऑस्वीकिम् येथे साक्षी दिल्या. मिल्टन बुकी, डाउ पैझिकोविक् आणि फिलिप म्युलर यांनी फ्रँकफर्टच्या खटल्यांच्या सुनावण्यांत साक्षी दिल्या; पण त्यांच्या कहाण्या सर्वसामान्य जनतेपर्यंत पोहोचल्याच नाहीत. कत्तलींच्या या यंत्रणेबद्दलच्या माहितीसाठी श्लोमो व्हेनेत्सियाची ही साक्ष हा अत्यंत महत्त्वाचा पुरावा आहे.

मार्चेलो पेत्सेटी

CDEF Foundation (Jewish Contemporary Documentation Centre) चा इतिहासकार, ऑश्विट्झवरील तज्ज्ञ, रोममधील हॉलोकास्ट म्युझियमचा डायरेक्टर.

ग्रीसमधील इटली : मोठ्या अपयशाचा छोटासा इतिहास (लेखक : उंबेर्टो गेंटिलोनी)

श्लोमो व्हेनेत्सियाचा इतिहास हा आपल्याच इतिहासाचा एक भाग आहे; दुसऱ्या महायुद्धानं खिळखिळ्या झालेल्या युरोपचा इतिहास! ग्रीसमध्ये राहणाऱ्या या इटालियन ज्यूच्या साक्षीचं नीट आकलन होण्यासाठी, श्लोमो तिथे राहिला तेव्हाचे ऐतिहासिक संदर्भ जाणून घेणं महत्त्वाचं आहे.

तेव्हाची सत्ता ज्याला 'फॅसिस्ट पर्व' म्हणू लागली, त्याची सुरुवात ऑक्टोबर २८, १९२२ रोजी रोमवरील चढाईपासून झाली. त्याच तारखेपासून बरोबर अठरा वर्षांनी ऑक्टोबर २८, १९४० रोजी ग्रीसवरील मोहीम सुरू झाली. ही सत्ता स्थापन झाली त्याची ठळक आठवण म्हणून याच दिवशी इटलीनं आपली सत्ता वाढवण्याच्या योजनेनुसार अ‍ॅथेन्सवर चढाई केली. शत्रूशी दोन हात करण्यासाठी ग्रीस देश एकत्र आला, त्याची स्मृती म्हणून आजही ग्रीसमध्ये ही तारीख राष्ट्रीय सण म्हणून साजरी केली जाते.

भूमध्यसमुद्रालगतचा युरोप काबीज करण्याच्या फॅसिस्ट राज्यनीतीमागचा हेतू होता इटलीच्या सीमा विस्तारणं आणि महान सत्ता हा सन्मान प्राप्त करणं. फॅसिझम भूमध्यसमुद्रालगतचे देश नेहमीच जगण्यासाठी अनिवार्य असलेला टापू समजत आलेला होता आणि फॅसिझमनं त्याला मारे नॉस्ट्रम (Mare Nostrum)[१] असं

---

१. भूमध्यसमुद्राभोवतीचे सारे देश, स्पेन, ग्रीस, इजिप्स, पूर्व केनिया, सोमालिया हे इटलीच्या सत्तेखाली आणून मारे नॉस्ट्रम उर्फ भूमध्य समुद्र हे इटालियन साम्राज्यातलं चहूकडून वेढलेलं सरोवर बनवणं हे मुसोलिनीचं स्वप्न होतं.

नावही दिलेलं होतं. याच उद्दिष्टानं भूमध्यसमुद्रालगत वर्चस्व स्थापण्याची राजनैतिक योजना हाती घेतली गेली होती. ती गळी उतरवण्यासाठी रोमच्या भूतकालीन राज्यविस्ताराच्या महत्त्वाकांक्षांचा अतिरंजित उल्लेख करून ब्रिटिशविरोधी भूमिका घेणं व सत्ताकेंद्र बदलणं हे मूळ उद्दिष्ट होतं.[२] वसाहतींवर वर्चस्व स्थापण्याची इटलीची राजनीती ही कलहपूर्ण व वंशभेदाच्या मतप्रणालीवर बेतली गेली होती आणि ती 'इटालियन आफ्रिके'त ठळकपणे दृष्टीस पडली; परंतु हे हेतू दुसऱ्या महायुद्धाच्या चौकटीत नीटपणे बसवले गेले होते आणि ते इटलीपुरते सीमित ठेवले गेले नव्हते.[३] जून १०, १९४० रोजी इटली देश नाझी जर्मनीच्या बाजूनं युद्धात उतरला. फॅसिझमची भूमध्यसमुद्रालगतच्या टापूबाबतची महत्त्वाकांक्षा या युतीमागचं महत्त्वाचं कारण होती. स्वत: कमकुवत असून आणि पराजित होऊनसुद्धा इटलीची राजसत्ता आपला आंतरराष्ट्रीय लौकिक थोडा तरी टिकवून धरू शकली, कारण इटलीला जर्मनीचा भक्कम पाठिंबा मिळाला. या दृष्टीनं आपण म्हणू शकतो की ग्रीसवरील चढाई आणि त्यात इटलीच्या सैन्याला आलेलं दारुण अपयश यामुळे पारडं फिरलं आणि इटलीचं वर्चस्वाचं स्वप्न भंगलं. फॅसिस्ट इटलीला कनिष्ठ दोस्तराष्ट्र ही भूमिका स्वीकारून थर्ड राइशच्या जर्मनीच्या योजनांपुढे आणि निर्णयांपुढे मान तुकवावी लागली.[४]

युद्धात सामील होण्यापूर्वीच इटलीनं १९३९ मध्ये आल्बानियावर कब्जा केलेला होता. त्यानंतरच ग्रीसवर चढाई करण्याचं अंतिम उद्दिष्ट आकाराला येऊ लागलं होतं. भूमध्यसागराच्या टापूत इटलीनं चढाई सुरू करण्याच्या निर्णायक दिवशीच हिटलर व मुसोलिनी फ्लॉरेन्समध्ये भेटले होते आणि त्यांनी एकत्र चढाई करतानाच्या आपापल्या जबाबदाऱ्यांबद्दल चर्चा केली होती.

परंतु इटलीनं भूमध्यटापूवरल्या त्यांच्या करू घातलेल्या चढाईबद्दल अवाक्षरही काढलं नव्हतं, कारण ग्रीसवरील आक्रमण त्यांना गुप्त ठेवायचं होतं. Corriere

---

२. N. Labanca "Mediterraneo" in V. De Grazia und S. Luzzatto (eds), Dizinario del Fascismo (Turin : Einaudi, 2003) Vol II pp 117-119

३. याबद्दल अधिक माहितीसाठी : D. Rodogno I1 2Unovo ordine, Mediterranco: Le politiche di occupazione doll Italia Fascisla in Europa (1940-43) (Turin : Bollati Boringhieri, 2003), N. Labanc, Oltremare : Storia dell' espansione coloniale Italiana (Vologna : Mulino, 2002)

४. Ref. D. Rodogno 'Campagna di Grecia" in De Grazia and Luzzatto (eds), Dizionario del Fascismo, vol. 1, pp 635-8)

della seraमधील ठळक बातमी स्पष्टपणे बोलकी होती : "नव्या युरोपचं भविष्य अटळ आहे. तिरस्करणीय ब्रिटिश वर्चस्वाखालून युरोपला मुक्त करण्यासाठी युद्ध! फ्लॉरेन्समधील बैठकीवर जगभरात प्रचंड प्रतिक्रिया.[५]

सुरुवातीचे काही दिवस लढाईत इटलीला विजय मिळणार अशी चिन्हं दिसत होती आणि तहाच्या बोलण्यांन्वये ब्रिटिश लोकांचा पाडाव होण्याची खूप शक्यता वाटत होती. जेव्हा ऑक्टोबर १२, १९४० रोजी जर्मनीनं रुमानियात प्रवेश केला, तेव्हा मुसोलिनीनं ठरवलं की कृती करण्याची वेळ जवळ येऊन ठेपली आहे. म्हणून त्यानं दुहेरी कृती केली : 'अचानक' आणि जर्मनीच्या बाजूनं युद्धात उतरणं. या राजनीतीमुळे तो नाझींप्रमाणेच एकाच शत्रूच्या विरोधात उतरू शकला; पण लष्करी आणि परराष्ट्रसंबंधात आपलं स्वातंत्र्य अबाधित ठेवून! मुसोलिनीला ताबडतोब विजय मिळेल याची इतकी खात्री वाटत होती की त्यानं त्याच्या मंत्रिमंडळात जाहीर केलं, 'जर आपण ग्रीक लोकांचा तात्काळ पाडाव करू शकलो नाही, तर मी स्वत:ला 'इटालियन' म्हणणं बंद करेन.'[६]

पण ग्रीक सैन्यानं केलेल्या प्रतिकारामुळे त्याच्या लष्करी योजना लगेचच कोलमडल्या. या युद्धातील एकापाठोपाठचे चार कालखंड स्पष्टपणे दिसतात.

ऑक्टोबर २८ला युद्धाला तोंड फुटल्यापासून नोव्हेंबर १३, १९४० पर्यंत

१३ नोव्हेंबर रोजी शेवटचा इटलीचा हल्ला निष्फळ झाला. (नोव्हेंबर १च्या सालोनिकावरील इटालियन बॉंबहल्ल्यानंतर.)

नोव्हेंबर मध्य ते डिसेंबर अखेर १९४०पर्यंत.

या काळात ग्रीक सैन्यानं उलटी चढाई आरंभली.

डिसेंबर अखेर १९४० ते मार्च २६, १९४१ या काळात दोन्ही सैन्यांनी आपापल्या जागा मजबूत केल्या होत्या व 'जैसे थे' स्थिती होती आणि शेवटी मार्च २७ ते एप्रिल २३, १९४१ जेव्हा जर्मन सैन्य मध्ये पडलं आणि त्यांनी हल्ला चढवला, त्यामुळे ग्रीसनं नमून शस्त्रसंधीला मान्यता दिली.

जरी ग्रीसचा शेवटी पराजय झाला, तरी इटलीच्या दृष्टीनं युद्धाचा एकंदरीत निकाल पूर्णत: नामुष्कीजनक ठरला. नीटपणे माहिती न दिली गेलेलं आणि पुरेशी तयारी नसलेलं इटलीचं सैन्य, जनरल ॲलेक्झांडर पापागोसच्या नेतृत्वाखाली ग्रीसनं केलेल्या प्रतिहल्ल्याला तोंड द्यायला असमर्थ ठरलं. मुसोलिनीला जर्मन सैन्याची

---

५. Corriere della sera, October 29, 1940 G

६. G. Bottai, Diario 1935-1944 (Milan : Rizzoli, 1989), p. 228.

मदत घेण्यावाचून पर्याय राहिला नाही आणि सैनिकी कारवाई इतक्या ढिसाळपणे हाताळल्याबद्दल त्याला हिटलरच्या टीकेला तोंड द्यावं लागलं.[७] जर्मन सैन्याला नेत्रदीपक विजय मिळाला. युद्धविरामावर सही केल्याच्या दिवशीच व्हिएन्नामध्ये ग्रीसच्या भवितव्यावर शिक्कामोर्तब झालं. ग्रीस तीन विजेत्यांमध्ये वाटलं गेलं : जर्मन, इटालियन व बल्गेरियन. जर्मन वर्चस्वाखालील भागात बरंचसं क्रीट, पायरेअस (अॅथेन्सचं बंदर), सालोनिकासह मॅसिडोनियाचा भाग, तुर्कस्थानच्या सीमेवरला पश्चिम थ्रेसचा भाग आणि लेम्नॉस आणि चिओस ही बेटं.

जर्मनीच्या वर्चस्वाखाली असलेल्या उत्तरी भागात सालोनिका हे शहर होतं. त्यात ग्रीसमधील बराचसा ज्यू समाज राहत होता, ५६००० पेक्षा अधिक ज्यू लोक! ऑक्टोबर १९४१ पासून हिमलरने सालोनिकातील ज्यूंबाबतच्या धोरणासाठी हिटलरची संमती मिळवली; पण ते धोरण प्रत्यक्षात उतरवायला थोडा अवधी लागला. जुलै १३, १९४२ रोजी सक्तीची मजुरी लादून ६००० ते ७००० ज्यूंना दलदलीच्या रोगट भागांत आणि क्रोमियमच्या खाणींवर फुकट मजुरीसाठी जुंपलं गेलं.

इटलीच्या ताब्यात असलेल्या विभागांमध्ये पळून जायचा बऱ्याच ज्यू लोकांनी प्रयत्न केला. सुरुवातीच्या काळात इटालियन नागरिकत्व असलेले ज्यू वाचले होते; पण १९४३च्या वसंत ऋतूत जर्मन अधिकाऱ्यांनी मागणी केली की अशा साऱ्या ज्यू लोकांना इटालियन विभागात हलवण्यात यावं.

जानेवारी १९४३ मध्ये ऐशमनचा प्रतिनिधी असलेला रॉल्फ गुन्थर सालोनिकाला आला. त्याच्यापाठोपाठ डिएटर विस्लीसेनी आणि अॅलॉइस ब्रुनर आले. हे दोघे ऐशमनबरोबर काम करत होते. त्यांनी तिथे ज्यूद्वेष्टी धोरणं त्वरेने लागू केली.

फेब्रुवारी १९४३पासून (इतर देशांचं नागरिकत्व असलेल्या ज्यूंखेरीज) सर्व ज्यूंची नोंदणी झाली आणि त्यांच्या सर्व दुकानांची नोंदणी झाली. घेट्टोमध्येच राहण्याची त्यांच्यावर सक्ती केली गेली. घेट्टोंची अनेक उपविभागात योजनेनुसार विभागणी केली गेली. रेल्वे स्टेशनजवळ असलेला बॅरन हर्श हा विभाग हद्दपार होण्यापूर्वीचं ज्यूंचं तात्पुरतं निवासस्थान बनला.

मार्च २०, १९४३ रोजी सालोनिकाहून निघालेला पहिला काफिला बेलग्रेड-व्हिएन्नामार्गे ऑश्विट्झ-बिर्केनॉ येथे पोहोचला. आणखी अठरा काफिले

---

७. R. De Felice, Mussolini Palleato Vol. 1 : L'Italia in Guerra 1940-43, Part I : Dalla Guerra breve alla Guerra Lunga (Turin : Einaudi, 1996), pp 322-6.)

त्यापाठोपाठ आले. त्यातला शेवटचा ऑगस्ट १८, १९४३ रोजी पोहोचला. एकूण ४६००० माणसं सालोनिकातून ऑश्विट्झला हद्दपार झाली.[८]

दुसरा मोठा विभाग इटालियन वर्चस्वाखाली आला आणि त्यात थेसाली, मध्य ग्रीस, ॲटिका, कॉर्फू, आयोनियन बेटं, क्रीटचा भाग आले. १९११-१२ मधील लिबियाच्या लढाईपासूनच ऱ्होड्स बेटं व डोडेकानीज बेटं इटलीच्याच ताब्यात होती. या भागांत १४००० ज्यू राहत होते आणि नाझींनी मागणी करूनही ते तसे सुरक्षित राहिले होते. १९४३च्या उन्हाळ्याच्या शेवटापर्यंत इटलीत अस्तित्वात असलेली ज्यूद्वेष्टी धोरणं, इटलीच्या वर्चस्वाखालच्या ग्रीसमध्ये फारशी लादली गेली नव्हती. फॅसिस्ट राजवट कोलमडल्यानंतर परिस्थिती झपाट्याने बदलली.

तिसरा विभाग जर्मनीचं सर्वांत विवाद्य दोस्तराष्ट्र बल्गेरिया याच्या ताब्यात होता. ग्रीसचा शत्रू असलेला हा देश युद्धात उतरलेला नसूनही त्याच्या ताब्यात पश्चिम थ्रेस, मॅसिडोनियाचा काही भाग हे सुपीक टापू व एजियन समुद्रापर्यंत थेट प्रवेश देणारा भाग दिला गेलेला होता. बल्गेरिया १ मार्च १९४१ मध्ये दोस्तराष्ट्र म्हणून सामील झालं आणि दोस्तराष्ट्र व मांडलिक राज्य यामधील कुठलं तरी स्थान त्यानं मिळवलं. बल्गेरिया सोव्हिएत युनियनवर स्वारी करताना सामील झालं नाही (त्याच्याशी त्यानं सप्टेंबर १९४४ पर्यंत परराष्ट्रसंबंध ठेवले होते), पण ते बाल्कन टापूमध्ये मदतीची कुमक पोहोचवण्याच्या तयारीनं राहिलं.

बल्गेरियात ५०००० ज्यू होते. नवीन भाग जिंकल्यावर त्यात १५०००ची भर पडली. प्रत्यक्ष बल्गेरियात राहणाऱ्या ज्यूंना नेहमी भेदभाव व छळाला तोंड द्यावं लागत असे, पण त्यांना हद्दपार (गॅस चेंबरसाठी) केलं गेलं नाही. ३१ ऑगस्ट १९४४ रोजी, सोफियात ज्यूद्वेष्टे कायदे रद्द करण्यात आले.

परंतु ग्रीसची विभागणी होऊन बल्गेरियाच्या कब्जात आलेल्या ग्रीसमध्ये परिस्थिती अगदी वेगळी होती. तिथे बल्गेरियाच्या शासनानं नाझी कायदे काटेकोरपणे अंमलात आणले आणि ट्रिंब्लका येथील कॉन्सन्ट्रेशन कॅम्पमध्ये बल्गेरियाच्या हाताखालच्या ग्रीसमधील ज्यूंना हलवण्याची त्यानं व्यवस्था केली.

---

८. काफिले औश्विट्झला मार्च २४, २५ व ३० रोजी पोचले; एप्रिल ३, ९, १०, १३, १७, १८, २२, २६, २८ व मे ४, ७, ८ आणि १६ जून ८; ऑगस्ट १३ (बर्गेन-बाल्सेनो व ऑगस्ट १८, १६४३. हद्दपारीची नोंद पाहा. H. Fleischer, Griechenwald in Wolfgang Benz (ed). Dimension des Volkermords : Die Zahl der judischen Opfer der National sozialismus (Munich : DTV 1991) p. 273 and in A. Recanati 'Memorial de la deportation des Ju Ifs de 2 vol. (Jerusalem : Exz, 2006), Vol. I p. 48.

अशा प्रकारे ११००० ज्यूंची कत्तल झाली : ४००० होते थ्रेसमधून आलेले (पहिला काफिला गोर्ना डू माजा येथून १८ मार्च १९४३ रोजी निघून सोफियामार्गे मुक्कामाला पोहोचला), १५८ पायरॉटच्या कम्युनमधून हद्दपार झाले, आणि ७०००हून जास्त मॅसिडोनियातून पाठवले गेले (हे तीन काफिले गेले. पहिला ११ मार्च, १९४३ रोजी निघाला.)[९]

जर्मनीच्या वर्चस्वानंतर ग्रीसमधील आर्थिक स्थिती भीषण झाली : अन्नधान्य साठा घटला, पिकं जेते लोक पद्धतशीरपणे ताब्यात घेऊ लागले, महागाई भडकली आणि काळाबाजार बोकाळला. १९४१-४२च्या हिवाळ्यात याचे परिणाम प्रचंड जाणवले आणि ८० लक्ष लोकवस्तीपैकी ३ लक्ष ६० हजार माणसं मरण पावली.[१०] परंतु मोठ्या राष्ट्रांच्या दृष्टीनं हा देश नगण्यच होता. जून १९४१ मध्ये जर्मन सैन्यानं यूएसएसआरवर केलेलं आक्रमण व पर्ल हार्बरवरील हल्ल्यानंतर डिसेंबर १९४१ मध्ये अमेरिकेचा युद्धात प्रवेश, यामुळे युद्धाची व्याप्ती वाढली.

ग्रीसमध्ये एक दु:खद, गतिहीन कालखंड सुरू झाला आणि तो १९४३च्या निर्णायक उन्हाळ्यापर्यंत टिकला. त्यानंतर प्रामुख्यानं इटलीत महत्त्वाच्या घटनांची एकापाठोपाठ एक मालिकाच सुरू झाली. ब्रिटिश आणि अमेरिकन सैन्य सिसिलीच्या किनाऱ्यावर उतरलं, रोमवर हवाई हल्ले सुरू झाले आणि २५ जुलै १९४३ रोजी मुसोलिनी आणि त्याचं ग्रँड फॅसिस्ट कौन्सिल कोसळलं. त्यानंतर मार्शल पिट्रो बाडोग्लियोचं तात्पुरतं सरकार सत्तेवर आलं आणि अखेरीस ८ सप्टेंबर १९४३ रोजी दोस्तराष्ट्रांचा भूमध्यसमुद्रटापूतील कमांडर-इन-चीफ जनरल आयझेन हॉवर याच्याबरोबर शस्त्रसंधीवर सह्या करण्यात आल्या.[११] आणखी काही दिवसांनी इटलीचं दोन भागांत विभाजन झालं. दक्षिणेला प्रोव्हिजनल गव्हर्नमेंट

---

९. बल्गेरियातील ज्यूद्वेष्ट्या धोरणांसाठी वाचा : H. J. Hoppe Bulgarien in Benz (ed) Dimension des Volteermords, pp 275-310, Raul Hilberg, The Destruction of the European Jews, Third Edition (Naw Haven : Yale University Press, 2003))

१०. Reference : M. Mazower, Inside Hitler's Greece : The Experience of Occupation, 1941-44 (New Haven : Yale University Press, 1993).

११. Cf. C. Pavone 'Una Guerra Civile : Saggio Storico sulla unoralita nella Resistenza (Turin : Bollati Boringhieri, 1991) ; E. Aga-Rossi, Una nazione allo shando : L avmistizio italiano del settembre 1943 c le sue consequenze (Bologna : II Mulino, 2003)

सत्तेवर होतं, तर 'सालो' येथील इटालियन सोशल रिपब्लिक उत्तरेला मुसोलिनीच्या नेतृत्वाखाली, जर्मनीच्या बाजूनं युद्ध लढत होतं.

जर्मनीच्या वर्चस्वाखाली आलेल्या भागात सर्वांवर नाझी धोरणं लागू करण्यात आली, विशेषत: ज्यू समाजावर ग्रीसमध्ये केवळ काही दिवसांतच जर्मन सैन्यानं आजवर इटलीच्या वर्चस्वाखाली असलेल्या विभागावर कब्जा मिळवला. ज्या ज्यू कुटुंबांना आजवर इटलीनं संरक्षण दिलं होतं त्यांचं दैव त्वरित बदललं आणि जर्मनीनं काबीज केलेल्या युरोपमधील ज्यू समाजासारखीच त्यांची अवस्था झाली.

३ ऑक्टोबर १९४३ रोजी सीक्रेट सर्व्हिसचा आणि पोलिसांचा प्रमुख असलेल्या वॉल्टर शिमाना यानं साऱ्या ज्यूंची शिरगणती घेण्याची आज्ञा केली. मार्च १९४४ मध्ये अनेक धाडी घालून ५४०० ज्यूंना कैद केलं गेलं. ११ एप्रिलला ऑश्विट्झला व १६ एप्रिलला बर्गेन-बाल्सेनला ज्यूंचे दोन काफिले रवाना झाले. शेवटच्या काफिल्यात ग्रीक बेटांवरून हद्दपार झालेले ज्यू होते. जूनमध्ये कॉर्फूहून २००० पेक्षा अधिक ज्यू हद्दपार केले गेले आणि ऑगस्ट १९४४च्या मध्याला ऱ्होड्स व कॉसहून २००० ज्यू हद्दपार झाले.

या भागातून नष्ट झालेल्यांच्या नेमका आकडा ठरवणं अजूनही शक्य झालेलं नाही. असं सर्वसाधारणपणे मानलं जातं की, जवळजवळ ६५००० ज्यू हद्दपार झाले. ५४००० ज्यू जर्मन वर्चस्वाखालील ग्रीक टापूतले होते व ते ऑश्विट्झला पाठवले गेले आणि ११००० बल्गेरियाखालील ग्रीसमधून हद्दपार होऊन ट्रिंब्लका येथे मारले गेले. ग्रीक विभागावर कब्जा करताना २५०० माणसं मारली गेली. १३००० ग्रीक ज्यू युद्धातून सहीसलामत बचावले. ब्रिटिश सैन्य अथेन्समध्ये ३ ऑक्टोबर १९४४ रोजी शिरल्यावर लगेचच ग्रीसमधील युद्ध संपलं.

उंबेर्टो गेंटिलोना

समकालीन इतिहासाचे युनिव्हर्सिटी ऑफ टेरॅमो येथील प्राध्यापक (इटली)

डेव्हिड ओलेरेबद्दल
लेखक : जीन माउटापा

या पुस्तकात वेगवेगळ्या पानांवर छापलेली चित्रं डेव्हिड ओलेरे यांनी काढलेली आहेत. जानेवारी १९, १९०२ रोजी त्यांचा वॉर्सा येथे जन्म झाला आणि त्यांनी १९३७ साली फ्रेंच नागरिकत्व स्वीकारलं. इकोल द पारी येथील पेंटर व पोस्टर आर्टिस्ट असलेले डेव्हिड ओलेरे हे १९२०च्या दशकातील पॅरिसमधील कलाकारांच्या वर्तुळात (मॅक्स अर्नस्ट, मोडिग्लिआनी वगैरे) मोमार्ट (Montartre) आणि मॉंपार्नास (Montparnasse) येथे वावरत असत.

१९३९ साली १३४व्या इन्फन्ट्री रेजिमेंटमध्ये दाखल झाल्यानंतर १९४० साली त्यांनी त्यांची मुलकी (Civilian) नोकरी गमावली आणि व्हिकी गव्हर्नमेंटनं ज्यूंवर लादलेले अपमानास्पद निर्बंध सहन केले.

फेब्रुवारी २०, १९४३ रोजी त्यांना फ्रेंच पोलिसांनी कैद केलं. त्यांना ड्रान्सी येथून हद्दपार करून २ मार्च १९४३ रोजी ४९ नंबरच्या काफिल्यातून ऑश्वित्झ बिर्केनॉ येथे पाठवलं. तिथे कैदेत असतानाचा सर्व काळ त्यांनी झाँडरकमांडोत काम केलं. त्यांचा आयडेंटिटी नंबर १०६१४४ हा होता. १९ जानेवारी १९४५ रोजी रेड आर्मी (रशियाची) चाल करून येण्यापूर्वीच इतरांबरोबर त्यांना ऑश्वित्झ-बिर्केनॉहून हलवण्यात आलं.

एबेन्झे ऑस्ट्रिया येथे पायी जातानाच्या मृत्युयात्रेतून भर थंडीत उघड्या रेल्वेच्या डब्यातून ते बचावले. तिथे मे ६, १९४५ रोजी अमेरिकन सैन्यानं त्यांना मुक्त केलं. कॅम्प्समधून परत आल्यानंतर त्यांनी त्यांच्या ड्रॉइंग व पेंटिंगद्वारा त्या भीषण कालखंडाला उजेडात आणलं. कॅम्पमधील त्यांच्या विशेष स्थानामुळे ते नाझी-कत्तल-यंत्रणेचे प्रत्यक्ष दर्शन घेणारे साक्षीदार बनले.

डेव्हिड ओलेरे २ ऑगस्ट १९८५ रोजी पॅरिसमध्ये मरण पावले.

त्यांची महत्त्वाची चित्रं, त्यांचा मुलगा अॅलेक्झांडर ओलेरे यानं पुस्तकरूपात प्रकाशित केली आहेत. त्याला सर्जी क्लार्सफेल्ड यांनी प्रस्तावना दिलेली आहे. पुस्तकाचं नाव आहे -

Witness : Images of Auschwitz

(North Richmand Hills, TX : West Wind Press, 1998

प्रकाशक, आल्बिन मिचेल आणि पॉलिटी प्रेस हे श्लोमो व्हेनोत्सियांचे मित्र, अलेक्झांडर ओलेरे यांच्या उदार सहभागाबद्दल ऋणी आहेत.

■